# TRANZLATY

## Sprache ist für alle da

Ngôn ngữ dành cho tất cả mọi người

# Der Ruf der Wildnis

# Tiếng gọi nơi hoang dã

## Jack London

## Deutsch / Tiếng Việt

## Ins Primitive
### Vào thời nguyên thủy

**Buck las keine Zeitungen**
Buck không đọc báo.
**Hätte er die Zeitung gelesen, hätte er gewusst, dass Ärger im Anzug war.**
Nếu ông đọc báo thì ông sẽ biết rằng rắc rối sắp xảy ra.
**Nicht nur er selbst, sondern jeder einzelne Tidewater-Hund bekam Ärger.**
Không chỉ riêng anh ta mà tất cả những chú chó ở vùng nước triều đều gặp rắc rối.
**Jeder Hund mit starken Muskeln und warmem, langem Fell würde in Schwierigkeiten geraten.**
Bất kỳ chú chó nào có cơ bắp khỏe mạnh và lông dài, ấm áp đều có thể gặp rắc rối.
**Von Puget Bay bis San Diego konnte kein Hund dem entkommen, was auf ihn zukam.**
Từ Vịnh Puget đến San Diego, không một chú chó nào có thể thoát khỏi những điều sắp xảy ra.
**Männer, die in der arktischen Dunkelheit herumtasteten, hatten ein gelbes Metall gefunden.**
Những người đàn ông mò mẫm trong bóng tối Bắc Cực đã tìm thấy một loại kim loại màu vàng.
**Dampfschiff- und Transportunternehmen waren auf der Jagd nach der Entdeckung.**
Các công ty tàu thủy và vận tải đang theo đuổi khám phá này.
**Tausende von Männern strömten ins Nordland.**
Hàng ngàn người đang đổ xô vào vùng đất phía Bắc.
**Diese Männer wollten Hunde, und die Hunde, die sie wollten, waren schwere Hunde.**
Những người đàn ông này muốn nuôi chó, và những con chó họ muốn đều là những con chó to lớn.
**Hunde mit starken Muskeln, die sie zum Arbeiten brauchen.**
Những chú chó có cơ bắp khỏe mạnh để làm việc nặng nhọc.
**Hunde mit Pelzmantel, der sie vor Frost schützt.**

Những chú chó có bộ lông dày để bảo vệ chúng khỏi sương giá.

**Buck lebte in einem großen Haus im sonnenverwöhnten Santa Clara Valley.**
Buck sống trong một ngôi nhà lớn ở Thung lũng Santa Clara đầy nắng.

**Der Ort, an dem Richter Miller wohnte, wurde sein Haus genannt.**
Nơi được gọi là nhà của thẩm phán Miller.

**Sein Haus stand etwas abseits der Straße, halb zwischen den Bäumen versteckt.**
Ngôi nhà của ông nằm tách biệt với đường cái, một nửa ẩn hiện giữa những hàng cây.

**Man konnte einen Blick auf die breite Veranda erhaschen, die rund um das Haus verläuft.**
Người ta có thể thoáng thấy hiên nhà rộng chạy quanh ngôi nhà.

**Die Zufahrt zum Haus erfolgte über geschotterte Zufahrten.**
Ngôi nhà được dẫn vào bằng lối đi rải sỏi.

**Die Wege schlängelten sich durch weitläufige Rasenflächen.**
Những con đường quanh co xuyên qua những bãi cỏ rộng lớn.

**Über ihnen waren die ineinander verschlungenen Zweige hoher Pappeln.**
Phía trên đầu là những cành cây dương cao đan xen vào nhau.

**Auf der Rückseite des Hauses ging es noch geräumiger zu.**
Phía sau nhà, mọi thứ thậm chí còn rộng rãi hơn.

**Es gab große Ställe, in denen ein Dutzend Stallknechte plauderten**
Có những chuồng ngựa lớn, nơi có hàng chục người giữ ngựa đang trò chuyện

**Es gab Reihen von weinbewachsenen Dienstbotenhäusern**
Có những dãy nhà của người hầu phủ đầy dây leo

**Und es gab eine endlose und ordentliche Reihe von Toilettenhäuschen**
Và có một dãy nhà vệ sinh ngoài trời vô tận và ngăn nắp

**Lange Weinlauben, grüne Weiden, Obstgärten und Beerenfelder.**

Những giàn nho dài, đồng cỏ xanh, vườn cây ăn quả và những luống quả mọng.

**Dann gab es noch die Pumpanlage für den artesischen Brunnen.**

Sau đó là nhà máy bơm nước cho giếng phun.

**Und da war der große Zementtank, der mit Wasser gefüllt war.**

Và có một bể xi măng lớn chứa đầy nước.

**Hier nahmen die Jungs von Richter Miller ihr morgendliches Bad.**

Tại đây, các chàng trai của thẩm phán Miller đã thực hiện cú nhảy buổi sáng.

**Und auch dort kühlten sie sich am heißen Nachmittag ab.**

Và họ cũng cảm thấy mát mẻ hơn vào buổi chiều nóng nực.

**Und über dieses große Gebiet herrschte Buck über alles.**

Và trên vùng đất rộng lớn này, Buck là người cai trị tất cả.

**Buck wurde auf diesem Land geboren und lebte hier sein ganzes vierjähriges Leben.**

Buck sinh ra trên mảnh đất này và sống ở đây suốt bốn năm.

**Es gab zwar noch andere Hunde, aber die spielten keine wirkliche Rolle.**

Thực ra còn có những con chó khác nữa, nhưng chúng không thực sự quan trọng.

**An einem so riesigen Ort wie diesem wurden andere Hunde erwartet.**

Người ta mong đợi những con chó khác sẽ có mặt ở một nơi rộng lớn như thế này.

**Diese Hunde kamen und gingen oder lebten in den geschäftigen Zwingern.**

Những chú chó này đến rồi đi, hoặc sống bên trong những cũi chó đông đúc.

**Manche Hunde lebten versteckt im Haus, wie Toots und Ysabel.**

Một số con chó sống ẩn núp trong nhà, giống như Toots và Ysabel.

**Toots war ein japanischer Mops, Ysabel ein mexikanischer Nackthund.**

Toots là một chú chó pug Nhật Bản, Ysabel là một chú chó không lông của Mexico.

**Diese seltsamen Kreaturen verließen das Haus kaum.**

Những sinh vật kỳ lạ này hiếm khi bước ra khỏi nhà.

**Sie berührten weder den Boden noch schnüffelten sie draußen an der frischen Luft.**

Chúng không chạm đất, cũng không hít thở không khí bên ngoài.

**Außerdem gab es Foxterrier, mindestens zwanzig an der Zahl.**

Ngoài ra còn có loài chó sục cáo, ít nhất là hai mươi con.

**Diese Terrier bellten Toots und Ysabel im Haus wild an.**

Những con chó sục này sủa dữ dội vào Toots và Ysabel trong nhà.

**Toots und Ysabel blieben hinter Fenstern, in Sicherheit.**

Toots và Ysabel ở sau cửa sổ, tránh xa nguy hiểm.

**Sie wurden von Hausmädchen mit Besen und Wischmopps bewacht.**

Họ được người hầu gái mang theo chổi và cây lau nhà bảo vệ.

**Aber Buck war kein Haushund und auch kein Zwingerhund.**

Nhưng Buck không phải là chó nhà, và cũng không phải là chó nhốt trong cũi.

**Das gesamte Anwesen gehörte Buck als seinem rechtmäßigen Reich.**

Toàn bộ tài sản thuộc về Buck như lãnh thổ hợp pháp của anh.

**Buck schwamm im Becken oder ging mit den Söhnen des Richters auf die Jagd.**

Buck bơi trong bể hoặc đi săn với các con trai của Thẩm phán.

**Er ging in den frühen oder späten Morgenstunden mit Mollie und Alice spazieren.**

Anh ấy đi bộ với Mollie và Alice vào lúc sáng sớm hoặc tối muộn.

**In kalten Nächten lag er mit dem Richter vor dem Kaminfeuer der Bibliothek.**

Vào những đêm lạnh giá, ông nằm trước lò sưởi thư viện cùng với Thẩm phán.

**Buck ließ die Enkel des Richters auf seinem starken Rücken herumreiten.**

Buck chở các cháu trai của thẩm phán trên tấm lưng khỏe mạnh của mình.

**Er wälzte sich mit den Jungen im Gras und bewachte sie genau.**

Anh ta lăn trên bãi cỏ cùng bọn trẻ, canh chừng chúng cẩn thận.

**Sie wagten sich bis zum Brunnen und sogar an den Beerenfeldern vorbei.**

Họ mạo hiểm đi đến đài phun nước và thậm chí đi qua những cánh đồng quả mọng.

**Unter den Foxterriern lief Buck immer mit königlichem Stolz.**

Trong số những con chó sục cáo, Buck luôn bước đi với vẻ kiêu hãnh như vua chúa.

**Er ignorierte Toots und Ysabel und behandelte sie, als wären sie Luft.**

Anh ta phớt lờ Toots và Ysabel, coi họ như không khí.

**Buck herrschte über alle Lebewesen auf Richter Millers Land.**

Buck cai trị mọi sinh vật sống trên đất của Thẩm phán Miller.

**Er herrschte über Tiere, Insekten, Vögel und sogar Menschen**

Ông cai trị các loài động vật, côn trùng, chim chóc và thậm chí cả con người.

**Bucks Vater Elmo war ein großer und treuer Bernhardiner gewesen.**

Cha của Buck, Elmo, là một chú chó St. Bernard to lớn và trung thành.

**Elmo wich dem Richter nie von der Seite und diente ihm treu.**

Elmo không bao giờ rời xa Thẩm phán và phục vụ ngài một cách trung thành.

**Buck schien bereit, dem edlen Beispiel seines Vaters zu folgen.**

Buck dường như đã sẵn sàng noi theo tấm gương cao quý của cha mình.

**Buck war nicht ganz so groß und wog hundertvierzig Pfund.**

Buck không lớn lắm, chỉ nặng một trăm bốn mươi pound.

**Seine Mutter Shep war eine schöne schottische Schäferhündin gewesen.**

Mẹ của chú, Shep, là một chú chó chăn cừu Scotland tuyệt vời.

**Aber selbst mit diesem Gewicht hatte Buck eine königliche Ausstrahlung.**

Nhưng ngay cả với cân nặng đó, Buck vẫn bước đi với vẻ uy nghi.

**Dies kam vom guten Essen und dem Respekt, der ihm immer entgegengebracht wurde.**

Điều này xuất phát từ đồ ăn ngon và sự tôn trọng mà ông luôn nhận được.

**Vier Jahre lang hatte Buck wie ein verwöhnter Adliger gelebt.**

Trong bốn năm, Buck đã sống như một nhà quý tộc hư hỏng.

**Er war stolz auf sich und sogar ein wenig egoistisch.**

Anh ấy tự hào về bản thân mình, thậm chí còn hơi tự phụ.

**Diese Art von Stolz war bei den Herren abgelegener Landstriche weit verbreitet.**

Lòng kiêu hãnh đó thường thấy ở những lãnh chúa vùng xa xôi.

**Doch Buck hat es vermieden, ein verwöhnter Haushund zu werden.**

Nhưng Buck đã tự cứu mình khỏi việc trở thành một chú chó được cưng chiều.

**Durch die Jagd und das Training blieb er schlank und stark.**

Ông vẫn giữ được vóc dáng thon thả và khỏe mạnh nhờ đi săn và tập thể dục.

**Er liebte Wasser zutiefst, wie Menschen, die in kalten Seen baden.**

Ông rất yêu nước, giống như những người tắm ở hồ nước lạnh.

**Diese Liebe zum Wasser hielt Buck stark und sehr gesund.**

Tình yêu dành cho nước đã giúp Buck mạnh mẽ và khỏe mạnh.

**Dies war der Hund, zu dem Buck im Herbst 1897 geworden war.**

Đây chính là chú chó Buck đã trở thành vào mùa thu năm 1897.

**Als der Klondike-Angriff die Menschen in den eisigen Norden trieb.**

Khi cuộc tấn công Klondike kéo con người tới miền Bắc băng giá.

**Menschen aus aller Welt strömten in das kalte Land.**

Mọi người từ khắp nơi trên thế giới đổ xô đến vùng đất lạnh giá này.

**Buck las jedoch weder die Zeitungen noch verstand er Nachrichten.**

Tuy nhiên, Buck không đọc báo và cũng không hiểu tin tức.

**Er wusste nicht, dass es nicht gut war, Zeit mit Manuel zu verbringen.**

Anh ta không biết Manuel là người xấu.

**Manuel, der im Garten half, hatte ein großes Problem.**

Manuel, người giúp việc làm vườn, đã gặp phải một vấn đề nghiêm trọng.

**Manuel war spielsüchtig nach der chinesischen Lotterie.**

Manuel nghiện cờ bạc xổ số Trung Quốc.

**Er glaubte auch fest an ein festes System zum Gewinnen.**

Ông cũng tin tưởng mạnh mẽ vào một hệ thống cố định để giành chiến thắng.

**Dieser Glaube machte sein Scheitern sicher und unvermeidlich.**

Niềm tin đó khiến cho sự thất bại của ông trở nên chắc chắn và không thể tránh khỏi.

**Um ein System zu spielen, braucht man Geld, und das fehlte Manuel.**

Chơi theo hệ thống đòi hỏi phải có tiền, thứ mà Manuel không có.

**Sein Gehalt reichte kaum zum Überleben seiner Frau und seiner vielen Kinder.**
Tiền lương của ông chỉ đủ nuôi vợ và nhiều con.
**In der Nacht, in der Manuel Buck verriet, war alles normal.**
Vào đêm Manuel phản bội Buck, mọi thứ vẫn bình thường.
**Der Richter war bei einem Treffen der Rosinenanbauervereinigung.**
Thẩm phán đã tham dự cuộc họp của Hiệp hội trồng nho khô.
**Die Söhne des Richters waren damals damit beschäftigt, einen Sportverein zu gründen.**
Vào thời điểm đó, các con trai của thẩm phán đang bận rộn thành lập một câu lạc bộ thể thao.
**Niemand sah, wie Manuel und Buck durch den Obstgarten gingen.**
Không ai nhìn thấy Manuel và Buck rời đi qua vườn cây ăn quả.
**Buck dachte, dieser Spaziergang sei nur ein einfacher nächtlicher Spaziergang.**
Buck nghĩ rằng chuyến đi bộ này chỉ là một cuộc đi dạo ban đêm đơn giản.
**Sie trafen nur einen Mann an der Flaggenstation im College Park.**
Họ chỉ gặp một người đàn ông ở trạm dừng chân tại College Park.
**Dieser Mann sprach mit Manuel und sie tauschten Geld aus.**
Người đàn ông đó nói chuyện với Manuel và họ trao đổi tiền.
**„Verpacken Sie die Waren, bevor Sie sie ausliefern", schlug er vor**
"Hãy gói hàng lại trước khi giao chúng", ông gợi ý.
**Die Stimme des Mannes war rau und ungeduldig, als er sprach.**
Giọng nói của người đàn ông khàn khàn và thiếu kiên nhẫn.
**Manuel band Buck vorsichtig ein dickes Seil um den Hals.**
Manuel cẩn thận buộc một sợi dây thừng dày quanh cổ Buck.
**„Verdreh das Seil, und du wirst ihn gründlich erwürgen"**
"Vặn dây thừng, và bạn sẽ làm anh ta nghẹt thở"

Der Fremde gab ein Grunzen von sich und zeigte damit, dass er gut verstanden hatte.

Người lạ kia khẽ gầm gừ, tỏ ý rằng anh ta hiểu rõ.

**Buck nahm das Seil an diesem Tag mit ruhiger und stiller Würde an.**

Ngày hôm đó, Buck đã chấp nhận sợi dây thừng với thái độ bình tĩnh và nghiêm trang.

**Es war eine ungewöhnliche Tat, aber Buck vertraute den Männern, die er kannte.**

Đó là một hành động bất thường, nhưng Buck tin tưởng những người đàn ông mà anh quen biết.

**Er glaubte, dass ihre Weisheit weit über sein eigenes Denken hinausging.**

Ông tin rằng trí tuệ của họ vượt xa suy nghĩ của ông.

**Doch dann wurde das Seil in die Hände des Fremden gegeben**

Nhưng sau đó sợi dây đã được trao vào tay người lạ.

**Buck stieß ein leises, warnendes und zugleich bedrohliches Knurren aus.**

Buck gầm gừ một tiếng nhỏ mang theo sự đe dọa thầm lặng.

**Er war stolz und gebieterisch und wollte seinen Unmut zum Ausdruck bringen.**

Ông ta kiêu hãnh và thích chỉ huy, và muốn thể hiện sự không hài lòng của mình.

**Buck glaubte, seine Warnung würde als Befehl verstanden werden.**

Buck tin rằng lời cảnh báo của mình sẽ được hiểu như một mệnh lệnh.

**Zu seinem Entsetzen zog sich das Seil schnell um seinen dicken Hals zusammen.**

Khiến anh ta kinh ngạc là sợi dây thừng siết chặt quanh cái cổ dày của anh ta.

**Ihm blieb die Luft weg und er begann in plötzlicher Wut zu kämpfen.**

Không khí trong phòng bị ngắt quãng và anh ta bắt đầu chiến đấu trong cơn thịnh nộ đột ngột.

**Er sprang auf den Mann zu, der Buck schnell mitten in der Luft traf.**

Anh ta lao vào người đàn ông đó, người nhanh chóng lao vào Buck giữa không trung.

**Der Mann packte Buck am Hals und drehte ihn geschickt in der Luft.**

Người đàn ông túm lấy cổ họng Buck và khéo léo vặn anh ta trong không trung.

**Buck wurde hart zu Boden geworfen und landete flach auf dem Rücken.**

Buck bị ném mạnh xuống đất và ngã ngửa ra sau.

**Das Seil würgte ihn nun grausam, während er wild um sich trat.**

Sợi dây thừng siết cổ anh ta một cách tàn nhẫn trong khi anh ta đá loạn xạ.

**Seine Zunge fiel heraus, seine Brust hob und senkte sich, doch er bekam keine Luft.**

Lưỡi anh thè ra, ngực phập phồng nhưng không thở được.

**Noch nie in seinem Leben war er mit solcher Gewalt behandelt worden.**

Anh chưa bao giờ bị đối xử bạo lực như vậy trong đời.

**Auch war er noch nie zuvor von solch tiefer Wut erfüllt gewesen.**

Anh cũng chưa bao giờ tràn ngập cơn thịnh nộ sâu sắc như vậy.

**Doch Bucks Kraft schwand und seine Augen wurden glasig.**

Nhưng sức mạnh của Buck đã suy yếu và mắt anh trở nên đờ đẫn.

**Er wurde ohnmächtig, als in der Nähe ein Zug angehalten wurde.**

Anh ấy ngất đi ngay khi một đoàn tàu dừng lại gần đó.

**Dann warfen ihn die beiden Männer schnell in den Gepäckwagen.**

Sau đó, hai người đàn ông nhanh chóng ném anh ta vào toa hành lý.

**Das nächste, was Buck spürte, war ein Schmerz in seiner geschwollenen Zunge.**

Điều tiếp theo Buck cảm thấy là cơn đau ở lưỡi sưng tấy.

**Er bewegte sich in einem wackelnden Wagen und war nur schwach bei Bewusstsein.**

Ông ta đang di chuyển trên chiếc xe đẩy rung lắc, chỉ còn mơ hồ tinh táo.

**Das schrille Pfeifen eines Zuges verriet Buck seinen Standort.**

Tiếng còi tàu rít lên chói tai cho Buck biết vị trí của mình.

**Er war oft mit dem Richter mitgefahren und kannte das Gefühl.**

Ông đã nhiều lần cưỡi ngựa cùng Thẩm phán và hiểu được cảm giác đó.

**Es war der einzigartige Schock, wieder in einem Gepäckwagen zu reisen.**

Đó là cảm giác choáng ngợp đặc biệt khi lại được đi trên toa hành lý.

**Buck öffnete die Augen und sein Blick brannte vor Wut.**

Buck mở mắt, ánh mắt bừng cháy vì giận dữ.

**Dies war der Zorn eines stolzen Königs, der vom Thron gejagt wurde.**

Đây là cơn thịnh nộ của một vị vua kiêu hãnh khi bị tước mất ngai vàng.

**Ein Mann wollte ihn packen, doch stattdessen schlug Buck zuerst zu.**

Một người đàn ông tiến đến định tóm lấy anh ta, nhưng Buck lại là người ra tay trước.

**Er versenkte seine Zähne in der Hand des Mannes und hielt sie fest.**

Anh cắn chặt răng vào tay người đàn ông đó.

**Er ließ nicht los, bis er ein zweites Mal ohnmächtig wurde.**

Anh ấy không buông tay cho đến khi ngất đi lần thứ hai.

**„Ja, hat Anfälle", murmelte der Mann dem Gepäckträger zu.**

"Vâng, lên cơn rồi," người đàn ông lẩm bẩm với người khuân vác hành lý.

**Der Gepäckträger hatte den Kampf gehört und war näher gekommen.**

Người khuân vác hành lý đã nghe thấy tiếng vật lộn và đến gần.

**„Ich bringe ihn für den Chef nach Frisco", erklärte der Mann.**

"Tôi sẽ đưa anh ấy đến Frisco cho ông chủ," người đàn ông giải thích.

**„Dort gibt es einen tollen Hundearzt, der sagt, er könne sie heilen."**

"Có một bác sĩ thú y giỏi ở đó nói rằng ông ấy có thể chữa khỏi bệnh cho chúng."

**Später in der Nacht gab der Mann seinen eigenen ausführlichen Bericht ab.**

Đêm hôm đó, người đàn ông đã kể lại toàn bộ sự việc.

**Er sprach aus einem Schuppen hinter einem Saloon am Hafen.**

Ông nói từ một nhà kho phía sau một quán rượu trên bến tàu.

**„Ich habe nur fünfzig Dollar bekommen", beschwerte er sich beim Wirt.**

"Tôi chỉ được trả năm mươi đô la thôi," anh ta phàn nàn với người chủ quán rượu.

**„Ich würde es nicht noch einmal tun, nicht einmal für tausend Dollar in bar."**

"Tôi sẽ không làm điều đó một lần nữa, ngay cả khi có được một ngàn đô la tiền mặt."

**Seine rechte Hand war fest in ein blutiges Tuch gewickelt.**

Bàn tay phải của anh ta được quấn chặt bằng một miếng vải đẫm máu.

**Sein Hosenbein war vom Knie bis zum Fuß weit aufgerissen.**

Ống quần của anh ta bị rách toạc từ đầu gối đến bàn chân.

**„Wie viel hat der andere Trottel verdient?", fragte der Wirt.**

"Người kia được trả bao nhiêu?" Người chủ quán rượu hỏi.

**„Hundert", antwortete der Mann, „einen Cent weniger würde er nicht nehmen."**

"Một trăm," người đàn ông đáp, "ông ấy sẽ không lấy ít hơn một xu."

**„Das macht hundertfünfzig", sagte der Kneipenmann.**

"Tổng cộng là một trăm năm mươi", người bán hàng nói.

**„Und er ist das alles wert, sonst bin ich nicht besser als ein Dummkopf."**

"Và anh ấy xứng đáng với tất cả, nếu không thì tôi chẳng hơn gì một thằng ngốc."

**Der Mann öffnete die Verpackung, um seine Hand zu untersuchen.**

Người đàn ông mở lớp vải quấn để kiểm tra bàn tay của mình.

**Die Hand war stark zerrissen und mit getrocknetem Blut verkrustet.**

Bàn tay bị rách rất nặng và dính đầy máu khô.

**„Wenn ich keine Tollwut bekomme …", begann er zu sagen.**

"Nếu tôi không mắc chứng sợ nước…" anh bắt đầu nói.

**„Das liegt wohl daran, dass du zum Hängen geboren wurdest", ertönte ein Lachen.**

"Đó là vì anh sinh ra là để treo cổ mà", một tiếng cười vang lên.

**„Komm und hilf mir, bevor du gehst", wurde er gebeten.**

"Hãy đến giúp tôi trước khi anh đi", anh ta được yêu cầu.

**Buck war von den Schmerzen in seiner Zunge und seinem Hals benommen.**

Buck đang choáng váng vì cơn đau ở lưỡi và cổ họng.

**Er war halb erwürgt und konnte kaum noch aufrecht stehen.**

Anh ta bị siết cổ đến mức gần như không thể đứng thẳng được.

**Dennoch versuchte Buck, den Männern gegenüberzutreten, die ihm so viel Leid zugefügt hatten.**

Tuy nhiên, Buck vẫn cố gắng đối mặt với những kẻ đã làm anh tổn thương.

**Aber sie warfen ihn nieder und würgten ihn erneut.**

Nhưng họ lại vật anh xuống và bóp cổ anh thêm lần nữa.

**Erst dann konnten sie sein schweres Messinghalsband absägen.**

Chỉ khi đó họ mới có thể cắt được chiếc vòng cổ bằng đồng nặng nề của anh ta.

**Sie entfernten das Seil und stießen ihn in eine Kiste.**

Họ tháo sợi dây thừng và nhét anh ta vào thùng.

**Die Kiste war klein und hatte die Form eines groben Eisenkäfigs.**

Chiếc thùng nhỏ và có hình dạng giống như một chiếc lồng sắt thô.

**Buck lag die ganze Nacht dort, voller Zorn und verletztem Stolz.**

Buck nằm đó suốt đêm, tràn ngập cơn thịnh nộ và lòng tự trọng bị tổn thương.

**Er konnte nicht einmal ansatzweise verstehen, was mit ihm geschah.**

Anh không thể hiểu nổi chuyện gì đang xảy ra với mình.

**Warum hielten ihn diese fremden Männer in dieser kleinen Kiste fest?**

Tại sao những người đàn ông lạ mặt này lại nhốt anh ta trong cái thùng nhỏ này?

**Was wollten sie von ihm und warum diese grausame Gefangenschaft?**

Họ muốn gì ở ông và tại sao lại bắt ông làm tù binh tàn ác như thế này?

**Er spürte einen dunklen Druck, das Gefühl, dass das Unglück näher rückte.**

Anh cảm thấy một áp lực đen tối; một cảm giác thảm họa đang đến gần.

**Es war eine vage Angst, die ihn jedoch schwer belastete.**

Đó là một nỗi sợ mơ hồ, nhưng nó lại ảnh hưởng nặng nề đến tinh thần anh.

**Mehrmals sprang er auf, als die Schuppentür klapperte.**

Có nhiều lần anh ta giật mình khi cánh cửa nhà kho rung chuyển.

**Er erwartete, dass der Richter oder die Jungen erscheinen und ihn retten würden.**

Anh ta mong đợi Thẩm phán hoặc các chàng trai sẽ xuất hiện và giải cứu anh ta.

**Doch jedes Mal lugte nur das dicke Gesicht des Wirts hinein.**

Nhưng mỗi lần chỉ có khuôn mặt béo của người chủ quán rượu ló ra bên trong.

**Das Gesicht des Mannes wurde vom schwachen Schein einer Talgkerze erhellt.**

Khuôn mặt người đàn ông được chiếu sáng bởi ánh sáng mờ ảo của ngọn nến mỡ.

**Jedes Mal verwandelte sich Bucks freudiges Bellen in ein leises, wütendes Knurren.**

Mỗi lần như vậy, tiếng sủa vui mừng của Buck lại chuyển thành tiếng gầm gừ giận dữ.

**Der Wirt ließ ihn für die Nacht allein in der Kiste zurück**

Người chủ quán rượu để anh ta một mình trong thùng qua đêm

**Aber als er am Morgen aufwachte, kamen noch mehr Männer.**

Nhưng khi anh thức dậy vào buổi sáng, nhiều người đàn ông khác đang đến.

**Vier Männer kamen und hoben die Kiste vorsichtig und wortlos auf.**

Bốn người đàn ông đến và nhẹ nhàng nhấc chiếc thùng lên mà không nói một lời.

**Buck wusste sofort, in welcher Situation er sich befand.**

Buck ngay lập tức nhận ra tình huống mình đang gặp phải.

**Sie waren weitere Peiniger, die er bekämpfen und fürchten musste.**

Họ là những kẻ hành hạ mà anh phải chiến đấu và sợ hãi.

**Diese Männer sahen böse, zerlumpt und sehr ungepflegt aus.**

Những người đàn ông này trông rất độc ác, rách rưới và ăn mặc rất tệ.

**Buck knurrte und stürzte sich wild durch die Gitterstäbe auf sie.**

Buck gầm gừ và lao vào họ một cách dữ dội qua song sắt.

**Sie lachten nur und stießen mit langen Holzstöcken nach ihm.**

Họ chỉ cười và đâm anh ta bằng những thanh gỗ dài.

**Buck biss in die Stöcke, dann wurde ihm klar, dass es das war, was ihnen gefiel.**

Buck cắn vào những chiếc que, rồi nhận ra đó chính là thứ chúng thích.

**Also legte er sich ruhig hin, mürrisch und vor stiller Wut brennend.**

Vì vậy, anh ta nằm xuống một cách lặng lẽ, buồn bã và bùng cháy vì cơn thịnh nộ âm thầm.

**Sie hoben die Kiste auf einen Wagen und fuhren mit ihm weg.**

Họ nhấc chiếc thùng lên xe ngựa và lái đi cùng anh ta.

**Die Kiste mit Buck darin wechselte oft den Besitzer.**

Chiếc thùng, nhốt Buck bên trong, thường xuyên đổi chủ.

**Express-Büroangestellte übernahmen die Leitung und kümmerten sich kurz um ihn.**

Nhân viên văn phòng nhanh chóng tiếp quản và xử lý anh ta trong thời gian ngắn.

**Dann transportierte ein anderer Wagen Buck durch die laute Stadt.**

Sau đó, một chiếc xe ngựa khác chở Buck băng qua thị trấn ồn ào.

**Ein Lastwagen brachte ihn mit Kisten und Paketen auf eine Fähre.**

Một chiếc xe tải chở anh ta cùng các hộp và bưu kiện lên phà.

**Nach der Überquerung lud ihn der Lastwagen an einem Bahndepot ab.**

Sau khi vượt qua, chiếc xe tải đã thả anh ta xuống tại một nhà ga xe lửa.

**Schließlich wurde Buck in einen wartenden Expresswagen gesetzt.**

Cuối cùng, Buck được đưa vào bên trong một toa tàu tốc hành đang chờ sẵn.

**Zwei Tage und Nächte lang zogen Züge den Schnellzug ab.**

Trong hai ngày hai đêm, tàu hỏa đã kéo toa tàu tốc hành đi.

**Buck hat während der gesamten schmerzhaften Reise weder gegessen noch getrunken.**

Buck không ăn cũng không uống trong suốt chuyến đi đau đớn.

Als die Expressboten versuchten, sich ihm zu nähern, knurrte er.

Khi những người đưa tin nhanh cố gắng tiếp cận anh ta, anh ta gầm gừ.

Sie reagierten, indem sie ihn verspotteten und grausam hänselten.

Họ đáp lại bằng cách chế nhạo và trêu chọc anh một cách tàn nhẫn.

Buck warf sich schäumend und zitternd gegen die Gitterstäbe

Buck lao vào song sắt, sùi bọt mép và run rẩy

Sie lachten laut und verspotteten ihn wie Schulhofschläger.

Họ cười lớn và chế giễu anh như những kẻ bắt nạt ở trường.

Sie bellten wie falsche Hunde und wedelten mit den Armen.

Chúng sủa như chó giả và vỗ tay.

Sie krähten sogar wie Hähne, nur um ihn noch mehr aufzuregen.

Họ thậm chí còn gáy như gà trống chỉ để làm anh ta tức giận hơn.

Es war dummes Verhalten und Buck wusste, dass es lächerlich war.

Đó là hành vi ngu ngốc, và Buck biết điều đó thật nực cười.

Doch das verstärkte seine Empörung und Scham nur noch.

Nhưng điều đó chỉ làm sâu sắc thêm cảm giác phẫn nộ và xấu hổ của anh.

Der Hunger plagte ihn während der Reise kaum.

Trong suốt chuyến đi, anh ấy không hề bị đói.

Doch der Durst brachte starke Schmerzen und unerträgliches Leiden mit sich.

Nhưng cơn khát mang lại nỗi đau nhói và sự đau khổ không thể chịu đựng được.

Sein trockener, entzündeter Hals und seine Zunge brannten vor Hitze.

Cổ họng khô rát, sưng tấy và lưỡi nóng rát.

Dieser Schmerz schürte das Fieber, das in seinem stolzen Körper aufstieg.

Nỗi đau này làm tăng thêm cơn sốt đang dâng cao trong cơ thể kiêu hãnh của anh.

**Buck war während dieses Prozesses für eine einzige Sache dankbar.**

Buck chỉ biết ơn một điều duy nhất trong suốt phiên tòa này.

**Das Seil um seinen dicken Hals war entfernt worden.**

Sợi dây thừng đã được tháo ra khỏi chiếc cổ dày của hắn.

**Das Seil hatte diesen Männern einen unfairen und grausamen Vorteil verschafft.**

Sợi dây thừng đã mang lại cho những người đàn ông đó một lợi thế không công bằng và tàn nhẫn.

**Jetzt war das Seil weg und Buck schwor, dass es nie wieder zurückkommen würde.**

Bây giờ sợi dây đã biến mất, và Buck thề rằng nó sẽ không bao giờ trở lại.

**Er beschloss, sich nie wieder ein Seil um den Hals legen zu lassen.**

Anh quyết tâm sẽ không để sợi dây thừng nào quấn quanh cổ mình nữa.

**Zwei lange Tage und Nächte litt er ohne Essen.**

Trong suốt hai ngày hai đêm dài, ông đã phải chịu đựng sự đau khổ vì không có thức ăn.

**Und in diesen Stunden baute sich in ihm eine enorme Wut auf.**

Và trong những giờ phút đó, anh đã vô cùng tức giận.

**Seine Augen wurden vor ständiger Wut blutunterlaufen und wild.**

Đôi mắt anh ta đỏ ngầu và hoang dại vì tức giận liên tục.

**Er war nicht mehr Buck, sondern ein Dämon mit schnappenden Kiefern.**

Anh ta không còn là Buck nữa mà là một con quỷ với hàm răng sắc nhọn.

**Nicht einmal der Richter hätte dieses verrückte Wesen erkannt.**

Ngay cả Thẩm phán cũng không biết đến sinh vật điên rồ này.

**Die Expressboten atmeten erleichtert auf, als sie Seattle erreichten**

Những người đưa tin nhanh thở phào nhẹ nhõm khi họ đến Seattle

**Vier Männer hoben die Kiste hoch und brachten sie in einen Hinterhof.**

Bốn người đàn ông nhấc chiếc thùng lên và mang ra sân sau.

**Der Hof war klein und von hohen, massiven Mauern umgeben.**

Sân nhỏ, được bao quanh bởi những bức tường cao và kiên cố.

**Ein großer Mann in einem ausgeleierten roten Pullover kam heraus.**

Một người đàn ông to lớn bước ra với chiếc áo len đỏ rộng thùng thình.

**Mit dicker, kühner Handschrift unterschrieb er das Lieferbuch.**

Anh ta ký vào sổ giao hàng bằng nét chữ dày và đậm.

**Buck spürte sofort, dass dieser Mann sein nächster Peiniger war.**

Buck ngay lập tức cảm thấy người đàn ông này chính là kẻ sẽ hành hạ mình tiếp theo.

**Er stürzte sich heftig auf die Gitterstäbe, die Augen rot vor Wut.**

Anh ta lao mạnh về phía song sắt, đôi mắt đỏ ngầu vì giận dữ.

**Der Mann lächelte nur finster und holte ein Beil.**

Người đàn ông chỉ cười buồn rồi đi lấy rìu.

**Er brachte auch eine Keule in seiner dicken und starken rechten Hand mit.**

Ông ta cũng cầm một cây gậy bằng bàn tay phải to và khỏe của mình.

**„Wollen Sie ihn jetzt rausholen?", fragte der Fahrer besorgt.**

"Anh định đưa anh ấy ra ngoài ngay bây giờ à?" Người lái xe hỏi với vẻ lo lắng.

**„Sicher", sagte der Mann und rammte das Beil als Hebel in die Kiste.**

"Được thôi," người đàn ông nói, nhét chiếc rìu vào thùng làm đòn bẩy.

**Die vier Männer stoben sofort auseinander und sprangen auf die Hofmauer.**

Bốn người đàn ông lập tức tản ra và nhảy lên tường sân.

**Von ihren sicheren Plätzen oben warteten sie, um das Spektakel zu beobachten.**

Từ nơi an toàn phía trên, họ chờ đợi để xem cảnh tượng này.

**Buck stürzte sich auf das zersplitterte Holz, biss und zitterte heftig.**

Buck lao vào khúc gỗ vỡ vụn, cắn và run rẩy dữ dội.

**Jedes Mal, wenn die Axt den Käfig traf, war Buck da, um ihn anzugreifen.**

Mỗi lần rìu đập vào lồng, Buck lại ở đó để tấn công nó.

**Er knurrte und schnappte vor wilder Wut und wollte unbedingt freigelassen werden.**

Anh ta gầm gừ và quát tháo một cách giận dữ, mong muốn được giải thoát.

**Der Mann draußen war ruhig und gelassen und konzentrierte sich auf seine Aufgabe.**

Người đàn ông bên ngoài vẫn bình tĩnh và vững vàng, tập trung vào nhiệm vụ của mình.

**„Also gut, du rotäugiger Teufel", sagte er, als das Loch groß war.**

"Được rồi, đồ quỷ mắt đỏ," anh ta nói khi cái lỗ đã lớn.

**Er ließ das Beil fallen und nahm die Keule in die rechte Hand.**

Anh ta thả chiếc rìu xuống và cầm cây gậy bằng tay phải.

**Buck sah wirklich aus wie ein Teufel; seine Augen blutunterlaufen und lodernd.**

Buck thực sự trông giống như một con quỷ; đôi mắt đỏ ngầu và rực lửa.

**Sein Fell sträubte sich, Schaum stand ihm vor dem Mund, seine Augen funkelten.**

Bộ lông của nó dựng đứng, bọt sùi lên ở miệng, mắt sáng lên.

**Er spannte seine Muskeln an und sprang direkt auf den roten Pullover zu.**

Anh ta gồng cơ và lao thẳng tới chiếc áo len đỏ.

**Hundertvierzig Pfund Wut prasselten auf den ruhigen Mann zu.**

Một trăm bốn mươi pound giận dữ bay về phía người đàn ông điềm tĩnh.

**Kurz bevor er die Zähne zusammenbiss, traf ihn ein schrecklicher Schlag.**

Ngay trước khi hàm răng của anh ta khép chặt lại, một đòn khủng khiếp đã giáng xuống anh ta.

**Seine Zähne schnappten zusammen, nur Luft war im Spiel.**

Răng của anh ta đập vào nhau chỉ vì không khí

**ein Schmerz durchfuhr seinen Körper**

một cơn đau nhói lan tỏa khắp cơ thể anh

**Er machte einen Überschlag in der Luft und stürzte auf dem Rücken und der Seite zu Boden.**

Anh ta lộn nhào giữa không trung rồi ngã ngửa và ngã nghiêng.

**Er hatte noch nie zuvor einen Knüppelschlag gespürt und konnte ihn nicht begreifen.**

Trước đây anh chưa bao giờ cảm nhận được cú đánh của một cây gậy và cũng không thể nắm bắt được nó.

**Mit einem kreischenden Knurren, das teils Bellen, teils Schreien war, sprang er erneut.**

Với tiếng gầm gừ, nửa là sủa, nửa là la hét, nó lại nhảy lên.

**Ein weiterer brutaler Schlag traf ihn und schleuderte ihn zu Boden.**

Một cú đánh tàn bạo khác đánh trúng anh ta và hất anh ta ngã xuống đất.

**Diesmal verstand Buck – es war die schwere Keule des Mannes.**

Lần này Buck đã hiểu - đó là cây dùi cui nặng nề của người đàn ông đó.

**Doch die Wut machte ihn blind, und an einen Rückzug dachte er nicht.**

Nhưng cơn thịnh nộ đã làm anh ta mù quáng, và anh ta không hề nghĩ đến việc rút lui.

**Zwölfmal stürzte er sich in die Luft, und zwölfmal fiel er.**

Mười hai lần anh ấy lao mình xuống và mười hai lần anh ấy ngã.

Der Holzknüppel traf ihn jedes Mal mit unbarmherziger, vernichtender Kraft.

Mỗi lần như vậy, cây gậy gỗ lại đập anh ta một cách tàn nhẫn và mạnh mẽ.

Nach einem heftigen Schlag kam er benommen und langsam wieder auf die Beine.

Sau một cú đánh dữ dội, anh ta loạng choạng đứng dậy, choáng váng và chậm chạp.

Blut lief aus seinem Mund, seiner Nase und sogar seinen Ohren.

Máu chảy ra từ miệng, mũi và thậm chí cả tai của anh ta.

Sein einst so schönes Fell war mit blutigem Schaum verschmiert.

Bộ lông vốn đẹp đẽ của nó giờ đây lấm lem bọt máu.

Dann trat der Mann vor und versetzte ihm einen heftigen Schlag auf die Nase.

Sau đó, người đàn ông bước tới và đấm một cú rất mạnh vào mũi.

Die Qualen waren schlimmer als alles, was Buck je gespürt hatte.

Nỗi đau đớn này còn dữ dội hơn bất cứ điều gì Buck từng cảm thấy.

Mit einem Brüllen, das eher an ein Tier als an einen Hund erinnerte, sprang er erneut zum Angriff.

Với tiếng gầm giống tiếng dã thú hơn tiếng chó, nó lại lao tới tấn công.

Doch der Mann packte seinen Unterkiefer und drehte ihn nach hinten.

Nhưng người đàn ông đó nắm lấy hàm dưới của anh ta và vặn nó về phía sau.

Buck überschlug sich kopfüber und stürzte erneut hart auf den Boden.

Buck lộn nhào và lại ngã mạnh xuống đất.

Ein letztes Mal stürmte Buck auf ihn zu, jetzt konnte er kaum noch stehen.

Lần cuối cùng, Buck lao vào anh, lúc này gần như không thể đứng vững được nữa.

**Der Mann schlug mit perfektem Timing zu und versetzte den letzten Schlag.**

Người đàn ông này ra đòn với thời điểm chuẩn xác và tung ra đòn kết liễu.

**Buck brach bewusstlos und regungslos zusammen.**

Buck ngã gục xuống, bất tỉnh và không cử động.

**„Er ist kein Stümper im Hundezähmen, das sage ich", rief ein Mann.**

"Anh ta không phải là người chậm chạp trong việc huấn luyện chó, đó là những gì tôi muốn nói", một người đàn ông hét lên.

**„Druther kann den Willen eines Hundes an jedem Tag der Woche brechen."**

"Druther có thể bẻ gãy ý chí của một con chó săn bất kỳ ngày nào trong tuần."

**„Und zweimal an einem Sonntag!", fügte der Fahrer hinzu.**

"Và hai lần vào Chủ Nhật!" người lái xe nói thêm.

**Er stieg in den Wagen und ließ die Zügel knacken, um loszufahren.**

Anh ta trèo lên xe ngựa và giật dây cương để rời đi.

**Buck erlangte langsam die Kontrolle über sein Bewusstsein zurück**

Buck từ từ lấy lại được sự kiểm soát của ý thức

**aber sein Körper war noch zu schwach und gebrochen, um sich zu bewegen.**

nhưng cơ thể anh vẫn còn quá yếu và không thể di chuyển.

**Er blieb liegen, wo er hingefallen war, und beobachtete den Mann im roten Pullover.**

Anh nằm tại nơi mình đã ngã, nhìn người đàn ông mặc áo len đỏ.

**„Er hört auf den Namen Buck", sagte der Mann und las laut vor.**

"Anh ta mang tên Buck," người đàn ông đọc to và nói.

**Er zitierte aus der Notiz und den Einzelheiten, die mit Bucks Kiste geschickt wurden.**

Ông trích dẫn từ tờ ghi chú gửi kèm với thùng hàng của Buck và các thông tin chi tiết.

**„Also, Buck, mein Junge", fuhr der Mann freundlich fort,**

"Được rồi, Buck, con trai của ta," người đàn ông tiếp tục với giọng điệu thân thiện,

**„Wir hatten unseren kleinen Streit, und jetzt ist es zwischen uns vorbei."**

"Chúng ta đã có cuộc chiến nhỏ rồi, và bây giờ mọi chuyện đã kết thúc giữa chúng ta."

**„Sie haben Ihren Platz kennengelernt und ich habe meinen kennengelernt", fügte er hinzu.**

"Anh đã biết vị trí của mình, và tôi cũng đã biết vị trí của tôi", ông nói thêm.

**„Sei brav, dann wird alles gut und das Leben wird angenehm sein."**

"Hãy tốt, mọi việc sẽ ổn và cuộc sống sẽ dễ chịu."

**„Aber wenn du böse bist, schlage ich dir die Seele aus dem Leib, verstanden?"**

"Nhưng mà nếu mày hư, tao sẽ đánh cho mày tơi tả, hiểu chưa?"

**Während er sprach, streckte er die Hand aus und tätschelte Bucks schmerzenden Kopf.**

Vừa nói, anh vừa đưa tay xoa đầu đau nhức của Buck.

**Bucks Haare stellten sich bei der Berührung des Mannes auf, aber er wehrte sich nicht.**

Tóc Buck dựng đứng khi người đàn ông chạm vào, nhưng anh không kháng cự.

**Der Mann brachte ihm Wasser, das Buck in großen Schlucken trank.**

Người đàn ông mang nước đến cho Buck và Buck uống một hơi thật sâu.

**Dann kam rohes Fleisch, das Buck Stück für Stück verschlang.**

Sau đó đến lượt thịt sống, Buck đã ăn ngấu nghiến từng miếng một.

**Er wusste, dass er geschlagen war, aber er wusste auch, dass er nicht gebrochen war.**

Anh biết mình đã bị đánh bại, nhưng anh cũng biết mình chưa bị tan vỡ.

**Gegen einen mit einer Keule bewaffneten Mann hatte er keine Chance.**

Anh ta không có cơ hội chống lại một người đàn ông cầm dùi cui.

**Er hatte die Wahrheit erfahren und diese Lektion nie vergessen.**

Ông đã học được sự thật và không bao giờ quên bài học đó.

**Diese Waffe war der Beginn des Gesetzes in Bucks neuer Welt.**

Vũ khí đó chính là sự khởi đầu của luật pháp trong thế giới mới của Buck.

**Es war der Beginn einer harten, primitiven Ordnung, die er nicht leugnen konnte.**

Đó là sự khởi đầu của một trật tự nguyên thủy, khắc nghiệt mà ông không thể phủ nhận.

**Er akzeptierte die Wahrheit; seine wilden Instinkte waren nun erwacht.**

Anh chấp nhận sự thật; bản năng hoang dã của anh giờ đã thức tỉnh.

**Die Welt war härter geworden, aber Buck stellte sich ihr tapfer.**

Thế giới ngày càng khắc nghiệt hơn, nhưng Buck vẫn dũng cảm đối mặt với nó.

**Er begegnete dem Leben mit neuer Vorsicht, List und stiller Stärke.**

Ông đón nhận cuộc sống bằng sự thận trọng, khôn ngoan và sức mạnh thầm lặng mới.

**Weitere Hunde kamen an, an Seilen oder in Kisten festgebunden, so wie Buck.**

Thêm nhiều con chó khác cũng bị trói bằng dây thừng hoặc bị nhốt trong thùng giống như Buck.

**Einige Hunde kamen ruhig, andere tobten und kämpften wie wilde Tiere.**

Một số con chó đến một cách bình tĩnh, những con khác thì nổi giận và chiến đấu như thú dữ.

**Sie alle wurden der Herrschaft des Mannes im roten Pullover unterworfen.**

Tất cả bọn họ đều nằm dưới sự cai trị của người đàn ông mặc áo len đỏ.

**Jedes Mal sah Buck zu und sah, wie sich ihm die gleiche Lektion erschloss.**

Mỗi lần, Buck đều theo dõi và chứng kiến cùng một bài học diễn ra.

**Der Mann mit der Keule war das Gesetz, ein Herr, dem man gehorchen musste.**

Người đàn ông cầm dùi cui chính là luật pháp; một người chủ mà mọi người phải tuân theo.

**Er musste nicht gemocht werden, aber man musste ihm gehorchen.**

Ông không cần được yêu mến, nhưng ông phải được tuân theo.

**Buck schmeichelte oder wedelte nie mit dem Schwanz, wie es die schwächeren Hunde taten.**

Buck không bao giờ nịnh hót hay vẫy đuôi như những con chó yếu hơn.

**Er sah Hunde, die geschlagen wurden und trotzdem die Hand des Mannes leckten.**

Ông nhìn thấy những con chó bị đánh đập nhưng vẫn liếm tay người đàn ông.

**Er sah einen Hund, der überhaupt nicht gehorchte oder sich unterwarf.**

Ông nhìn thấy một con chó không chịu vâng lời hay phục tùng chút nào.

**Dieser Hund kämpfte, bis er im Kampf um die Kontrolle getötet wurde.**

Con chó đó đã chiến đấu cho đến khi bị giết trong trận chiến giành quyền kiểm soát.

**Manchmal kamen Fremde, um den Mann im roten Pullover zu sehen.**

Đôi khi có người lạ đến xem người đàn ông mặc áo len đỏ.

**Sie sprachen in seltsamem Ton, flehten, feilschten und lachten.**

Họ nói chuyện bằng giọng lạ, van xin, mặc cả và cười đùa.

Als das Geld ausgetauscht wurde, gingen sie mit einem oder mehreren Hunden.

Khi trao đổi tiền, họ rời đi cùng một hoặc nhiều con chó.

**Buck fragte sich, wohin diese Hunde gingen, denn keiner kam jemals zurück.**

Buck tự hỏi những con chó này đã đi đâu, vì không có con nào quay trở lại.

**Angst vor dem Unbekannten erfüllte Buck jedes Mal, wenn ein fremder Mann kam**

nỗi sợ hãi về điều chưa biết tràn ngập Buck mỗi khi một người đàn ông lạ đến

**Er war jedes Mal froh, wenn ein anderer Hund mitgenommen wurde und nicht er selbst.**

anh ấy vui mừng mỗi lần có một con chó khác được bắt đi, thay vì chính mình.

**Doch schließlich kam Buck an die Reihe, als ein fremder Mann eintraf.**

Nhưng cuối cùng, đến lượt Buck khi một người đàn ông lạ mặt xuất hiện.

**Er war klein, drahtig und sprach gebrochenes Englisch und fluchte.**

Ông ta nhỏ con, gầy gò, nói tiếng Anh không chuẩn và hay chửi thề.

**„Heilig!", schrie er, als er Bucks Gestalt erblickte.**

"Sacredam!" anh ta hét lên khi nhìn thấy khung xương của Buck.

**„Das ist aber ein verdammter Rüpel! Wie viel?", fragte er laut.**

"Đó là một con chó bắt nạt chết tiệt! Hả? Bao nhiêu vậy?" anh ta hỏi lớn.

**„Dreihundert, und für diesen Preis ist er ein Geschenk."**

"Ba trăm, và anh ấy là một món quà với mức giá đó,"

**„Da es sich um staatliche Gelder handelt, sollten Sie sich nicht beschweren, Perrault."**

"Vì đó là tiền của chính phủ, anh không nên phàn nàn, Perrault."

Perrault grinste über den Deal, den er gerade mit dem Mann gemacht hatte.

Perrault cười toe toét trước thỏa thuận mà anh vừa thực hiện với người đàn ông đó.

**Aufgrund der plötzlichen Nachfrage waren die Preise für Hunde in die Höhe geschossen.**

Giá chó tăng vọt do nhu cầu tăng đột ngột.

**Dreihundert Dollar waren für so ein tolles Tier nicht unfair.**

Ba trăm đô la không phải là số tiền quá đắt đối với một con vật tuyệt vời như vậy.

**Die kanadische Regierung würde bei dem Abkommen nichts verlieren**

Chính phủ Canada sẽ không mất gì trong thỏa thuận này

**Auch ihre offiziellen Depeschen würden während des Transports nicht verzögert.**

Và các công văn chính thức của họ cũng không bị chậm trễ trong quá trình vận chuyển.

**Perrault kannte sich gut mit Hunden aus und erkannte, dass Buck etwas Seltenes war.**

Perrault hiểu rõ về loài chó và có thể thấy Buck là một giống chó hiếm có.

**„Einer von zehntausend", dachte er, als er Bucks Körperbau betrachtete.**

"Một trong mười vạn," anh nghĩ khi quan sát vóc dáng của Buck.

**Buck sah, wie das Geld den Besitzer wechselte, zeigte sich jedoch nicht überrascht.**

Buck nhìn thấy tiền được trao tay nhưng không tỏ ra ngạc nhiên.

**Bald wurden er und Curly, ein sanfter Neufundländer, weggeführt.**

Chẳng bao lâu sau, anh ta và Xoăn, một chú chó Newfoundland hiền lành, đã bị dẫn đi.

**Sie folgten dem kleinen Mann aus dem Hof des roten Pullovers.**

Họ đi theo người đàn ông nhỏ bé từ sân nhà chiếc áo len đỏ.

Das war das letzte Mal, dass Buck den Mann mit der Holzkeule sah.

Đó là lần cuối cùng Buck nhìn thấy người đàn ông cầm dùi cui gỗ.

Vom Deck der Narwhal aus beobachtete er, wie Seattle in der Ferne verschwand.

Từ boong tàu Narwhal, ông nhìn thành phố Seattle mờ dần ở phía xa.

Es war auch das letzte Mal, dass er das warme Südland sah.

Đó cũng là lần cuối cùng ông nhìn thấy miền Nam ấm áp.

Perrault brachte sie unter Deck und ließ sie bei François zurück.

Perrault đưa họ xuống boong tàu và để lại cho François.

François war ein Riese mit schwarzem Gesicht und rauen, schwieligen Händen.

François là một gã khổng lồ có khuôn mặt đen và đôi bàn tay thô ráp, chai sạn.

Er war dunkelhäutig und hatte eine dunkle Hautfarbe, ein französisch-kanadischer Mischling.

Anh ta có làn da ngăm đen; mang trong mình dòng máu lai Pháp-Canada.

Für Buck waren diese Männer von einer Art, die er noch nie zuvor gesehen hatte.

Với Buck, những người đàn ông này là loại người mà anh chưa từng gặp trước đây.

Er würde in den kommenden Tagen viele solcher Männer kennenlernen.

Trong những ngày tiếp theo, ông sẽ gặp nhiều người như vậy.

Er konnte sie zwar nicht lieb gewinnen, aber er begann, sie zu respektieren.

Ông không thích họ nhưng lại tỏ ra tôn trọng họ.

Sie waren fair und weise und ließen sich von keinem Hund so leicht täuschen.

Họ công bằng và khôn ngoan, không dễ bị lừa bởi bất kỳ con chó nào.

Sie beurteilten Hunde ruhig und bestraften sie nur, wenn es angebracht war.

Họ bình tĩnh phán đoán những chú chó và chỉ trừng phạt khi chúng đáng bị trừng phạt.

**Im Unterdeck der Narwhal trafen Buck und Curly zwei Hunde.**

Ở tầng dưới của Narwhal, Buck và Xoăn gặp hai chú chó.

**Einer war ein großer weißer Hund aus dem fernen, eisigen Spitzbergen.**

Một con là một con chó trắng lớn đến từ vùng Spitzbergen băng giá xa xôi.

**Er war einmal mit einem Walfänger gesegelt und hatte sich einer Erkundungsgruppe angeschlossen.**

Ông đã từng đi thuyền cùng một tàu săn cá voi và tham gia một nhóm khảo sát.

**Er war auf eine schlaue, hinterhältige und listige Art freundlich.**

Ông ta thân thiện theo một cách ranh mãnh, lén lút và gian xảo.

**Bei ihrer ersten Mahlzeit stahl er ein Stück Fleisch aus Bucks Pfanne.**

Trong bữa ăn đầu tiên, anh ta đã lấy trộm một miếng thịt từ chảo của Buck.

**Buck sprang, um ihn zu bestrafen, aber François' Peitsche schlug zuerst zu.**

Buck nhảy tới định trừng phạt anh ta, nhưng roi của François đã đánh trước.

**Der weiße Dieb schrie auf und Buck holte sich den gestohlenen Knochen zurück.**

Tên trộm da trắng hét lên và Buck đòi lại khúc xương đã đánh cắp.

**Diese Fairness beeindruckte Buck und François verdiente sich seinen Respekt.**

Sự công bằng đó đã gây ấn tượng với Buck và François đã giành được sự tôn trọng của anh.

**Der andere Hund grüßte nicht und wollte auch nichts zurück.**

Con chó kia không chào hỏi và cũng không muốn chào lại.

**Er stahl weder Essen noch beschnüffelte er die Neuankömmlinge interessiert.**
Cậu bé không ăn trộm thức ăn, cũng không thích thú ngửi những con vật mới đến.

**Dieser Hund war grimmig und ruhig, düster und bewegte sich langsam.**
Con chó này có vẻ mặt nghiêm nghị và im lặng, u ám và di chuyển chậm chạp.

**Er warnte Curly, sich fernzuhalten, indem er sie einfach anstarrte.**
Anh ta cảnh báo Xoăn tránh xa bằng cách trừng mắt nhìn cô.

**Seine Botschaft war klar: Lass mich in Ruhe, sonst gibt es Ärger.**
Thông điệp của anh ấy rất rõ ràng: hãy để tôi yên nếu không sẽ xảy ra rắc rối.

**Er hieß Dave und nahm seine Umgebung kaum wahr.**
Anh ấy tên là Dave và anh ấy hầu như không để ý đến xung quanh.

**Er schlief oft, aß ruhig und gähnte ab und zu.**
Ông ngủ thường xuyên, ăn một cách lặng lẽ và thỉnh thoảng ngáp.

**Das Schiff summte ständig, während unten der Propeller schlug.**
Con tàu liên tục kêu ầm ầm với tiếng chân vịt đập mạnh bên dưới.

**Die Tage vergingen, ohne dass sich viel änderte, aber das Wetter wurde kälter.**
Nhiều ngày trôi qua mà không có nhiều thay đổi, nhưng thời tiết ngày càng lạnh hơn.

**Buck spürte es in seinen Knochen und bemerkte, dass es den anderen genauso ging.**
Buck có thể cảm nhận điều đó trong xương tủy mình, và nhận thấy những người khác cũng vậy.

**Dann blieb eines Morgens der Propeller stehen und alles war still.**

Rồi một buổi sáng, cánh quạt dừng lại và mọi thứ trở nên tĩnh lặng.

**Eine Energie durchströmte das Schiff; etwas hatte sich verändert.**

Một luồng năng lượng tràn ngập khắp con tàu; có điều gì đó đã thay đổi.

**François kam herunter, legte ihnen die Leinen an und brachte sie hoch.**

François đi xuống, móc dây xích cho chúng và dắt chúng lên.

**Buck stieg aus und fand den Boden weich, weiß und kalt.**

Buck bước ra ngoài và thấy mặt đất mềm, trắng và lạnh.

**Er sprang erschrocken zurück und schnaubte völlig verwirrt.**

Anh ta giật mình lùi lại và khịt mũi vì hoàn toàn bối rối.

**Seltsames weißes Zeug fiel vom grauen Himmel.**

Những vật thể màu trắng lạ rơi xuống từ bầu trời xám xịt.

**Er schüttelte sich, aber die weißen Flocken landeten immer wieder auf ihm.**

Anh ta lắc mình nhưng những bông tuyết trắng vẫn tiếp tục rơi xuống người anh.

**Er roch vorsichtig an dem weißen Zeug und leckte an ein paar eisigen Stückchen.**

Anh ta hít cẩn thận thứ chất lỏng màu trắng đó và liếm một vài viên đá.

**Das Pulver brannte wie Feuer und verschwand dann einfach von seiner Zunge.**

Bột cháy như lửa rồi biến mất ngay trên lưỡi anh ta.

**Buck versuchte es noch einmal und war verwirrt über die seltsame, verschwindende Kälte.**

Buck thử lại lần nữa, cảm thấy bối rối vì sự lạnh lẽo đột nhiên biến mất.

**Die Männer um ihn herum lachten und Buck war verlegen.**

Những người đàn ông xung quanh anh cười, và Buck cảm thấy xấu hổ.

**Er wusste nicht warum, aber er schämte sich für seine Reaktion.**

Anh không biết tại sao nhưng anh cảm thấy xấu hổ vì phản ứng của mình.

**Es war seine erste Erfahrung mit Schnee und es verwirrte ihn.**

Đây là lần đầu tiên cậu bé tiếp xúc với tuyết và nó khiến cậu bé bối rối.

## Das Gesetz von Keule und Fang
### Luật Côn và Nanh

**Bucks erster Tag am Strand von Dyea fühlte sich wie ein schrecklicher Albtraum an.**

Ngày đầu tiên của Buck trên bãi biển Dyea giống như một cơn ác mộng kinh hoàng.

**Jede Stunde brachte neue Schocks und unerwartete Veränderungen für Buck.**

Mỗi giờ lại mang đến cho Buck những cú sốc mới và những thay đổi bất ngờ.

**Er war aus der Zivilisation gerissen und ins wilde Chaos gestürzt worden.**

Anh ta đã bị kéo khỏi nền văn minh và bị ném vào cảnh hỗn loạn tột độ.

**Dies war kein sonniges, faules Leben mit Langeweile und Ruhe.**

Đây không phải là cuộc sống vui vẻ, lười biếng với sự buồn chán và nghỉ ngơi.

**Es gab keinen Frieden, keine Ruhe und keinen Moment ohne Gefahr.**

Không có sự bình yên, không có sự nghỉ ngơi, và không có khoảnh khắc nào không có nguy hiểm.

**Überall herrschte Verwirrung und die Gefahr war immer in der Nähe.**

Sự hỗn loạn bao trùm mọi thứ và nguy hiểm luôn rình rập.

**Buck musste wachsam bleiben, denn diese Männer und Hunde waren anders.**

Buck phải luôn cảnh giác vì những người đàn ông và những con chó này rất khác nhau.

**Sie kamen nicht aus der Stadt, sie waren wild und gnadenlos.**

Họ không phải là người thị trấn; họ hoang dã và không có lòng thương xót.

**Diese Männer und Hunde kannten nur das Gesetz der Keule und der Reißzähne.**

Những người đàn ông và chó này chỉ biết luật của dùi cui và nanh vuốt.

**Buck hatte noch nie Hunde so kämpfen sehen wie diese wilden Huskys.**

Buck chưa bao giờ thấy những con chó chiến đấu như những con chó husky hung dữ này.

**Seine erste Erfahrung lehrte ihn eine Lektion, die er nie vergessen würde.**

Trải nghiệm đầu tiên đã dạy cho anh một bài học mà anh sẽ không bao giờ quên.

**Er hatte Glück, dass er es nicht war, sonst wäre auch er gestorben.**

May mắn thay đó không phải là anh, nếu không anh cũng sẽ chết.

**Curly war derjenige, der litt, während Buck zusah und lernte.**

Xoăn là người phải chịu đau khổ trong khi Buck chỉ quan sát và học hỏi.

**Sie hatten ihr Lager in der Nähe eines aus Baumstämmen gebauten Ladens aufgeschlagen.**

Họ đã dựng trại gần một cửa hàng được dựng từ những khúc gỗ.

**Curly versuchte, einem großen, wolfsähnlichen Husky gegenüber freundlich zu sein.**

Xoăn cố gắng tỏ ra thân thiện với một chú chó husky to lớn trông giống sói.

**Der Husky war kleiner als Curly, sah aber wild und böse aus.**

Con chó husky này nhỏ hơn Xoăn nhưng trông có vẻ hoang dã và hung dữ.

**Ohne Vorwarnung sprang er auf und schlug ihr ins Gesicht.**

Không báo trước, anh ta nhảy tới và chém vào mặt cô.

**Seine Zähne schnitten in einer Bewegung von ihrem Auge bis zu ihrem Kiefer.**

Răng của hắn cắt từ mắt xuống hàm cô chỉ bằng một động tác.

**So kämpften Wölfe: Sie schlugen schnell zu und sprangen weg.**

Đây là cách loài sói chiến đấu - đánh nhanh và nhảy ra xa.

**Aber es gab mehr zu lernen als nur diesen einen Angriff.**

Nhưng vẫn còn nhiều điều đáng học hơn từ cuộc tấn công đó.

**Dutzende Huskys stürmten herein und bildeten einen stillen Kreis.**

Hàng chục chú chó husky lao vào và tạo thành một vòng tròn im lặng.

**Sie schauten aufmerksam zu und leckten sich hungrig die Lippen.**

Họ quan sát kỹ lưỡng và liếm môi vì đói.

**Buck verstand weder ihr Schweigen noch ihre begierigen Blicke.**

Buck không hiểu được sự im lặng hay ánh mắt háo hức của họ.

**Curly stürzte sich ein zweites Mal auf den Husky, um ihn anzugreifen.**

Xoăn lao tới tấn công con husky lần thứ hai.

**Mit einer kräftigen Bewegung seiner Brust warf er sie um.**

Anh ta dùng ngực đẩy cô ngã xuống bằng một động tác mạnh mẽ.

**Sie fiel auf die Seite und konnte nicht wieder aufstehen.**

Cô ấy ngã nghiêng và không thể đứng dậy được.

**Darauf hatten die anderen die ganze Zeit gewartet.**

Đó chính là điều mà những người khác đã chờ đợi bấy lâu nay.

**Die Huskies sprangen sie an und jaulten und knurrten wie wild.**

Lũ chó Husky nhảy lên người cô, sủa inh ỏi và gầm gừ một cách điên cuồng.

**Sie schrie, als sie unter einem Haufen Hunde begruben.**

Cô ấy hét lên khi họ chôn cô ấy dưới một đống chó.

**Der Angriff erfolgte so schnell, dass Buck vor Schreck erstarrte.**

Cuộc tấn công diễn ra quá nhanh khiến Buck bị sốc và đứng im tại chỗ.

**Er sah, wie Spitz die Zunge herausstreckte, als würde er lachen.**

Anh ta thấy Spitz thè lưỡi ra trông giống như đang cười.

**François schnappte sich eine Axt und rannte direkt in die Hundegruppe hinein.**

François cầm lấy một chiếc rìu và chạy thẳng vào đàn chó.

**Drei weitere Männer halfen mit Knüppeln, die Huskies zu vertreiben.**

Ba người đàn ông khác dùng dùi cui để giúp đuổi những chú chó husky đi.

**In nur zwei Minuten war der Kampf vorbei und die Hunde waren verschwunden.**

Chỉ trong vòng hai phút, cuộc chiến đã kết thúc và những con chó đã biến mất.

**Curly lag tot im roten, zertrampelten Schnee, ihr Körper war zerfetzt.**

Xoăn nằm chết trên đống tuyết đỏ bị giẫm đạp, cơ thể bị xé nát.

**Ein dunkelhäutiger Mann stand über ihr und verfluchte die brutale Szene.**

Một người đàn ông da ngăm đen đứng bên cạnh cô, nguyền rủa cảnh tượng tàn khốc này.

**Die Erinnerung blieb bei Buck und verfolgte ihn nachts in seinen Träumen.**

Ký ức đó vẫn ám ảnh Buck và ám ảnh giấc mơ của cậu vào ban đêm.

**So war es hier: keine Fairness, keine zweite Chance.**

Ở đây chính là như vậy; không có sự công bằng, không có cơ hội thứ hai.

**Sobald ein Hund fiel, töteten die anderen ihn gnadenlos.**

Một khi một con chó ngã xuống, những con khác sẽ giết không thương tiếc.

**Buck beschloss damals, dass er niemals zulassen würde, dass er fällt.**

Buck lúc đó quyết định rằng anh sẽ không bao giờ cho phép mình ngã nữa.

**Spitz streckte erneut die Zunge heraus und lachte über das Blut.**

Spitz lại thè lưỡi ra và cười nhạo máu.

**Von diesem Moment an hasste Buck Spitz aus vollem Herzen.**

Từ khoảnh khắc đó trở đi, Buck căm ghét Spitz hết mực.

**Bevor Buck sich von Curlys Tod erholen konnte, passierte etwas Neues.**

Trước khi Buck kịp hồi phục sau cái chết của Xoăn, một điều mới đã xảy ra.

**François kam herüber und schnallte etwas um Bucks Körper.**

François tiến lại gần và buộc thứ gì đó quanh người Buck.

**Es war ein Geschirr wie das, das auf der Ranch für Pferde verwendet wurde.**

Đó là một loại dây cương giống như loại dùng cho ngựa ở trang trại.

**Buck hatte gesehen, wie Pferde arbeiteten, und nun musste auch er arbeiten.**

Giống như Buck đã từng thấy ngựa làm việc, giờ đây nó cũng phải làm việc.

**Er musste François auf einem Schlitten in den nahegelegenen Wald ziehen.**

Anh ta phải kéo François trên xe trượt tuyết vào khu rừng gần đó.

**Anschließend musste er eine Ladung schweres Brennholz zurückziehen.**

Sau đó, anh ta phải kéo về một đống củi nặng.

**Buck war stolz und deshalb tat es ihm weh, wie ein Arbeitstier behandelt zu werden.**

Buck rất kiêu hãnh nên cảm thấy tổn thương khi bị đối xử như một con vật làm việc.

**Aber er war klug und versuchte nicht, gegen die neue Situation anzukämpfen.**

Nhưng ông rất khôn ngoan và không cố gắng chống lại tình hình mới.

**Er akzeptierte sein neues Leben und gab bei jeder Aufgabe sein Bestes.**

Ông chấp nhận cuộc sống mới và cố gắng hết sức trong mọi nhiệm vụ.

**Alles an der Arbeit war ihm fremd und ungewohnt.**

Mọi thứ trong công việc đều lạ lẫm và xa lạ với anh.

**François war streng und verlangte unverzüglichen Gehorsam.**

François rất nghiêm khắc và yêu cầu phải tuân thủ ngay lập tức.

**Seine Peitsche sorgte dafür, dass jeder Befehl sofort befolgt wurde.**

Chiếc roi của ông đảm bảo rằng mọi mệnh lệnh đều được tuân theo cùng một lúc.

**Dave war der Schlittenführer, der Hund, der dem Schlitten hinter Buck am nächsten war.**

Dave là người lái xe, là chú chó ở gần xe trượt tuyết nhất, phía sau Buck.

**Dave biss Buck in die Hinterbeine, wenn er einen Fehler machte.**

Dave sẽ cắn vào chân sau của Buck nếu nó phạm lỗi.

**Spitz war der Leithund und in dieser Rolle geschickt und erfahren.**

Spitz là chú chó dẫn đầu, có kỹ năng và kinh nghiệm trong vai trò này.

**Spitz konnte Buck nicht leicht erreichen, korrigierte ihn aber trotzdem.**

Spitz không thể dễ dàng tiếp cận Buck, nhưng vẫn chỉnh đốn anh ta.

**Er knurrte barsch oder zog den Schlitten auf eine Art, die Buck etwas beibrachte.**

Anh ta gầm gừ dữ dội hoặc kéo xe trượt tuyết theo cách mà Buck học được.

**Durch dieses Training lernte Buck schneller, als alle erwartet hatten.**

Nhờ sự đào tạo này, Buck đã học nhanh hơn bất kỳ ai mong đợi.

**Er hat hart gearbeitet und sowohl von François als auch von den anderen Hunden gelernt.**

Anh ấy đã làm việc chăm chỉ và học hỏi từ cả François và những chú chó khác.

**Als sie zurückkamen, kannte Buck die wichtigsten Befehle bereits.**
Khi họ quay lại, Buck đã biết các lệnh chính.
**Von François hat er gelernt, beim Laut „ho" anzuhalten.**
Anh ấy học cách dừng lại khi nghe thấy tiếng "ho" của François.
**Er lernte, wann er den Schlitten ziehen und rennen musste.**
Anh ấy đã học được cách khi nào thì phải kéo xe trượt tuyết và khi nào thì chạy.
**Er lernte, in den Kurven des Weges ohne Probleme weit abzubiegen.**
Anh ấy đã học được cách rẽ rộng ở những khúc cua trên đường mòn mà không gặp khó khăn gì.
**Er lernte auch, Dave auszuweichen, wenn der Schlitten schnell bergab fuhr.**
Cậu cũng học cách tránh Dave khi xe trượt tuyết lao xuống dốc nhanh.
**„Das sind sehr gute Hunde", sagte François stolz zu Perrault.**
"Chúng là những chú chó rất giỏi," François tự hào nói với Perrault.
**„Dieser Buck zieht wie der Teufel – ich bringe ihm das so schnell bei, wie ich nur kann."**
"Con Buck đó kéo ghê quá—tôi dạy nó nhanh lắm."

**Später am Tag kam Perrault mit zwei weiteren Huskys zurück.**
Cùng ngày hôm đó, Perrault quay lại với hai chú chó husky nữa.
**Ihre Namen waren Billee und Joe und sie waren Brüder.**
Tên họ là Billee và Joe, và họ là anh em.
**Sie stammten von derselben Mutter, waren sich aber überhaupt nicht ähnlich.**
Chúng cùng một mẹ nhưng lại không giống nhau chút nào.
**Billee war gutmütig und zu allen sehr freundlich.**
Billee có tính tình ngọt ngào và thân thiện với mọi người.
**Joe war das Gegenteil – ruhig, wütend und immer am Knurren.**

Joe thì ngược lại—im lặng, tức giận và luôn gầm gừ.

**Buck begrüßte sie freundlich und blieb beiden gegenüber ruhig.**

Buck chào đón họ một cách thân thiện và tỏ ra bình tĩnh với cả hai.

**Dave schenkte ihnen keine Beachtung und blieb wie üblich still.**

Dave không để ý đến họ và vẫn im lặng như thường lệ.

**Um seine Dominanz zu demonstrieren, griff Spitz zuerst Billee und dann Joe an.**

Spitz tấn công đầu tiên vào Billee, sau đó là Joe để chứng tỏ sự thống trị của mình.

**Billee wedelte mit dem Schwanz und versuchte, freundlich zu Spitz zu sein.**

Billee vẫy đuôi và cố gắng tỏ ra thân thiện với Spitz.

**Als das nicht funktionierte, versuchte er stattdessen wegzulaufen.**

Khi cách đó không hiệu quả, anh ta lại cố gắng bỏ chạy.

**Er weinte traurig, als Spitz ihn fest in die Seite biss.**

Anh ấy khóc một cách buồn bã khi Spitz cắn anh ấy một cú mạnh vào hông.

**Aber Joe war ganz anders und ließ sich nicht einschüchtern.**

Nhưng Joe thì rất khác biệt và không chịu bị bắt nạt.

**Jedes Mal, wenn Spitz näher kam, drehte sich Joe schnell um, um ihm in die Augen zu sehen.**

Mỗi lần Spitz đến gần, Joe lại nhanh chóng quay người lại để đối mặt với anh ta.

**Sein Fell sträubte sich, seine Lippen kräuselten sich und seine Zähne schnappten wild.**

Lông của nó dựng đứng, môi cong lên và răng cắn lập cập dữ dội.

**Joes Augen glänzten vor Angst und Wut und forderten Spitz heraus, zuzuschlagen.**

Đôi mắt của Joe sáng lên vì sợ hãi và giận dữ, thách thức Spitz ra tay.

**Spitz gab den Kampf auf und wandte sich gedemütigt und wütend ab.**

Spitz bỏ cuộc chiến và quay đi, cảm thấy nhục nhã và tức giận.

**Er ließ seine Frustration an dem armen Billee aus und jagte ihn davon.**

Anh ta trút cơn tức giận của mình lên Billee tội nghiệp và đuổi anh ta đi.

**An diesem Abend fügte Perrault dem Team einen weiteren Hund hinzu.**

Tối hôm đó, Perrault đã đưa thêm một chú chó nữa vào đội.

**Dieser Hund war alt, mager und mit Kampfnarben übersät.**

Con chó này già, gầy và đầy vết sẹo do chiến đấu.

**Eines seiner Augen fehlte, doch das andere blitzte kraftvoll auf.**

Một bên mắt của anh ta bị mất, nhưng bên mắt còn lại thì sáng ngời đầy sức mạnh.

**Der neue Hund hieß Solleks, was „der Wütende" bedeutet.**

Tên của chú chó mới là Solleks, có nghĩa là Kẻ tức giận.

**Wie Dave verlangte Solleks nichts von anderen und gab nichts zurück.**

Giống như Dave, Solleks không yêu cầu bất cứ điều gì từ người khác và cũng không đáp lại bất cứ điều gì.

**Als Solleks langsam ins Lager ging, blieb sogar Spitz fern.**

Khi Solleks từ từ bước vào trại, ngay cả Spitz cũng tránh xa.

**Er hatte eine seltsame Angewohnheit, die Buck unglücklicherweise entdeckte.**

Anh ta có một thói quen kỳ lạ mà Buck không may phát hiện ra.

**Solleks hasste es, von der Seite angesprochen zu werden, auf der er blind war.**

Solleks ghét bị tiếp cận ở phía mà anh không nhìn thấy.

**Buck wusste das nicht und machte diesen Fehler versehentlich.**

Buck không biết điều này và đã vô tình mắc phải lỗi đó.

**Solleks wirbelte herum und versetzte Buck einen schnellen, tiefen Schlag auf die Schulter.**

Solleks quay lại và chém một nhát sâu và nhanh vào vai Buck.

**Von diesem Moment an kam Buck nie wieder in die Nähe von Solleks' blinder Seite.**

Từ khoảnh khắc đó trở đi, Buck không bao giờ đến gần điểm mù của Solleks nữa.

**Für den Rest ihrer gemeinsamen Zeit gab es nie wieder Probleme.**

Họ không bao giờ gặp rắc rối nữa trong suốt thời gian còn lại bên nhau.

**Solleks wollte nur in Ruhe gelassen werden, wie der ruhige Dave.**

Solleks chỉ muốn được ở một mình, giống như Dave trầm tính vậy.

**Doch Buck erfuhr später, dass jeder von ihnen ein anderes geheimes Ziel hatte.**

Nhưng sau đó Buck biết rằng mỗi người đều có một mục tiêu bí mật khác.

**In dieser Nacht stand Buck vor einer neuen und beunruhigenden Herausforderung: Wie sollte er schlafen?**

Đêm đó Buck phải đối mặt với một thử thách mới và khó khăn—làm sao để ngủ.

**Das Zelt leuchtete warm im Kerzenlicht auf dem schneebedeckten Feld.**

Căn lều ấm áp nhờ ánh nến giữa cánh đồng tuyết.

**Buck ging hinein und dachte, er könnte sich dort wie zuvor ausruhen.**

Buck bước vào trong, nghĩ rằng mình có thể nghỉ ngơi ở đó như trước.

**Aber Perrault und François schrien ihn an und warfen Pfannen.**

Nhưng Perrault và François đã hét vào mặt anh ta và ném chảo.

**Schockiert und verwirrt rannte Buck in die eisige Kälte hinaus.**

Quá sốc và bối rối, Buck chạy ra ngoài trời lạnh cóng.

**Ein bitterkalter Wind stach ihm in die verletzte Schulter und ließ seine Pfoten erfrieren.**

Một cơn gió buốt nhói vào vai bị thương và làm tê cóng bàn chân của anh.

**Er legte sich in den Schnee und versuchte, im Freien zu schlafen.**

Anh nằm xuống tuyết và cố gắng ngủ ngoài trời.

**Doch die Kälte zwang ihn bald, heftig zitternd wieder aufzustehen.**

Nhưng cái lạnh nhanh chóng buộc anh phải đứng dậy, run rẩy dữ dội.

**Er wanderte durch das Lager und versuchte, ein wärmeres Plätzchen zu finden.**

Anh ta lang thang khắp trại, cố gắng tìm một nơi ấm áp hơn.

**Aber jede Ecke war genauso kalt wie die vorherige.**

Nhưng mọi góc đều lạnh lẽo như trước.

**Manchmal sprangen ihn wilde Hunde aus der Dunkelheit an.**

Thỉnh thoảng, những con chó dữ từ trong bóng tối nhảy xổ vào anh.

**Buck sträubte sein Fell, fletschte die Zähne und knurrte warnend.**

Buck dựng lông, nhe răng và gầm gừ cảnh cáo.

**Er lernte schnell und die anderen Hunde zogen sich schnell zurück.**

Chú chó này học rất nhanh, còn những chú chó khác thì nhanh chóng lùi lại.

**Trotzdem hatte er keinen Platz zum Schlafen und keine Ahnung, was er tun sollte.**

Tuy nhiên, anh vẫn không có nơi nào để ngủ và không biết phải làm gì.

**Endlich kam ihm ein Gedanke: Er sollte nach seinen Teamkollegen sehen.**

Cuối cùng, một ý nghĩ lóe lên trong đầu anh - kiểm tra đồng đội của mình.

**Er kehrte in ihre Gegend zurück und war überrascht, dass sie verschwunden waren.**

Anh ta quay lại khu vực của họ và ngạc nhiên khi thấy họ đã biến mất.

**Erneut durchsuchte er das Lager, konnte sie jedoch immer noch nicht finden.**

Anh lại tìm kiếm khắp trại nhưng vẫn không tìm thấy họ.

**Er wusste, dass sie nicht im Zelt sein durften, sonst wäre er auch dort gewesen.**

Anh biết họ không thể vào trong lều, nếu không anh cũng sẽ vào.

**Wo also waren all die Hunde in diesem eisigen Lager geblieben?**

Vậy thì tất cả những chú chó đã đi đâu trong trại đông lạnh này?

**Buck, kalt und elend, umrundete langsam das Zelt.**

Buck, lạnh cóng và đau khổ, từ từ đi vòng quanh lều.

**Plötzlich sanken seine Vorderbeine in den weichen Schnee und er erschrak.**

Đột nhiên, chân trước của nó lún vào lớp tuyết mềm khiến nó giật mình.

**Etwas zappelte unter seinen Füßen und er sprang ängstlich zurück.**

Có thứ gì đó ngọ nguậy dưới chân anh, và anh sợ hãi nhảy lùi lại.

**Er knurrte und fauchte, ohne zu wissen, was sich unter dem Schnee verbarg.**

Anh ta gầm gừ và gầm gừ, không biết có gì bên dưới lớp tuyết.

**Dann hörte er ein freundliches kleines Bellen, das seine Angst linderte.**

Sau đó, anh nghe thấy tiếng sủa nhỏ thân thiện làm dịu đi nỗi sợ hãi của anh.

**Er schnüffelte in der Luft und kam näher, um zu sehen, was verborgen war.**

Anh ta hít không khí và tiến lại gần hơn để xem thứ gì đang ẩn giấu.

**Unter dem Schnee lag, zu einer warmen Kugel zusammengerollt, der kleine Billee.**

Dưới tuyết, cuộn tròn như một quả bóng ấm áp, là Billee bé nhỏ.

**Billee wedelte mit dem Schwanz und leckte Bucks Gesicht zur Begrüßung.**

Billee vẫy đuôi và liếm mặt Buck để chào đón nó.

**Buck sah, wie Billee im Schnee einen Schlafplatz gebaut hatte.**

Buck nhìn thấy Billee đã tạo ra một nơi ngủ trong tuyết.

**Er hatte sich eingegraben und nutzte seine eigene Wärme, um sich warm zu halten.**

Anh ta đã đào sâu xuống và dùng nhiệt của mình để giữ ấm.

**Buck hatte eine weitere Lektion gelernt – so schliefen die Hunde.**

Buck đã học được một bài học khác - đây chính là cách loài chó ngủ.

**Er suchte sich eine Stelle aus und begann, sein eigenes Loch in den Schnee zu graben.**

Anh ta chọn một chỗ và bắt đầu đào một cái hố cho mình trong tuyết.

**Anfangs bewegte er sich zu viel und verschwendete Energie.**

Lúc đầu, anh ấy di chuyển quá nhiều và lãng phí năng lượng.

**Doch bald erwärmte sein Körper den Raum und er fühlte sich sicher.**

Nhưng cơ thể anh nhanh chóng làm ấm không gian đó và anh cảm thấy an toàn.

**Er rollte sich fest zusammen und schlief bald fest.**

Anh cuộn mình thật chặt, và chẳng mấy chốc đã chìm vào giấc ngủ.

**Der Tag war lang und hart gewesen und Buck war erschöpft.**

Một ngày dài và vất vả, và Buck đã kiệt sức.

**Er schlief tief und fest, obwohl seine Träume wild waren.**

Anh ngủ rất sâu và thoải mái, mặc dù giấc mơ của anh rất hoang dã.

**Er knurrte und bellte im Schlaf und wand sich im Traum.**

Anh ta gầm gừ và sủa trong lúc ngủ, vặn vẹo như đang mơ.


**Buck wachte erst auf, als im Lager bereits Leben erwachte.**

Buck không thức dậy cho đến khi trại đã bắt đầu hoạt động.

**Zuerst wusste er nicht, wo er war oder was passiert war.**

Lúc đầu, anh không biết mình đang ở đâu và chuyện gì đã xảy ra.

**Über Nacht war Schnee gefallen und hatte seinen Körper vollständig begraben.**

Tuyết rơi suốt đêm và chôn vùi hoàn toàn cơ thể anh.

**Der Schnee umgab ihn von allen Seiten dicht.**

Tuyết dày đặc xung quanh anh, chặt chẽ ở mọi phía.

**Plötzlich durchfuhr eine Welle der Angst Bucks ganzen Körper.**

Đột nhiên một làn sóng sợ hãi chạy khắp cơ thể Buck.

**Es war die Angst, gefangen zu sein, eine Angst aus tiefen Instinkten.**

Đó là nỗi sợ bị mắc kẹt, nỗi sợ xuất phát từ bản năng sâu xa.

**Obwohl er noch nie eine Falle gesehen hatte, lebte die Angst in ihm.**

Mặc dù chưa từng nhìn thấy bẫy nhưng nỗi sợ hãi vẫn hiện hữu bên trong anh.

**Er war ein zahmer Hund, aber jetzt erwachten seine alten wilden Instinkte.**

Anh ta là một chú chó ngoan ngoãn, nhưng giờ đây bản năng hoang dã của anh ta đang thức tỉnh.

**Bucks Muskeln spannten sich an und sein Fell stellte sich auf seinem ganzen Rücken auf.**

Cơ bắp của Buck căng cứng, và lông trên lưng nó dựng đứng.

**Er knurrte wild und sprang senkrecht durch den Schnee nach oben.**

Anh ta gầm gừ dữ dội và nhảy thẳng lên khỏi tuyết.

**Als er ins Tageslicht trat, flog Schnee in alle Richtungen.**

Tuyết bay tứ tung khắp nơi khi anh ta lao vào ánh sáng ban ngày.

**Schon vor der Landung sah Buck das Lager vor sich ausgebreitet.**

Ngay cả trước khi đổ bộ, Buck đã nhìn thấy trại lính trải rộng trước mắt.

**Er erinnerte sich auf einmal an alles vom Vortag.**

Anh ấy nhớ lại mọi chuyện của ngày hôm trước cùng một lúc.

**Er erinnerte sich daran, wie er mit Manuel spazieren gegangen war und an diesem Ort gelandet war.**

Anh nhớ đã đi dạo cùng Manuel và dừng chân ở nơi này.

**Er erinnerte sich daran, wie er das Loch gegraben hatte und in der Kälte eingeschlafen war.**

Ông nhớ mình đã đào một cái hố và ngủ quên trong giá lạnh.

**Jetzt war er wach und die wilde Welt um ihn herum war klar.**

Bây giờ anh đã tỉnh và thế giới hoang dã xung quanh anh đã trở nên rõ ràng.

**Ein Ruf von François begrüßte Bucks plötzliches Auftauchen.**

François hét lớn chào đón sự xuất hiện đột ngột của Buck.

**„Was habe ich gesagt?", rief der Hundeführer Perrault laut zu.**

"Tôi đã nói gì cơ?" Người đánh xe chó hét lớn với Perrault.

**„Dieser Buck lernt wirklich sehr schnell", fügte François hinzu.**

François nói thêm: "Chắc chắn Buck học rất nhanh".

**Perrault nickte ernst und war offensichtlich mit dem Ergebnis zufrieden.**

Perrault gật đầu nghiêm túc, rõ ràng là hài lòng với kết quả.

**Als Kurier für die kanadische Regierung beförderte er Depeschen.**

Với tư cách là người chuyển phát nhanh cho Chính phủ Canada, ông phụ trách chuyển phát công văn.

**Er war bestrebt, die besten Hunde für seine wichtige Mission zu finden.**

Ông háo hức tìm những chú chó tốt nhất cho nhiệm vụ quan trọng của mình.

**Er war besonders erfreut, dass Buck nun Teil des Teams war.**

Anh cảm thấy đặc biệt vui mừng khi Buck đã trở thành thành viên của đội.

**Innerhalb einer Stunde kamen drei weitere Huskies zum Team hinzu.**

Ba chú chó husky nữa được thêm vào đội trong vòng một giờ.

**Damit betrug die Gesamtzahl der Hunde im Team neun.**

Như vậy, tổng số chó trong đội lên tới chín.

**Innerhalb von fünfzehn Minuten lagen alle Hunde im Geschirr.**

Trong vòng mười lăm phút, tất cả các chú chó đã được đeo dây nịt.

**Das Schlittenteam schwang sich den Weg hinauf in Richtung Dyea Cañon.**

Đội xe trượt tuyết đang lao lên con đường mòn hướng về Dyea Cañon.

**Buck war froh, gehen zu können, auch wenn die Arbeit, die vor ihm lag, hart war.**

Buck cảm thấy vui khi được rời đi, mặc dù công việc phía trước rất khó khăn.

**Er stellte fest, dass er weder die Arbeit noch die Kälte besonders verabscheute.**

Ông nhận ra rằng mình không thực sự ghét công việc lao động hay cái lạnh.

**Er war überrascht von der Begeisterung, die das gesamte Team erfüllte.**

Ông ngạc nhiên trước sự háo hức tràn ngập khắp toàn đội.

**Noch überraschender war die Veränderung, die bei Dave und Solleks vor sich ging.**

Điều đáng ngạc nhiên hơn nữa là sự thay đổi của Dave và Solleks.

**Diese beiden Hunde waren völlig unterschiedlich, als sie ein Geschirr trugen.**

Hai con chó này hoàn toàn khác nhau khi chúng được kéo vào chuồng.

**Ihre Passivität und Sorglosigkeit waren völlig verschwunden.**

Sự thụ động và thiếu quan tâm của họ đã hoàn toàn biến mất.

**Sie waren aufmerksam und aktiv und bestrebt, ihre Arbeit gut zu machen.**

Họ rất tỉnh táo và năng động, luôn mong muốn làm tốt công việc của mình.

**Sie reagierten äußerst verärgert über alles, was zu Verzögerungen oder Verwirrung führte.**

Họ trở nên cực kỳ khó chịu với bất cứ điều gì gây ra sự chậm trễ hoặc nhầm lẫn.

**Die harte Arbeit an den Zügeln stand im Mittelpunkt ihres gesamten Wesens.**

Công việc khó khăn trên dây cương là trọng tâm của toàn bộ con người họ.

**Das Schlittenziehen schien das Einzige zu sein, was ihnen wirklich Spaß machte.**

Có vẻ như kéo xe trượt tuyết là hoạt động duy nhất mà họ thực sự thích.

**Dave war am Ende der Gruppe und dem Schlitten am nächsten.**

Dave ở phía sau nhóm, gần chiếc xe trượt tuyết nhất.

**Buck landete vor Dave und Solleks zog an Buck vorbei.**

Buck được đặt ở phía trước Dave, và Solleks vượt lên trước Buck.

**Die übrigen Hunde liefen in einer Reihe vorn.**

Những con chó còn lại được xếp thành một hàng dọc ở phía trước.

**Die Führungsposition an der Spitze besetzte Spitz.**

Vị trí dẫn đầu ở phía trước được Spitz đảm nhiệm.

**Buck war zur Einweisung zwischen Dave und Solleks platziert worden.**

Buck được đặt giữa Dave và Solleks để được hướng dẫn.

**Er lernte schnell und sie waren strenge und fähige Lehrer.**

Ông học nhanh, còn họ là những giáo viên nghiêm khắc và có năng lực.

**Sie ließen nie zu, dass Buck lange im Irrtum blieb.**

Họ không bao giờ cho phép Buck tiếp tục sai lầm lâu dài.

**Sie erteilten ihre Lektionen, wenn nötig, mit scharfen Zähnen.**

Họ dạy bài bằng sự sắc bén khi cần thiết.

**Dave war fair und zeigte eine ruhige, ernste Art von Weisheit.**

Dave rất công bằng và thể hiện sự khôn ngoan một cách lặng lẽ, nghiêm túc.

**Er hat Buck nie ohne guten Grund gebissen.**

Anh ấy không bao giờ cắn Buck mà không có lý do chính đáng.

**Aber er hat es nie versäumt, zuzubeißen, wenn Buck eine Korrektur brauchte.**

Nhưng anh ta không bao giờ bỏ lỡ cơ hội khi Buck cần được sửa sai.

**François' Peitsche war immer bereit und untermauerte ihre Autorität.**

Roi của François luôn sẵn sàng và ủng hộ quyền lực của họ.

**Buck merkte bald, dass es besser war zu gehorchen, als sich zu wehren.**

Buck sớm nhận ra rằng tốt hơn là tuân lệnh thay vì chống trả.

**Einmal verhedderte sich Buck während einer kurzen Pause in den Zügeln.**

Một lần, trong lúc nghỉ ngơi, Buck bị vướng vào dây cương.

**Er verzögerte den Start und brachte die Bewegungen des Teams durcheinander.**

Anh ta đã trì hoãn việc khởi hành và làm rối loạn chuyển động của đội.

**Dave und Solleks stürzten sich auf ihn und verprügelten ihn brutal.**

Dave và Solleks lao vào và đánh anh ta một trận tơi bời.

**Das Gewirr wurde nur noch schlimmer, aber Buck lernte seine Lektion.**

Sự rắc rối ngày càng tệ hơn, nhưng Buck đã học được bài học của mình.

**Von da an hielt er die Zügel straff und arbeitete vorsichtig.**

Từ đó trở đi, ông luôn giữ chặt dây cương và làm việc một cách cẩn thận.

**Bevor der Tag zu Ende war, hatte Buck einen Großteil seiner Aufgabe gemeistert.**

Trước khi ngày kết thúc, Buck đã hoàn thành phần lớn nhiệm vụ của mình.

**Seine Teamkollegen hörten fast auf, ihn zu korrigieren oder zu beißen.**

Các đồng đội của anh ấy gần như ngừng sửa lỗi hoặc cắn anh ấy.

**François' Peitsche knallte immer seltener durch die Luft.**

Tiếng roi của François quất vào không khí ngày một thưa dần.

Perrault hob sogar Bucks Füße an und untersuchte sorgfältig jede Pfote.

Perrault thậm chí còn nhấc chân Buck lên và cẩn thận kiểm tra từng bàn chân.

Es war ein harter Tageslauf gewesen, lang und anstrengend für alle.

Đó là một ngày chạy vất vả, dài và mệt mỏi đối với tất cả mọi người.

Sie reisten den Cañon hinauf, durch Sheep Camp und an den Scales vorbei.

Họ đi lên Cañon, qua Trại Cừu và qua Scales.

Sie überquerten die Baumgrenze, dann Gletscher und meterhohe Schneeverwehungen.

Họ băng qua ranh giới rừng, rồi đến các sông băng và đống tuyết sâu hàng feet.

Sie erklommen die große, kalte und unwirtliche Chilkoot-Wasserscheide.

Họ leo lên con đường Chilkoot Divide lạnh lẽo và hiểm trở.

Dieser hohe Bergrücken lag zwischen Salzwasser und dem gefrorenen Landesinneren.

Sườn núi cao đó nằm giữa nước mặn và vùng bên trong đóng băng.

Die Berge bewachten den traurigen und einsamen Norden mit Eis und steilen Anstiegen.

Những ngọn núi bảo vệ miền Bắc buồn bã và cô đơn bằng băng giá và những con dốc đứng.

Sie kamen gut voran und erreichten eine lange Kette von Seen unterhalb der Wasserscheide.

Họ đã có thời gian tốt khi đi qua một chuỗi hồ dài bên dưới đường phân chia.

Diese Seen füllten die alten Krater erloschener Vulkane.

Những hồ nước này lấp đầy các miệng núi lửa cổ xưa đã tắt.

Spät in der Nacht erreichten sie ein großes Lager am Lake Bennett.

Đêm hôm đó, họ đến một trại lớn ở Hồ Bennett.

Tausende Goldsucher waren dort und bauten Boote für den Frühling.

Hàng ngàn người tìm vàng đã có mặt ở đó để đóng thuyền cho mùa xuân.

**Das Eis würde bald aufbrechen und sie mussten bereit sein.**

Băng sắp tan và họ phải sẵn sàng.

**Buck grub sein Loch in den Schnee und fiel in einen tiefen Schlaf.**

Buck đào một cái hố trong tuyết và chìm vào giấc ngủ sâu.

**Er schlief wie ein Arbeiter, erschöpft von einem harten Arbeitstag.**

Ông ngủ như một người lao động, kiệt sức sau một ngày làm việc vất vả.

**Doch zu früh wurde er in der Dunkelheit aus dem Schlaf gerissen.**

Nhưng khi trời còn quá sớm, anh đã bị kéo ra khỏi giấc ngủ.

**Er wurde wieder mit seinen Kumpels angeschirrt und vor den Schlitten gespannt.**

Anh ta lại được kéo cùng với những người bạn của mình và buộc vào xe trượt tuyết.

**An diesem Tag legten sie sechzig Kilometer zurück, weil der Schnee festgetreten war.**

Ngày hôm đó họ đi được bốn mươi dặm vì tuyết đã được giẫm nhiều.

**Am nächsten Tag und noch viele Tage danach war der Schnee weich.**

Ngày hôm sau, và nhiều ngày sau đó, tuyết vẫn mềm.

**Sie mussten den Weg selbst bahnen, härter arbeiten und langsamer vorankommen.**

Họ phải tự mình tạo ra con đường, làm việc chăm chỉ hơn và di chuyển chậm hơn.

**Normalerweise ging Perrault mit Schwimmhäuten an den Schneeschuhen vor dem Team her.**

Thông thường, Perrault đi trước đội với đôi giày đi tuyết có màng.

**Seine Schritte verdichteten den Schnee und erleichterten so die Fortbewegung des Schlittens.**

Những bước chân của ông làm tuyết lún xuống, giúp xe trượt tuyết di chuyển dễ dàng hơn.

François, der vom Steuerstand aus steuerte, übernahm manchmal die Kontrolle.

François, người lái từ cần lái, đôi khi lại tiếp quản.

**Aber es kam selten vor, dass François die Führung übernahm**

Nhưng hiếm khi François dẫn đầu

**weil Perrault es eilig hatte, die Briefe und Pakete auszuliefern.**

vì Perrault đang vội vã chuyển thư và bưu kiện.

**Perrault war stolz auf sein Wissen über Schnee und insbesondere Eis.**

Perrault tự hào về kiến thức của mình về tuyết, đặc biệt là băng.

**Dieses Wissen war von entscheidender Bedeutung, da das Eis im Herbst gefährlich dünn war.**

Kiến thức đó rất cần thiết vì băng mùa thu rất mỏng.

**Wo das Wasser unter der Oberfläche schnell floss, gab es überhaupt kein Eis.**

Nơi nước chảy nhanh bên dưới bề mặt thì không hề có băng.


**Tag für Tag wiederholte sich endlos die gleiche Routine.**

Ngày này qua ngày khác, thói quen đó cứ lặp đi lặp lại không hồi kết.

**Buck arbeitete unermüdlich von morgens bis abends in den Zügeln.**

Buck miệt mài kéo dây cương từ sáng đến tối.

**Sie verließen das Lager im Dunkeln, lange bevor die Sonne aufgegangen war.**

Họ rời trại trong bóng tối, từ rất lâu trước khi mặt trời mọc.

**Als es Tag wurde, hatten sie bereits viele Kilometer zurückgelegt.**

Khi trời sáng, họ đã đi được nhiều dặm đường rồi.

**Sie schlugen ihr Lager nach Einbruch der Dunkelheit auf, aßen Fisch und gruben sich in den Schnee ein.**

Họ dựng trại sau khi trời tối, ăn cá và đào hang trong tuyết.

**Buck war immer hungrig und mit seiner Ration nie wirklich zufrieden.**

Buck luôn đói và không bao giờ thực sự hài lòng với khẩu phần ăn của mình.

**Er erhielt jeden Tag anderthalb Pfund getrockneten Lachs.**

Mỗi ngày ông nhận được một pound rưỡi cá hồi khô.

**Doch das Essen schien in ihm zu verschwinden und ließ den Hunger zurück.**

Nhưng thức ăn dường như biến mất bên trong anh, để lại cơn đói.

**Er litt unter ständigem Hunger und träumte von mehr Essen.**

Ông liên tục bị cơn đói hành hạ và mơ ước có nhiều thức ăn hơn.

**Die anderen Hunde haben nur ein Pfund abgenommen, sind aber stark geblieben.**

Những con chó khác chỉ được một pound thức ăn, nhưng chúng vẫn khỏe mạnh.

**Sie waren kleiner und in das Leben im Norden hineingeboren.**

Họ nhỏ con hơn và được sinh ra ở miền Bắc.

**Er verlor rasch die Sorgfalt, die sein früheres Leben geprägt hatte.**

Ông nhanh chóng mất đi sự cầu kỳ vốn có trong cuộc sống trước đây của mình.

**Er war ein gieriger Esser gewesen, aber jetzt war das nicht mehr möglich.**

Trước đây ông là người ăn uống thanh đạm, nhưng bây giờ điều đó không còn khả thi nữa.

**Seine Kameraden waren zuerst fertig und raubten ihm seine noch nicht aufgegessene Ration.**

Những người bạn của anh ta đã ăn xong trước và cướp mất phần ăn còn lại của anh ta.

**Als sie einmal damit anfingen, gab es keine Möglichkeit mehr, sein Essen vor ihnen zu verteidigen.**

Một khi chúng bắt đầu, không có cách nào để bảo vệ thức ăn của anh khỏi chúng.

**Während er zwei oder drei Hunde abwehrte, stahlen die anderen den Rest.**

Trong khi anh ta đánh đuổi hai hoặc ba con chó, những con khác đã đánh cắp số còn lại.

**Um dies zu beheben, begann er, so schnell zu essen wie die anderen.**

Để khắc phục điều này, anh ấy bắt đầu ăn nhanh như những người khác.

**Der Hunger trieb ihn so sehr an, dass er sogar Essen zu sich nahm, das ihm nicht gehörte.**

Cơn đói thúc đẩy anh ta đến mức anh ta thậm chí còn lấy cả thức ăn không phải của mình.

**Er beobachtete die anderen und lernte schnell aus ihren Handlungen.**

Anh ấy quan sát những người khác và học hỏi nhanh chóng từ hành động của họ.

**Er sah, wie Pike, ein neuer Hund, Perrault eine Scheibe Speck stahl.**

Anh ta nhìn thấy Pike, một chú chó mới, đang ăn trộm một miếng thịt xông khói của Perrault.

**Pike hatte gewartet, bis Perrault sich umdrehte, um den Speck zu stehlen.**

Pike đã đợi cho đến khi Perrault quay lưng lại mới lấy trộm thịt xông khói.

**Am nächsten Tag machte Buck es Pike nach und stahl das ganze Stück.**

Ngày hôm sau, Buck bắt chước Pike và đánh cắp toàn bộ miếng thịt.

**Es folgte ein großer Aufruhr, doch Buck wurde nicht verdächtigt.**

Một tiếng ồn lớn vang lên, nhưng Buck không bị nghi ngờ.

**Stattdessen wurde Dub bestraft, ein tollpatschiger Hund, der immer erwischt wurde.**

Dub, một chú chó vụng về luôn bị bắt gặp, đã bị trừng phạt.

**Dieser erste Diebstahl machte Buck zu einem Hund, der in der Lage war, im Norden zu überleben.**

Vụ trộm đầu tiên đó đã đánh dấu Buck là một chú chó thích hợp để sinh tồn ở miền Bắc.

**Er zeigte, dass er sich an neue Bedingungen anpassen und schnell lernen konnte.**
Ông đã chứng tỏ mình có thể thích nghi với điều kiện mới và học hỏi rất nhanh.

**Ohne diese Anpassungsfähigkeit wäre er schnell und auf schlimme Weise gestorben.**
Nếu không có khả năng thích nghi đó, ông đã chết một cách nhanh chóng và thảm khốc.

**Es markierte auch den Zusammenbruch seiner moralischen Natur und seiner früheren Werte.**
Nó cũng đánh dấu sự suy sụp về bản chất đạo đức và các giá trị trong quá khứ của ông.

**Im Südland hatte er nach dem Gesetz der Liebe und Güte gelebt.**
Ở miền Nam, ông sống theo luật yêu thương và lòng tốt.

**Dort war es sinnvoll, Eigentum und die Gefühle anderer Hunde zu respektieren.**
Ở đó, việc tôn trọng tài sản và cảm xúc của những chú chó khác là điều hợp lý.

**Aber das Nordland befolgte das Gesetz der Keule und das Gesetz der Reißzähne.**
Nhưng vùng đất phía Bắc lại tuân theo luật dùi cui và luật nanh vuốt.

**Wer hier alte Werte respektierte, war dumm und würde scheitern.**
Bất cứ ai tôn trọng các giá trị cũ ở đây đều là kẻ ngốc và sẽ thất bại.

**Buck hat das alles nicht durchdacht.**
Buck không hề lý giải tất cả những điều này trong đầu.

**Er war fit und passte sich daher an, ohne darüber nachdenken zu müssen.**
Anh ấy khỏe mạnh nên có thể điều chỉnh mà không cần phải suy nghĩ.

**Sein ganzes Leben lang war er noch nie vor einem Kampf davongelaufen.**
Trong suốt cuộc đời mình, ông chưa bao giờ chạy trốn khỏi một cuộc chiến.

**Doch die Holzkeule des Mannes im roten Pullover änderte diese Regel.**

Nhưng cây dùi cui gỗ của người đàn ông mặc áo len đỏ đã thay đổi quy luật đó.

**Jetzt folgte er einem tieferen, älteren Code, der in sein Wesen eingeschrieben war.**

Bây giờ anh ấy tuân theo một quy tắc sâu sắc hơn, cũ kỹ hơn đã khắc sâu vào trong con người anh.

**Er stahl nicht aus Vergnügen, sondern aus Hunger.**

Anh ta không ăn cắp vì thích thú mà vì đau đớn vì đói.

**Er raubte nie offen, sondern stahl mit List und Sorgfalt.**

Ông không bao giờ cướp một cách công khai mà ăn cắp một cách xảo quyệt và cẩn thận.

**Er handelte aus Respekt vor der Holzkeule und aus Angst vor dem Fangzahn.**

Anh ta hành động như vậy vì tôn trọng cây gậy gỗ và sợ nanh.

**Kurz gesagt, er hat das getan, was einfacher und sicherer war, als es nicht zu tun.**

Tóm lại, ông đã làm những gì dễ dàng và an toàn hơn là không làm gì cả.

**Seine Entwicklung – oder vielleicht seine Rückkehr zu alten Instinkten – verlief schnell.**

Sự phát triển của anh ấy—hay có lẽ là sự trở lại với bản năng cũ—diễn ra rất nhanh.

**Seine Muskeln verhärteten sich, bis sie sich stark wie Eisen anfühlten.**

Cơ bắp của anh cứng lại cho đến khi chúng mạnh như sắt.

**Schmerzen machten ihm nichts mehr aus, es sei denn, sie waren ernst.**

Anh ấy không còn quan tâm đến nỗi đau nữa, trừ khi đó là nỗi đau nghiêm trọng.

**Er wurde durch und durch effizient und verschwendete überhaupt nichts.**

Ông trở nên hiệu quả cả về bên trong lẫn bên ngoài, không lãng phí bất cứ thứ gì.

**Er konnte Dinge essen, die scheußlich, verdorben oder schwer verdaulich waren.**

Ông có thể ăn những thứ ghê tởm, thối rữa hoặc khó tiêu.

**Was auch immer er aß, sein Magen verbrauchte das letzte bisschen davon.**

Bất kể anh ta ăn gì, dạ dày cũng sử dụng hết mọi thứ có giá trị.

**Sein Blut transportierte die Nährstoffe weit durch seinen kräftigen Körper.**

Máu của ông vận chuyển chất dinh dưỡng đi khắp cơ thể cường tráng của ông.

**Dadurch baute er starkes Gewebe auf, das ihm eine unglaubliche Ausdauer verlieh.**

Điều này giúp xây dựng các mô khỏe mạnh mang lại cho anh sức bền đáng kinh ngạc.

**Sein Seh- und Geruchssinn wurden viel feiner als zuvor.**

Thị giác và khứu giác của anh trở nên nhạy bén hơn trước rất nhiều.

**Sein Gehör wurde so scharf, dass er im Schlaf leise Geräusche wahrnehmen konnte.**

Thính giác của ông trở nên nhạy bén đến mức ông có thể phát hiện ra những âm thanh yếu ớt trong lúc ngủ.

**In seinen Träumen wusste er, ob die Geräusche Sicherheit oder Gefahr bedeuteten.**

Trong mơ, anh biết những âm thanh đó có nghĩa là an toàn hay nguy hiểm.

**Er lernte, mit den Zähnen auf das Eis zwischen seinen Zehen zu beißen.**

Anh ấy đã học cách cắn băng giữa các ngón chân bằng răng.

**Wenn ein Wasserloch zufror, brach er das Eis mit seinen Beinen.**

Nếu một vũng nước đóng băng, anh ta sẽ phá băng bằng chân của mình.

**Er bäumte sich auf und schlug mit seinen steifen Vorderbeinen hart auf das Eis.**

Anh ta đứng thẳng dậy và đập mạnh xuống băng bằng đôi chân trước cứng đờ.

**Seine bemerkenswerteste Fähigkeit war die Vorhersage von Windänderungen über Nacht.**

Khả năng nổi bật nhất của ông là dự đoán sự thay đổi của gió trong đêm.

**Selbst bei Windstille suchte er sich windgeschützte Stellen aus.**

Ngay cả khi không khí tĩnh lặng, ông vẫn chọn những nơi tránh gió.

**Wo auch immer er sein Nest grub, der Wind des nächsten Tages strich an ihm vorbei.**

Bất cứ nơi nào nó đào tổ, cơn gió ngày hôm sau đều thổi ngang qua.

**Er landete immer gemütlich und geschützt, in Lee der Brise.**

Anh ta luôn luôn ở nơi an toàn và được bảo vệ, khuất gió.

**Buck hat nicht nur durch Erfahrung gelernt – auch seine Instinkte sind zurückgekehrt.**

Buck không chỉ học được từ kinh nghiệm mà bản năng của anh cũng quay trở lại.

**Die Gewohnheiten der domestizierten Generationen begannen zu verschwinden.**

Thói quen của các thế hệ thuần hóa bắt đầu mất đi.

**Er erinnerte sich vage an die alten Zeiten seiner Rasse.**

Ông mơ hồ nhớ lại thời xa xưa của giống nòi mình.

**Er dachte an die Zeit zurück, als wilde Hunde in Rudeln durch die Wälder rannten.**

Anh nhớ lại thời những con chó hoang chạy thành bầy xuyên qua rừng.

**Sie hatten ihre Beute gejagt und getötet, während sie sie verfolgten.**

Họ đã đuổi theo và giết chết con mồi trong khi truy đuổi.

**Buck lernte leicht, mit Biss und Schnelligkeit zu kämpfen.**

Buck có thể dễ dàng học cách chiến đấu bằng sức mạnh và tốc độ.

**Er verwendete Schnitte, Hiebe und schnelle Schnappschüsse, genau wie seine Vorfahren.**

Ông sử dụng các đòn cắt, chém và đập nhanh giống như tổ tiên của mình.

**Diese Vorfahren regten sich in ihm und erweckten seine wilde Natur.**

Những tổ tiên đó đã khuấy động bên trong anh và đánh thức bản chất hoang dã của anh.

**Ihre alten Fähigkeiten waren ihm durch die Blutlinie vererbt worden.**

Những kỹ năng cũ của họ đã được truyền vào anh thông qua dòng máu.

**Ihre Tricks gehörten ihm nun, ohne dass er üben oder sich anstrengen musste.**

Những mánh khóe của họ giờ đã là của anh, không cần phải luyện tập hay nỗ lực.

**In stillen, kalten Nächten hob Buck die Nase und heulte.**

Vào những đêm tĩnh lặng và lạnh giá, Buck hếch mũi lên và hú.

**Er heulte lang und tief, so wie es die Wölfe vor langer Zeit getan hatten.**

Anh ta tru lên một tiếng dài và sâu, giống như tiếng tru của loài sói từ lâu.

**Durch ihn streckten seine toten Vorfahren ihre Nasen und heulten.**

Qua anh, tổ tiên đã khuất của anh hếch mũi và hú lên.

**Sie heulten durch die Jahrhunderte mit seiner Stimme und Gestalt.**

Họ đã hú vang qua nhiều thế kỷ bằng giọng nói và hình dáng của ông.

**Seine Kadenzen waren ihre, alte Schreie, die von Kummer und Kälte erzählten.**

Nhịp điệu của ông cũng giống như họ, tiếng kêu cũ rích báo hiệu nỗi đau buồn và giá lạnh.

**Sie sangen von Dunkelheit, Hunger und der Bedeutung des Winters.**

Họ hát về bóng tối, về cơn đói và ý nghĩa của mùa đông.

**Buck bewies, wie das Leben von Kräften jenseits des eigenen Ichs geprägt wird.**

Buck đã chứng minh rằng cuộc sống được định hình bởi những thế lực bên ngoài bản thân mình,

**Das uralte Lied stieg durch Buck auf und ergriff seine Seele.**

bài hát cổ xưa vang lên trong Buck và chiếm lấy tâm hồn anh.

**Er fand sich selbst, weil Menschen im Norden Gold gefunden hatten.**

Ông đã tìm thấy chính mình vì con người đã tìm thấy vàng ở phương Bắc.

**Und er fand sich selbst, weil Manuel, der Gärtnergehilfe, Geld brauchte.**

Và anh đã tìm thấy chính mình vì Manuel, người phụ việc làm vườn, đang cần tiền.

## Das dominante Urtier
### Quái thú nguyên thủy thống trị

**In Buck war das dominante Urtier so stark wie eh und je.**

Con thú nguyên thủy thống trị vẫn mạnh mẽ như thường lệ trong Buck.

**Doch das dominante Urtier hatte in ihm geschlummert.**

Nhưng con thú nguyên thủy thống trị vẫn ẩn núp bên trong anh ta.

**Das Leben auf dem Trail war hart, aber es stärkte das Tier in Buck.**

Cuộc sống trên đường mòn thật khắc nghiệt, nhưng nó đã tôi luyện nên con thú bên trong Buck.

**Insgeheim wurde das Biest von Tag zu Tag stärker.**

Con thú này ngày càng mạnh mẽ hơn một cách bí ẩn.

**Doch dieses innere Wachstum blieb der Außenwelt verborgen.**

Nhưng sự phát triển bên trong đó vẫn ẩn giấu với thế giới bên ngoài.

**In Buck baute sich eine stille und ruhige Urkraft auf.**

Một sức mạnh nguyên thủy yên tĩnh và tĩnh lặng đang hình thành bên trong Buck.

**Neue Gerissenheit verlieh Buck Gleichgewicht, Ruhe und Selbstbeherrschung.**

Sự khôn ngoan mới mang lại cho Buck sự cân bằng, khả năng kiểm soát bình tĩnh và điềm đạm.

**Buck konzentrierte sich sehr auf die Anpassung und fühlte sich nie völlig entspannt.**

Buck tập trung hết sức vào việc thích nghi và không bao giờ cảm thấy hoàn toàn thư giãn.

**Er ging Konflikten aus dem Weg, fing nie Streit an und suchte auch nie Ärger.**

Ông tránh xung đột, không bao giờ gây gổ hay tìm kiếm rắc rối.

**Jede Bewegung von Buck war von langsamer, stetiger Nachdenklichkeit geprägt.**

Một sự chu đáo chậm rãi, vững chắc định hình từng hành động của Buck.

**Er vermied überstürzte Entscheidungen und plötzliche, rücksichtslose Entschlüsse.**

Ông tránh những lựa chọn hấp tấp và những quyết định đột ngột, liều lĩnh.

**Obwohl Buck Spitz zutiefst hasste, zeigte er ihm gegenüber keine Aggression.**

Mặc dù Buck rất ghét Spitz, nhưng anh không hề tỏ ra hung dữ.

**Buck hat Spitz nie provoziert und sein Verhalten zurückhaltend gehalten.**

Buck không bao giờ khiêu khích Spitz và luôn kiềm chế hành động của mình.

**Spitz hingegen spürte die wachsende Gefahr, die von Buck ausging.**

Ngược lại, Spitz cảm nhận được mối nguy hiểm đang gia tăng ở Buck.

**Er sah in Buck eine Bedrohung und eine ernsthafte Herausforderung seiner Macht.**

Ông coi Buck là mối đe dọa và là thách thức nghiêm trọng đối với quyền lực của mình.

**Er nutzte jede Gelegenheit, um zu knurren und seine scharfen Zähne zu zeigen.**

Anh ta tận dụng mọi cơ hội để gầm gừ và phô hàm răng sắc nhọn của mình.

**Er versuchte, den tödlichen Kampf zu beginnen, der bevorstand.**

Anh ta đang cố gắng bắt đầu cuộc chiến chết chóc sắp xảy ra.

**Schon zu Beginn der Reise wäre es beinahe zu einem Streit zwischen ihnen gekommen.**

Vào đầu chuyến đi, một cuộc ẩu đả gần như đã xảy ra giữa họ.

**Doch ein unerwarteter Unfall verhinderte den Kampf.**

Nhưng một tai nạn bất ngờ đã khiến cuộc chiến phải dừng lại.

**An diesem Abend schlugen sie ihr Lager am bitterkalten Lake Le Barge auf.**

Tối hôm đó, họ dựng trại trên hồ Le Barge lạnh buốt.

**Es schneite heftig und der Wind war schneidend wie ein Messer.**

Tuyết rơi dày và gió cắt như dao.

**Die Nacht war zu schnell hereingebrochen und Dunkelheit umgab sie.**

Đêm đã đến quá nhanh và bóng tối bao trùm lấy họ.

**Sie hätten sich kaum einen schlechteren Ort zum Ausruhen aussuchen können.**

Họ khó có thể chọn một nơi nào tệ hơn để nghỉ ngơi.

**Die Hunde suchten verzweifelt nach einem Platz zum Hinlegen.**

Những chú chó tuyệt vọng tìm kiếm một nơi để nằm xuống.

**Hinter der kleinen Gruppe erhob sich steil eine hohe Felswand.**

Một bức tường đá cao dựng đứng phía sau nhóm nhỏ này.

**Das Zelt wurde in Dyea zurückgelassen, um die Last zu erleichtern.**

Chiếc lều đã được để lại ở Dyea để giảm tải.

**Ihnen blieb nichts anderes übrig, als das Feuer auf dem Eis selbst zu machen.**

Họ không còn lựa chọn nào khác ngoài việc nhóm lửa trên chính băng.

**Sie breiten ihre Schlafmäntel direkt auf dem zugefrorenen See aus.**

Họ trải áo ngủ trực tiếp xuống mặt hồ đóng băng.

**Ein paar Stücke Treibholz gaben ihnen ein wenig Feuer.**

Một vài thanh gỗ trôi dạt có thể giúp họ nhóm lửa.

**Doch das Feuer wurde auf dem Eis entfacht und taute hindurch.**

Nhưng ngọn lửa được nhóm lên trên băng và tan chảy qua băng.

**Schließlich aßen sie ihr Abendessen im Dunkeln.**

Cuối cùng họ ăn tối trong bóng tối.

**Buck rollte sich neben dem Felsen zusammen, geschützt vor dem kalten Wind.**

Buck cuộn mình bên cạnh tảng đá, tránh xa cơn gió lạnh.

**Der Platz war so warm und sicher, dass Buck es hasste, wegzugehen.**

Nơi này ấm áp và an toàn đến nỗi Buck ghét phải rời đi.

**Aber François hatte den Fisch aufgewärmt und verteilte die Rationen.**

Nhưng François đã hâm nóng cá và phát khẩu phần ăn.

**Buck aß schnell fertig und ging zurück in sein Bett.**

Buck ăn xong một cách nhanh chóng và quay trở lại giường.

**Aber Spitz lag jetzt dort, wo Buck sein Bett gemacht hatte.**

Nhưng Spitz lúc này lại nằm ở nơi Buck đã nằm.

**Ein leises Knurren warnte Buck, dass Spitz sich weigerte, sich zu bewegen.**

Một tiếng gầm gừ nhỏ cảnh báo Buck rằng Spitz từ chối di chuyển.

**Bisher hatte Buck diesen Kampf mit Spitz vermieden.**

Cho đến bây giờ, Buck vẫn tránh được cuộc chiến này với Spitz.

**Doch tief in Bucks Innerem brach das Biest schließlich aus.**

Nhưng sâu thẳm bên trong Buck, con thú cuối cùng đã vùng thoát.

**Der Diebstahl seines Schlafplatzes war zu viel für ihn.**

Việc mất cắp chỗ ngủ của anh ấy là điều không thể chấp nhận được.

**Buck stürzte sich voller Wut und Zorn auf Spitz.**

Buck lao vào Spitz, đầy tức giận và phẫn nộ.

**Bis jetzt hatte Spitz gedacht, Buck sei bloß ein großer Hund.**

Cho đến tận bây giờ Spitz vẫn nghĩ Buck chỉ là một chú chó lớn.

**Er glaubte nicht, dass Buck durch seinen Geist überlebt hatte.**

Anh không nghĩ Buck có thể sống sót nhờ vào tinh thần của anh.

**Er erwartete Angst und Feigheit, nicht Wut und Rache.**

Ông mong đợi sự sợ hãi và hèn nhát chứ không phải sự giận dữ và trả thù.

**François starrte die beiden Hunde an, als sie aus dem zerstörten Nest stürmten.**

François nhìn chằm chằm khi cả hai con chó lao ra khỏi tổ bị phá hủy.

**Er verstand sofort, was den wilden Kampf ausgelöst hatte.**

Anh ta hiểu ngay lý do dẫn đến cuộc đấu tranh dữ dội này.

**„Aa-ah!", rief François, um dem braunen Hund zuzujubeln.**

"Aa-ah!" François hét lên để ủng hộ chú chó nâu.

**„Verprügelt ihn! Bei Gott, bestraft diesen hinterhältigen Dieb!"**

"Đánh cho hắn một trận! Trời ơi, trừng phạt tên trộm gian xảo này!"

**Spitz zeigte gleichermaßen Bereitschaft und wilden Kampfeswillen.**

Spitz cũng thể hiện sự sẵn sàng và háo hức chiến đấu mãnh liệt.

**Er schrie wütend auf, während er schnell im Kreis kreiste und nach einer Öffnung suchte.**

Anh ta hét lên trong cơn thịnh nộ trong khi di chuyển vòng tròn nhanh chóng, tìm kiếm một khoảng trống.

**Buck zeigte den gleichen Kampfeshunger und die gleiche Vorsicht.**

Buck cũng thể hiện sự khao khát chiến đấu và sự thận trọng như vậy.

**Auch er umkreiste seinen Gegner und versuchte, im Kampf die Oberhand zu gewinnen.**

Anh ta cũng bao quanh đối thủ của mình, cố gắng giành thế thượng phong trong trận chiến.

**Dann geschah etwas Unerwartetes und veränderte alles.**

Sau đó, một điều bất ngờ đã xảy ra và thay đổi mọi thứ.

**Dieser Moment verzögerte den letztendlichen Kampf um die Führung.**

Khoảnh khắc đó đã trì hoãn cuộc chiến giành quyền lãnh đạo sau này.

**Bis zum Ende warteten noch viele Meilen voller Mühe und Anstrengung.**

Nhiều dặm đường mòn và sự đấu tranh vẫn đang chờ đợi trước khi đến đích.

Perrault stieß einen Fluch aus, als eine Keule auf Knochen schlug.

Perrault hét lên lời thề khi một chiếc dùi cui đập vào xương.

Es folgte ein scharfer Schmerzensschrei, dann brach überall Chaos aus.

Một tiếng thét đau đớn vang lên, sau đó hỗn loạn bùng nổ khắp nơi.

Dunkle Gestalten bewegten sich im Lager; wilde Huskys, ausgehungert und wild.

Những bóng đen di chuyển trong trại; những chú chó husky hoang dã, đói khát và hung dữ.

Vier oder fünf Dutzend Huskys hatten das Lager von weitem erschnüffelt.

Bốn hoặc năm chục con chó husky đã đánh hơi khu trại từ xa.

Sie hatten sich leise hineingeschlichen, während die beiden Hunde in der Nähe kämpften.

Họ đã lặng lẽ lẻn vào trong khi hai con chó đang đánh nhau gần đó.

François und Perrault griffen an und schwangen Knüppel auf die Eindringlinge.

François và Perrault lao tới, vung gậy vào những kẻ xâm lược.

Die ausgehungerten Huskies zeigten ihre Zähne und wehrten sich rasend.

Những chú chó husky đói khát nhe răng và chống trả dữ dội.

Der Geruch von Fleisch und Brot hatte sie alle Angst vertreiben lassen.

Mùi thịt và bánh mì đã giúp họ vượt qua mọi nỗi sợ hãi.

Perrault schlug einen Hund, der seinen Kopf in der Fresskiste vergraben hatte.

Perrault đánh một con chó đã vùi đầu vào hộp đựng thức ăn.

Der Schlag war hart, die Schachtel kippte um und das Essen quoll heraus.

Cú đánh rất mạnh khiến chiếc hộp lật ngược lại, thức ăn đổ ra ngoài.

Innerhalb von Sekunden rissen sich zwanzig wilde Tiere über das Brot und das Fleisch her.

Chỉ trong vài giây, hàng chục con thú dữ đã xé nát ổ bánh mì và thịt.

**Die Keulen der Männer landeten Schlag auf Schlag, doch kein Hund ließ nach.**

Những cây gậy của đàn ông liên tục giáng xuống những đòn đánh, nhưng không có con chó nào quay đi.

**Sie schrien vor Schmerz, kämpften aber, bis kein Futter mehr übrig war.**

Họ hú lên vì đau đớn nhưng vẫn chiến đấu cho đến khi không còn thức ăn.

**Inzwischen waren die Schlittenhunde aus ihren verschneiten Betten gesprungen.**

Trong khi đó, những chú chó kéo xe đã nhảy ra khỏi lớp tuyết phủ của chúng.

**Sie wurden sofort von den bösartigen, hungrigen Huskys angegriffen.**

Họ ngay lập tức bị tấn công bởi những chú chó husky hung dữ và đói khát.

**Buck hatte noch nie zuvor so wilde und ausgehungerte Tiere gesehen.**

Buck chưa bao giờ nhìn thấy những sinh vật hoang dã và đói khát như vậy.

**Ihre Haut hing lose und verbarg kaum ihr Skelett.**

Da của họ hở ra, gần như không thể che giấu bộ xương.

**In ihren Augen brannte ein Feuer aus Hunger und Wahnsinn**

Có một ngọn lửa trong mắt họ, vì đói và điên cuồng

**Sie waren nicht aufzuhalten, ihrem wilden Ansturm war kein Widerstand zu leisten.**

Không có cách nào ngăn cản chúng; không thể chống lại sự lao tới dữ dội của chúng.

**Die Schlittenhunde wurden zurückgedrängt und gegen die Felswand gedrückt.**

Những chú chó kéo xe bị đẩy lùi, ép vào vách đá.

**Drei Huskies griffen Buck gleichzeitig an und rissen ihm das Fleisch auf.**

Ba con chó husky tấn công Buck cùng một lúc, xé xác cậu.

**Aus den Schnittwunden an seinem Kopf und seinen Schultern strömte Blut.**

Máu chảy ra từ đầu và vai anh, nơi anh bị cắt.

**Der Lärm erfüllte das Lager: Knurren, Jaulen und Schmerzensschreie.**

Tiếng ồn tràn ngập khắp trại: tiếng gầm gừ, tiếng la hét và tiếng kêu đau đớn.

**Billee weinte wie immer laut, gefangen im Kampf und in der Panik.**

Billee khóc lớn như thường lệ, bị cuốn vào cuộc hỗn chiến và hoảng loạn.

**Dave und Solleks standen Seite an Seite, blutend, aber trotzig.**

Dave và Solleks đứng cạnh nhau, máu chảy nhưng vẫn kiên cường.

**Joe kämpfte wie ein Dämon und biss alles, was ihm zu nahe kam.**

Joe chiến đấu như một con quỷ, cắn bất cứ thứ gì đến gần.

**Mit einem brutalen Schnappen seines Kiefers zerquetschte er das Bein eines Huskys.**

Anh ta nghiền nát chân của một con chó husky chỉ bằng một cú cắn mạnh mẽ.

**Pike sprang auf den verletzten Husky und brach ihm sofort das Genick.**

Pike nhảy lên con chó husky bị thương và bẻ gãy cổ nó ngay lập tức.

**Buck packte einen Husky an der Kehle und riss ihm die Ader auf.**

Buck tóm lấy cổ họng một con chó husky và xé toạc tĩnh mạch.

**Blut spritzte und der warme Geschmack trieb Buck in Raserei.**

Máu phun ra, và hương vị ấm áp khiến Buck trở nên điên cuồng.

**Ohne zu zögern stürzte er sich auf einen anderen Angreifer.**

Anh ta lao vào kẻ tấn công khác mà không chút do dự.

**Im selben Moment gruben sich scharfe Zähne in Bucks Kehle.**

Cùng lúc đó, hàm răng sắc nhọn cắm vào cổ họng Buck.

**Spitz hatte von der Seite zugeschlagen und ohne
Vorwarnung angegriffen.**

Spitz đã tấn công từ bên cạnh mà không báo trước.

**Perrault und François hatten die Hunde besiegt, die das
Futter stahlen.**

Perrault và François đã đánh bại được lũ chó ăn trộm thức ăn.

**Nun eilten sie ihren Hunden zu Hilfe, um die Angreifer
abzuwehren.**

Bây giờ họ vội vã chạy đến giúp chó của mình chống trả lại kẻ
tấn công.

**Die ausgehungerten Hunde zogen sich zurück, als die
Männer ihre Keulen schwangen.**

Những con chó đói lùi lại khi những người đàn ông vung dùi
cui.

**Buck konnte sich dem Angriff befreien, doch die Flucht war
nur von kurzer Dauer.**

Buck thoát khỏi cuộc tấn công, nhưng chỉ thoát được trong
chốc lát.

**Die Männer rannten los, um ihre Hunde zu retten, und die
Huskies kamen erneut zum Vorschein.**

Những người đàn ông chạy đi cứu chó của họ, và đàn chó
husky lại kéo đến.

**Billee, der aus Angst Mut fasste, sprang in die Hundemeute.**

Billee, sợ hãi đến mức can đảm, nhảy vào bầy chó.

**Doch dann floh er in blanker Angst und Panik über das Eis.**

Nhưng sau đó anh ta bỏ chạy qua băng trong sự sợ hãi và
hoảng loạn tột độ.

**Pike und Dub folgten dicht dahinter und rannten um ihr
Leben.**

Pike và Dub chạy theo sát phía sau để thoát thân.

**Der Rest des Teams löste sich auf, zerstreute sich und folgte
ihnen.**

Phần còn lại của đội tan rã và tản ra, đuổi theo họ.

**Buck nahm all seine Kräfte zusammen, um loszurennen,
doch dann sah er einen Blitz.**

Buck cố gắng tập trung sức lực để chạy, nhưng rồi nhìn thấy một tia sáng.

**Spitz stürzte sich auf Buck und versuchte, ihn zu Boden zu schlagen.**

Spitz lao vào bên cạnh Buck, cố gắng vật anh ta xuống đất.

**Unter dieser Meute von Huskys hätte Buck nicht entkommen können.**

Với bầy chó husky đó, Buck sẽ không có lối thoát.

**Aber Buck blieb standhaft und wappnete sich für den Schlag von Spitz.**

Nhưng Buck vẫn đứng vững và chuẩn bị đón nhận cú đánh của Spitz.

**Dann drehte er sich um und rannte mit dem fliehenden Team auf das Eis hinaus.**

Sau đó, anh ta quay người và chạy ra sân băng cùng với đội đang bỏ chạy.


**Später versammelten sich die neun Schlittenhunde im Schutz des Waldes.**

Sau đó, chín chú chó kéo xe tập trung tại nơi trú ẩn trong rừng.

**Niemand verfolgte sie mehr, aber sie waren geschlagen und verwundet.**

Không còn ai đuổi theo họ nữa, nhưng họ đã bị đánh đập và bị thương.

**Jeder Hund hatte Wunden; vier oder fünf tiefe Schnitte an jedem Körper.**

Mỗi con chó đều có vết thương; bốn hoặc năm vết cắt sâu trên cơ thể.

**Dub hatte ein verletztes Hinterbein und konnte kaum noch laufen.**

Dub bị thương ở chân sau và hiện đang gặp khó khăn khi đi lại.

**Dolly, der neueste Hund aus Dyea, hatte eine aufgeschlitzte Kehle.**

Dolly, chú chó mới nhất từ Dyea, bị cắt cổ họng.

**Joe hatte ein Auge verloren und Billees Ohr war in Stücke geschnitten**

Joe đã mất một mắt, và tai của Billee đã bị cắt thành từng mảnh

**Alle Hunde schrien die ganze Nacht vor Schmerz und Niederlage.**

Tất cả các chú chó đều kêu khóc vì đau đớn và thất bại suốt đêm.

**Im Morgengrauen krochen sie wund und gebrochen zurück ins Lager.**

Lúc rạng sáng, họ lê bước trở về trại, đau nhức và mệt mỏi.

**Die Huskies waren verschwunden, aber der Schaden war angerichtet.**

Những chú chó husky đã biến mất, nhưng thiệt hại thì đã xảy ra.

**Perrault und François standen schlecht gelaunt vor der Ruine.**

Perrault và François đứng trong tâm trạng bực bội khi nhìn thấy đống đổ nát.

**Die Hälfte der Lebensmittel war verschwunden und von den hungrigen Dieben geschnappt worden.**

Một nửa số thức ăn đã biến mất, bị những tên trộm đói khát cướp mất.

**Die Huskies hatten Schlittenbindungen und Planen zerrissen.**

Lũ chó husky đã xé toạc dây buộc và vải bạt của xe trượt tuyết.

**Alles, was nach Essen roch, wurde vollständig verschlungen.**

Bất cứ thứ gì có mùi thức ăn đều bị ăn hết.

**Sie aßen ein Paar von Perraults Reisestiefeln aus Elchleder.**

Họ đã ăn một đôi giày đi du lịch bằng da nai của Perrault.

**Sie zerkauten Lederreis und ruinierten Riemen, sodass sie nicht mehr verwendet werden konnten.**

Họ nhai dây da và làm hỏng dây đeo đến mức không thể sử dụng được.

**François hörte auf, auf die zerrissene Peitsche zu starren, um nach den Hunden zu sehen.**

François ngừng nhìn chằm chằm vào sợi roi rách để kiểm tra lũ chó.

**„Ah, meine Freunde", sagte er mit leiser, besorgter Stimme.**

"Ồ, bạn của tôi," anh nói, giọng nói trầm và đầy lo lắng.

**„Vielleicht verwandeln euch all diese Bisse in tollwütige Tiere."**

"Có lẽ tất cả những vết cắn này sẽ biến bạn thành những con thú điên cuồng."

**„Vielleicht alles tollwütige Hunde, heiliger Scheiß! Was meinst du, Perrault?"**

"Có lẽ tất cả đều là chó điên, thánh thần ơi! Anh nghĩ sao, Perrault?"

**Perrault schüttelte den Kopf, seine Augen waren dunkel vor Sorge und Angst.**

Perrault lắc đầu, đôi mắt tối sầm lại vì lo lắng và sợ hãi.

**Zwischen ihnen und Dawson lagen noch sechshundertvierzig Kilometer.**

Vẫn còn khoảng cách bốn trăm dặm giữa họ và Dawson.

**Der Hundewahnsinn könnte nun jede Überlebenschance zerstören.**

Sự điên cuồng của loài chó hiện nay có thể phá hủy mọi cơ hội sống sót.

**Sie verbrachten zwei Stunden damit, zu fluchen und zu versuchen, die Ausrüstung zu reparieren.**

Họ mất hai giờ để chửi thề và cố gắng sửa chữa thiết bị.

**Das verwundete Team verließ schließlich gebrochen und besiegt das Lager.**

Cuối cùng, đội bị thương phải rời khỏi trại trong tâm trạng tan vỡ và thất bại.

**Dies war der bisher schwierigste Weg und jeder Schritt war schmerzhaft.**

Đây là con đường khó khăn nhất từ trước đến nay và mỗi bước đi đều đau đớn.

**Der Thirty Mile River war nicht zugefroren und rauschte wild.**

Sông Thirty Mile chưa đóng băng và đang chảy xiết.

**Nur an ruhigen Stellen und in wirbelnden Wirbeln konnte das Eis halten.**

Chỉ ở những nơi yên tĩnh và có dòng nước xoáy thì băng mới có thể giữ được.

**Sechs Tage harter Arbeit vergingen, bis die dreißig Meilen geschafft waren.**

Sáu ngày lao động khổ sai đã trôi qua cho đến khi hoàn thành được ba mươi dặm.

**Jeder Kilometer des Weges barg Gefahren und Todesgefahr.**

Mỗi dặm đường mòn đều mang đến nguy hiểm và đe dọa đến tính mạng.

**Die Männer und Hunde riskierten mit jedem schmerzhaften Schritt ihr Leben.**

Những người đàn ông và chó đều liều mạng sống của mình với mỗi bước đi đau đớn.

**Perrault durchbrach ein Dutzend Mal dünne Eisbrücken.**

Perrault đã phá vỡ những cây cầu băng mỏng hàng chục lần.

**Er trug eine Stange und ließ sie über das Loch fallen, das sein Körper hinterlassen hatte.**

Anh ta cầm một cây sào và thả nó rơi ngang qua cái lỗ do cơ thể anh ta tạo ra.

**Mehr als einmal rettete diese Stange Perrault vor dem Ertrinken.**

Chiếc sào đó đã không chỉ một lần cứu Perrault khỏi chết đuối.

**Die Kältewelle hielt an, die Lufttemperatur lag bei minus fünfzig Grad.**

Thời tiết lạnh giá vẫn tiếp diễn, nhiệt độ không khí là âm năm mươi độ.

**Jedes Mal, wenn er hineinfiel, musste Perrault ein Feuer anzünden, um zu überleben.**

Mỗi lần rơi xuống nước, Perrault phải đốt lửa để sống sót.

**Nasse Kleidung gefror schnell, also trocknete er sie in der Nähe der sengenden Hitze.**

Quần áo ướt đông cứng rất nhanh nên anh phải phơi chúng gần nơi có nhiệt độ cao.

**Perrault hatte nie Angst und das machte ihn zu einem Kurier.**

Không một nỗi sợ hãi nào có thể chạm tới Perrault, và điều đó đã biến anh thành một người đưa tin.

**Er wurde für die Gefahr auserwählt und begegnete ihr mit stiller Entschlossenheit.**

Anh được chọn để đương đầu với nguy hiểm, và anh đã đón nhận nó bằng sự quyết tâm thầm lặng.

**Er drängte sich gegen den Wind vorwärts, sein runzliges Gesicht war erfroren.**

Ông ta tiến về phía trước trong gió, khuôn mặt nhăn nheo và cóng lạnh.

**Von der Morgendämmerung bis zum Einbruch der Nacht führte Perrault sie weiter.**

Từ lúc rạng đông cho đến lúc đêm xuống, Perrault dẫn họ tiến lên.

**Er ging auf einer schmalen Eiskante, die bei jedem Schritt knackte.**

Anh ta bước đi trên vành băng hẹp, nứt ra sau mỗi bước chân.

**Sie wagten nicht, anzuhalten – jede Pause hätte das Risiko eines tödlichen Zusammenbruchs bedeutet.**

Họ không dám dừng lại - mỗi lần dừng lại đều có nguy cơ ngã gục chết người.

**Einmal brach der Schlitten durch und zog Dave und Buck hinein.**

Có lần chiếc xe trượt tuyết bị rơi xuống, kéo Dave và Buck vào trong.

**Als sie freigezogen wurden, waren beide fast erfroren.**

Khi họ được kéo ra, cả hai đều gần như bị đông cứng.

**Die Männer machten schnell ein Feuer, um Buck und Dave am Leben zu halten.**

Những người đàn ông nhanh chóng nhóm lửa để giữ cho Buck và Dave sống sót.

**Die Hunde waren von der Nase bis zum Schwanz mit Eis bedeckt und steif wie geschnitztes Holz.**

Những con chó bị phủ đầy băng từ mũi đến đuôi, cứng đờ như gỗ chạm khắc.

**Die Männer ließen sie in der Nähe des Feuers im Kreis laufen, um ihre Körper aufzutauen.**

Những người đàn ông chạy chúng theo vòng tròn gần lửa để rã đông cơ thể.

**Sie kamen den Flammen so nahe, dass ihr Fell versengt wurde.**

Họ đến gần ngọn lửa đến nỗi lông của họ bị cháy xém.

**Als nächster durchbrach Spitz das Eis und zog das Team hinter sich her.**

Spitz tiếp tục phá vỡ lớp băng, kéo theo cả đội phía sau mình.

**Der Bruch reichte bis zu der Stelle, an der Buck zog.**

Lực phanh kéo dài tới tận chỗ Buck đang kéo.

**Buck lehnte sich weit zurück, seine Pfoten rutschten und zitterten auf der Kante.**

Buck ngả người mạnh về phía sau, bàn chân trượt đi và run rẩy ở mép.

**Dave streckte sich ebenfalls nach hinten, direkt hinter Buck auf der Leine.**

Dave cũng căng người về phía sau, ngay sau Buck trên vạch đích.

**François zog den Schlitten, seine Muskeln knackten vor Anstrengung.**

François kéo xe trượt tuyết, cơ bắp của anh kêu răng rắc vì gắng sức.

**Ein anderes Mal brach das Randeis vor und hinter dem Schlitten.**

Một lần khác, vành băng nứt ra trước và sau xe trượt tuyết.

**Sie hatten keinen anderen Ausweg, als eine gefrorene Felswand zu erklimmen.**

Họ không còn cách nào khác ngoài việc trèo lên vách đá đóng băng.

**Perrault schaffte es irgendwie, die Mauer zu erklimmen; wie durch ein Wunder blieb er am Leben.**

Bằng cách nào đó Perrault đã trèo được lên tường; một phép màu đã giúp anh sống sót.

**François blieb unten und betete um dasselbe Glück.**

François ở lại bên dưới, cầu nguyện để có được may mắn tương tự.

**Sie banden jeden Riemen, jede Zurrschnur und jede Leine zu einem langen Seil zusammen.**

Họ buộc tất cả dây đai, dây buộc và dây thừng thành một sợi dây dài.

**Die Männer zogen jeden Hund einzeln nach oben.**

Những người đàn ông kéo từng con chó lên đỉnh, từng con một.

**François kletterte als Letzter, nach dem Schlitten und der gesamten Ladung.**

François là người leo cuối cùng, sau chiếc xe trượt tuyết và toàn bộ hàng hóa.

**Dann begann eine lange Suche nach einem Weg von den Klippen hinunter.**

Sau đó bắt đầu cuộc tìm kiếm đường đi xuống từ vách đá.

**Schließlich stiegen sie mit demselben Seil ab, das sie selbst hergestellt hatten.**

Cuối cùng họ đi xuống bằng chính sợi dây họ đã làm.

**Es wurde Nacht, als sie erschöpft und wund zum Flussbett zurückkehrten.**

Đêm xuống khi họ trở lại lòng sông, kiệt sức và đau nhức.

**Der ganze Tag hatte ihnen nur eine Viertelmeile Gewinn eingebracht.**

Họ phải mất cả một ngày để đi được chỉ một phần tư dặm.

**Als sie das Hootalinqua erreichten, war Buck erschöpft.**

Khi họ đến Hootalinqua, Buck đã kiệt sức.

**Die anderen Hunde litten ebenso sehr unter den Bedingungen auf dem Trail.**

Những con chó khác cũng bị ảnh hưởng nghiêm trọng vì điều kiện đường mòn.

**Aber Perrault musste Zeit gutmachen und trieb sie jeden Tag weiter an.**

Nhưng Perrault cần phải dành thời gian và thúc đẩy họ làm việc mỗi ngày.

**Am ersten Tag reisten sie dreißig Meilen nach Big Salmon.**

Ngày đầu tiên họ đi ba mươi dặm đến Big Salmon.

**Am nächsten Tag reisten sie fünfunddreißig Meilen nach Little Salmon.**

Ngày hôm sau họ đi ba mươi lăm dặm đến Little Salmon.

**Am dritten Tag kämpften sie sich durch sechzig Kilometer lange, eisige Strecken.**

Vào ngày thứ ba, họ đã đi qua bốn mươi dặm đường dài đóng băng.

**Zu diesem Zeitpunkt näherten sie sich der Siedlung Five Fingers.**

Khi đó, họ đã gần đến khu định cư Five Fingers.


**Bucks Füße waren weicher als die harten Füße der einheimischen Huskys.**

Bàn chân của Buck mềm mại hơn bàn chân cứng của loài chó husky bản địa.

**Seine Pfoten waren im Laufe vieler zivilisierter Generationen zart geworden.**

Bàn chân của ông đã trở nên mềm mại hơn qua nhiều thế hệ văn minh.

**Vor langer Zeit wurden seine Vorfahren von Flussmännern oder Jägern gezähmt.**

Ngày xưa, tổ tiên của ông đã được thuần hóa bởi những người dân ven sông hoặc thợ săn.

**Jeden Tag humpelte Buck unter Schmerzen und ging auf wunden, schmerzenden Pfoten.**

Ngày nào Buck cũng khập khiễng vì đau đớn, bước đi trên đôi bàn chân đau nhức, thô ráp.

**Im Lager fiel Buck wie eine leblose Gestalt in den Schnee.**

Tại trại, Buck ngã xuống như một xác chết trên tuyết.

**Obwohl Buck am Verhungern war, stand er nicht auf, um sein Abendessen einzunehmen.**

Mặc dù rất đói, Buck vẫn không đứng dậy để ăn bữa tối.

**François brachte Buck seine Ration und legte ihm Fisch neben die Schnauze.**

François mang khẩu phần ăn của mình đến cho Buck, đặt con cá cạnh mõm nó.

**Jeden Abend massierte der Fahrer Bucks Füße eine halbe Stunde lang.**

Mỗi đêm, người lái xe xoa bóp chân cho Buck trong nửa giờ.

**François hat sogar seine eigenen Mokassins zerschnitten, um daraus Hundeschuhe zu machen.**

François thậm chí còn tự cắt giày moccasin của mình để làm giày cho chó.

**Vier warme Schuhe waren für Buck eine große und willkommene Erleichterung.**

Bốn chiếc giày ấm áp mang lại cho Buck cảm giác thoải mái và dễ chịu.

**Eines Morgens vergaß François die Schuhe und Buck weigerte sich aufzustehen.**

Một buổi sáng, François quên mang giày và Buck từ chối đứng dậy.

**Buck lag auf dem Rücken, die Füße in der Luft, und wedelte mitleiderregend damit herum.**

Buck nằm ngửa, hai chân giơ lên cao, vẫy vẫy một cách đáng thương.

**Sogar Perrault grinste beim Anblick von Bucks dramatischer Bitte.**

Ngay cả Perrault cũng cười toe toét khi chứng kiến lời cầu xin đầy kịch tính của Buck.

**Bald wurden Bucks Füße hart und die Schuhe konnten weggeworfen werden.**

Chẳng bao lâu sau, chân Buck trở nên cứng lại và đôi giày có thể bỏ đi.

**In Pelly stieß Dolly beim Angeschirrtwerden ein schreckliches Heulen aus.**

Ở Pelly, trong thời gian kéo dây cương, Dolly hú lên một tiếng kinh hoàng.

**Der Schrei war lang und voller Wahnsinn und erschütterte jeden Hund.**

Tiếng kêu kéo dài và đầy sự điên cuồng, khiến cả con chó cũng phải run sợ.

**Jeder Hund zuckte vor Angst zusammen, ohne den Grund zu kennen.**

Mỗi con chó đều dựng đứng lên vì sợ hãi mà không biết lý do.

**Dolly war verrückt geworden und stürzte sich direkt auf Buck.**

Dolly đã phát điên và lao thẳng vào Buck.

**Buck hatte noch nie Wahnsinn gesehen, aber sein Herz war von Entsetzen erfüllt.**

Buck chưa bao giờ chứng kiến cảnh điên loạn, nhưng nỗi kinh hoàng tràn ngập trái tim anh.

**Ohne nachzudenken, drehte er sich um und floh in absoluter Panik.**

Không chút suy nghĩ, anh ta quay người và bỏ chạy trong sự hoảng loạn tột độ.

**Dolly jagte ihm hinterher, ihre Augen waren wild, Speichel spritzte aus ihrem Maul.**

Dolly đuổi theo anh ta, mắt trợn trừng, nước bọt chảy ra từ hàm.

**Sie blieb direkt hinter Buck, holte nie auf und fiel nie zurück.**

Cô luôn bám sát Buck, không bao giờ tiến lên và cũng không bao giờ tụt lại phía sau.

**Buck rannte durch den Wald, die Insel hinunter und über zerklüftetes Eis.**

Buck chạy qua rừng, xuống đảo, băng qua lớp băng gồ ghề.

**Er überquerte die Insel und erreichte eine weitere, bevor er im Kreis zurück zum Fluss ging.**

Anh ta băng qua một hòn đảo, rồi một hòn đảo khác, rồi vòng trở lại bờ sông.

**Dolly jagte ihn immer noch und knurrte ihn bei jedem Schritt an.**

Dolly vẫn đuổi theo anh ta, tiếng gầm gừ của cô ta vang lên sát sau mỗi bước đi.

**Buck konnte ihren Atem und ihre Wut hören, obwohl er es nicht wagte, zurückzublicken.**

Buck có thể nghe thấy hơi thở và cơn thịnh nộ của cô, mặc dù anh không dám quay lại nhìn.

**François rief aus der Ferne und Buck drehte sich in die Richtung der Stimme um.**

François hét lên từ xa, và Buck quay về phía phát ra giọng nói.

**Immer noch nach Luft schnappend rannte Buck vorbei und setzte seine ganze Hoffnung auf François.**

Vẫn thở hổn hển, Buck chạy qua, đặt mọi hy vọng vào François.

**Der Hundeführer hob eine Axt und wartete, während Buck vorbeiflog.**

Người đánh xe chó giơ rìu lên và đợi Buck bay qua.

**Die Axt kam schnell herunter und traf Dollys Kopf mit tödlicher Wucht.**

Chiếc rìu lao xuống nhanh chóng và đập vào đầu Dolly với lực mạnh chết người.

**Buck brach neben dem Schlitten zusammen, keuchte und konnte sich nicht bewegen.**

Buck ngã gục gần chiếc xe trượt tuyết, thở khò khè và không thể di chuyển.

**In diesem Moment hatte Spitz die Chance, einen erschöpften Gegner zu schlagen.**

Khoảnh khắc đó đã mang đến cho Spitz cơ hội tấn công một đối thủ đã kiệt sức.

**Zweimal biss er Buck und riss das Fleisch bis auf den weißen Knochen auf.**

Anh ta cắn Buck hai lần, xé thịt Buck ra chỉ còn lại xương trắng.

**François' Peitsche knallte und traf Spitz mit voller, wütender Wucht.**

Roi của François quất mạnh vào Spitz với sức mạnh dữ dội.

**Buck sah mit Freude zu, wie Spitz seine bisher härteste Tracht Prügel bekam.**

Buck vui mừng khi chứng kiến Spitz bị đánh đòn một cách dã man nhất từ trước đến nay.

**„Er ist ein Teufel, dieser Spitz", murmelte Perrault düster vor sich hin.**

"Hắn là một con quỷ, tên Spitz đó," Perrault lầm bầm một mình.

**„Eines Tages wird dieser verfluchte Hund Buck töten – das schwöre ich."**

"Một ngày nào đó không xa, con chó đáng nguyền rủa đó sẽ giết Buck—tôi thề đấy."

**„Dieser Buck hat zwei Teufel in sich", antwortete François mit einem Nicken.**

"Con Buck đó có hai con quỷ trong người," François đáp lại bằng một cái gật đầu.

**„Wenn ich Buck beobachte, weiß ich, dass etwas Wildes in ihm lauert."**

"Khi tôi quan sát Buck, tôi biết có điều gì đó dữ dội đang chờ đợi bên trong cậu ấy."

**„Eines Tages wird er rasend vor Wut werden und Spitz in Stücke reißen."**

"Một ngày nào đó, hắn sẽ nổi giận và xé xác Spitz ra từng mảnh."

**„Er wird den Hund zerkauen und ihn auf den gefrorenen Schnee spucken."**

"Anh ta sẽ nhai con chó đó và nhổ nó lên tuyết đóng băng."

**„Das weiß ich ganz sicher tief in meinem Innern."**

"Chắc chắn rồi, tôi biết điều này sâu trong xương tủy mình."

**Von diesem Moment an befanden sich die beiden Hunde im Krieg.**

Từ thời điểm đó trở đi, hai chú chó đã lao vào cuộc chiến.

**Spitz führte das Team an und hatte die Macht, aber Buck stellte das in Frage.**

Spitz dẫn dắt đội và nắm giữ quyền lực, nhưng Buck đã thách thức điều đó.

**Spitz sah seinen Rang durch diesen seltsamen Fremden aus dem Süden bedroht.**

Spitz thấy cấp bậc của mình bị đe dọa bởi người lạ kỳ lạ đến từ miền Nam này.

**Buck war anders als alle Südstaatenhunde, die Spitz zuvor gekannt hatte.**

Buck không giống bất kỳ chú chó miền Nam nào mà Spitz từng biết trước đây.

**Die meisten von ihnen scheiterten – sie waren zu schwach, um Kälte und Hunger zu überleben.**

Hầu hết bọn họ đều thất bại - quá yếu để sống qua cái lạnh và cơn đói.

**Sie starben schnell unter der harten Arbeit, dem Frost und der langsamen Hungersnot.**

Họ chết nhanh vì lao động, vì giá lạnh và vì nạn đói.

**Buck stand abseits – mit jedem Tag stärker, klüger und wilder.**

Buck nổi bật hơn—mạnh mẽ hơn, thông minh hơn và hung dữ hơn mỗi ngày.

**Er gedieh trotz aller Härte und wuchs heran, bis er den nördlichen Huskies ebenbürtig war.**

Cậu bé đã vượt qua khó khăn, trưởng thành để sánh ngang với những chú chó husky phương Bắc.

**Buck hatte Kraft, wilde Geschicklichkeit und einen geduldigen, tödlichen Instinkt.**

Buck có sức mạnh, kỹ năng tuyệt vời và bản năng kiên nhẫn, chết người.

**Der Mann mit der Keule hatte Buck die Unbesonnenheit ausgetrieben.**

Người đàn ông cầm dùi cui đã đánh cho Buck một trận tơi tả.

**Die blinde Wut war verschwunden und durch stille Gerissenheit und Kontrolle ersetzt worden.**

Cơn thịnh nộ mù quáng đã biến mất, thay vào đó là sự khôn ngoan và kiểm soát thầm lặng.

**Er wartete ruhig und ursprünglich und wartete auf den richtigen Moment.**

Anh ấy chờ đợi, bình tĩnh và nguyên thủy, chờ đợi thời điểm thích hợp.

**Ihr Kampf um die Vorherrschaft wurde unvermeidlich und deutlich.**

Cuộc chiến giành quyền chỉ huy của họ trở nên rõ ràng và không thể tránh khỏi.

**Buck strebte nach einer Führungsposition, weil sein Geist es verlangte.**

Buck mong muốn được lãnh đạo vì tinh thần của ông đòi hỏi điều đó.

**Er wurde von dem seltsamen Stolz getrieben, der aus der Jagd und dem Geschirr entstand.**

Ông bị thúc đẩy bởi niềm kiêu hãnh kỳ lạ sinh ra từ con đường mòn và dây cương.

**Dieser Stolz ließ die Hunde ziehen, bis sie im Schnee zusammenbrachen.**

Lòng kiêu hãnh đó khiến những chú chó kéo xe cho đến khi chúng ngã gục trên tuyết.

**Der Stolz verleitete sie dazu, all ihre Kraft einzusetzen.**

Lòng kiêu hãnh đã dụ dỗ họ cống hiến hết sức lực mà họ có.

**Stolz kann einen Schlittenhund sogar in den Tod treiben.**

Lòng kiêu hãnh có thể dẫn dụ một con chó kéo xe đến cái chết.

**Der Verlust des Geschirrs ließ die Hunde gebrochen und ziellos zurück.**

Việc mất dây nịt khiến những chú chó trở nên buồn chán và không có mục đích sống.

**Das Herz eines Schlittenhundes kann vor Scham brechen, wenn er in den Ruhestand geht.**

Trái tim của một chú chó kéo xe có thể tan vỡ vì xấu hổ khi chúng nghỉ hưu.

**Dave lebte von diesem Stolz, während er den Schlitten hinter sich herzog.**

Dave sống với lòng tự hào đó khi anh kéo chiếc xe trượt tuyết từ phía sau.

**Auch Solleks gab mit grimmiger Stärke und Loyalität alles.**

Solleks cũng đã cống hiến hết mình với sức mạnh và lòng trung thành.

**Jeden Morgen verwandelte der Stolz ihre Verbitterung in Entschlossenheit.**

Mỗi buổi sáng, lòng kiêu hãnh đã biến họ từ cay đắng thành quyết tâm.

**Sie drängten den ganzen Tag und verstummten dann am Ende des Lagers.**

Họ đẩy xe cả ngày, rồi im lặng khi đến cuối trại.

**Dieser Stolz gab Spitz die Kraft, Drückeberger zur Räson zu bringen.**

Niềm kiêu hãnh đó đã tiếp thêm sức mạnh cho Spitz để bắt những kẻ trốn tránh phải tuân theo.

**Spitz fürchtete Buck, weil Buck denselben tiefen Stolz in sich trug.**

Spitz sợ Buck vì Buck cũng có lòng kiêu hãnh sâu sắc như vậy.

**Bucks Stolz wandte sich nun gegen Spitz, und er ließ nicht locker.**

Lòng kiêu hãnh của Buck giờ đây trỗi dậy chống lại Spitz, và anh không dừng lại.

**Buck widersetzte sich Spitz' Macht und hinderte ihn daran, Hunde zu bestrafen.**

Buck bất chấp sức mạnh của Spitz và ngăn cản anh ta trừng phạt những con chó.

**Als andere versagten, stellte sich Buck zwischen sie und ihren Anführer.**

Khi những người khác thất bại, Buck đứng ra giữa họ và thủ lĩnh của họ.

**Er tat dies mit Absicht und brachte seine Herausforderung offen und deutlich zum Ausdruck.**

Ông đã làm điều này một cách có chủ đích, đưa ra lời thách thức một cách công khai và rõ ràng.

**In einer Nacht hüllte schwerer Schnee die Welt in tiefe Stille.**

Một đêm nọ, tuyết rơi dày đặc bao phủ cả thế giới trong sự im lặng sâu thẳm.

**Am nächsten Morgen stand Pike, faul wie immer, nicht zur Arbeit auf.**

Sáng hôm sau, Pike vẫn lười biếng như thường lệ, không dậy đi làm.

**Er blieb in seinem Nest unter einer dicken Schneeschicht verborgen.**

Anh ta ẩn mình trong tổ của mình dưới lớp tuyết dày.

**François rief und suchte, konnte den Hund jedoch nicht finden.**

François gọi lớn và tìm kiếm, nhưng không tìm thấy con chó.

**Spitz wurde wütend und stürmte durch das schneebedeckte Lager.**

Spitz nổi giận và lao nhanh qua khu trại phủ đầy tuyết.

**Er knurrte und schnüffelte und grub wie verrückt mit flammenden Augen.**

Nó gầm gừ và khịt mũi, đào bới điên cuồng với đôi mắt rực lửa.

**Seine Wut war so heftig, dass Pike vor Angst unter dem Schnee zitterte.**

Cơn thịnh nộ của ông dữ dội đến mức Pike run rẩy dưới tuyết vì sợ hãi.

**Als Pike schließlich gefunden wurde, stürzte sich Spitz auf den versteckten Hund, um ihn zu bestrafen.**

Khi Pike cuối cùng bị tìm thấy, Spitz lao tới để trừng phạt con chó đang ẩn núp.

**Doch Buck sprang mit einer Wut zwischen sie, die Spitz' eigener ebenbürtig war.**

Nhưng Buck đã lao vào giữa chúng với cơn thịnh nộ không kém gì Spitz.

**Der Angriff erfolgte so plötzlich und geschickt, dass Spitz umfiel.**

Cuộc tấn công diễn ra quá bất ngờ và thông minh đến nỗi Spitz ngã xuống.

**Pike, der gezittert hatte, schöpfte aus diesem Trotz neuen Mut.**

Pike, người đang run rẩy, đã lấy lại can đảm từ sự thách thức này.

**Er sprang auf den gefallenen Spitz und folgte Bucks mutigem Beispiel.**

Anh ta nhảy lên con Spitz đã ngã xuống, làm theo tấm gương táo bạo của Buck.

**Buck, der nicht länger an Fairness gebunden war, beteiligte sich am Angriff auf Spitz.**

Buck, không còn bị ràng buộc bởi sự công bằng, đã tham gia tấn công Spitz.

**François, amüsiert, aber dennoch diszipliniert, schwang seine schwere Peitsche.**

François, vừa thích thú vừa nghiêm khắc trong kỷ luật, vung roi da nặng nề của mình.

**Er schlug Buck mit aller Kraft, um den Kampf zu beenden.**
Anh ta đánh Buck bằng tất cả sức mạnh của mình để chấm
dứt cuộc chiến.
**Buck weigerte sich, sich zu bewegen und blieb auf dem
gefallenen Anführer sitzen.**
Buck từ chối di chuyển và vẫn ở trên người tên thủ lĩnh đã
ngã xuống.
**Dann benutzte François den Griff der Peitsche und schlug
Buck damit heftig.**
François sau đó dùng cán roi đánh mạnh vào Buck.
**Buck taumelte unter dem Schlag und fiel zurück.**
Lảo đảo vì cú đánh, Buck ngã trở lại trong đòn tấn công.
**François schlug immer wieder zu, während Spitz Pike
bestrafte.**
François liên tục tấn công trong khi Spitz trừng phạt Pike.

**Die Tage vergingen und Dawson City kam immer näher.**
Nhiều ngày trôi qua và Dawson City ngày càng đến gần hơn.
**Buck mischte sich immer wieder ein und schlüpfte zwischen
Spitz und andere Hunde.**
Buck liên tục xen vào, chen vào giữa Spitz và những con chó
khác.
**Er wählte seine Momente gut und wartete immer darauf,
dass François ging.**
Anh ấy đã chọn đúng thời điểm, luôn chờ François rời đi.
**Bucks stille Rebellion breitete sich aus und im Team breitete
sich Unordnung aus.**
Cuộc nổi loạn âm thầm của Buck lan rộng và sự hỗn loạn bắt
đầu xảy ra trong đội.
**Dave und Solleks blieben loyal, andere jedoch wurden
widerspenstig.**
Dave và Solleks vẫn trung thành, nhưng những người khác thì
trở nên hung dữ.
**Die Situation im Team wurde immer schlimmer – es wurde
unruhig, streitsüchtig und geriet aus der Reihe.**
Đội bóng ngày càng tệ hơn—bồn chồn, hay cãi vã và mất kiểm
soát.

**Nichts lief mehr reibungslos und es kam immer wieder zu Streit.**

Không còn việc gì diễn ra suôn sẻ nữa và việc đánh nhau trở nên thường xuyên.

**Buck blieb im Zentrum des Chaos und provozierte ständig Unruhe.**

Buck luôn là tâm điểm của mọi rắc rối, luôn gây ra sự bất ổn.

**François blieb wachsam, aus Angst vor dem Kampf zwischen Buck und Spitz.**

François vẫn cảnh giác, lo sợ cuộc chiến giữa Buck và Spitz.

**Jede Nacht wurde er durch Rangeleien geweckt, aus Angst, dass es endlich losgehen würde.**

Mỗi đêm, tiếng ẩu đả lại đánh thức ông, lo sợ rằng ngày tận thế cuối cùng cũng đến.

**Er sprang aus seiner Robe, bereit, den Kampf zu beenden.**

Anh ta nhảy ra khỏi áo choàng, sẵn sàng chấm dứt cuộc chiến.

**Aber der Moment kam nie und sie erreichten schließlich Dawson.**

Nhưng khoảnh khắc đó đã không bao giờ đến và cuối cùng họ cũng đến Dawson.

**Das Team betrat die Stadt an einem trüben Nachmittag, angespannt und still.**

Đội tiến vào thị trấn vào một buổi chiều ảm đạm, căng thẳng và im ắng.

**Der große Kampf um die Führung hing noch immer in der eisigen Luft.**

Cuộc chiến giành quyền lãnh đạo vẫn còn diễn ra trong bầu không khí giá lạnh.

**Dawson war voller Männer und Schlittenhunde, die alle mit der Arbeit beschäftigt waren.**

Dawson chật kín người và chó kéo xe, tất cả đều bận rộn với công việc.

**Buck beobachtete die Hunde von morgens bis abends beim Lastenziehen.**

Buck quan sát đàn chó kéo xe từ sáng đến tối.

**Sie transportierten Baumstämme und Brennholz und lieferten Vorräte an die Minen.**

Họ kéo gỗ và củi, vận chuyển hàng tiếp tế đến các mỏ.

**Wo früher im Süden Pferde arbeiteten, schufteten heute Hunde.**

Nơi mà ngựa từng làm việc ở miền Nam, giờ đây chó đảm nhiệm công việc lao động.

**Buck sah einige Hunde aus dem Süden, aber die meisten waren wolfsähnliche Huskys.**

Buck nhìn thấy một số con chó từ miền Nam, nhưng phần lớn là chó husky trông giống sói.

**Nachts erhoben die Hunde pünktlich zum ersten Mal ihre Stimmen zum Singen.**

Vào ban đêm, đúng như dự kiến, đàn chó cất tiếng hót líu lo.

**Um neun, um Mitternacht und erneut um drei begann der Gesang.**

Vào lúc chín giờ, nửa đêm và ba giờ, tiếng hát bắt đầu vang lên.

**Buck liebte es, in ihren unheimlichen Gesang einzustimmen, der wild und uralt klang.**

Buck thích tham gia vào bài thánh ca kỳ lạ của họ, với âm thanh hoang dã và cổ xưa.

**Das Polarlicht flammte, die Sterne tanzten und das Land war mit Schnee bedeckt.**

Cực quang rực sáng, các ngôi sao nhảy múa và tuyết phủ kín mặt đất.

**Der Gesang der Hunde erhob sich als Aufschrei gegen die Stille und die bittere Kälte.**

Tiếng hát của những chú chó vang lên như tiếng kêu chống lại sự im lặng và cái lạnh buốt giá.

**Doch in jedem langen Ton ihres Heulens war Trauer und nicht Trotz zu hören.**

Nhưng tiếng hú của chúng chứa đựng nỗi buồn chứ không phải sự thách thức trong mỗi nốt nhạc dài.

**Jeder Klageschrei war voller Flehen; die Last des Lebens selbst.**

Mỗi tiếng kêu than đều đầy sự van xin; gánh nặng của chính cuộc sống.

**Dieses Lied war alt – älter als Städte und älter als Feuer**

Bài hát đó đã cũ rồi—cũ hơn cả thị trấn, và cũ hơn cả ngọn lửa

**Dieses Lied war sogar älter als die Stimmen der Menschen.**

Bài hát đó thậm chí còn cổ xưa hơn cả giọng nói của con người.

**Es war ein Lied aus der jungen Welt, als alle Lieder traurig waren.**

Đó là một bài hát của thế giới non trẻ, khi mọi bài hát đều buồn.

**Das Lied trug den Kummer unzähliger Hundegenerationen in sich.**

Bài hát mang theo nỗi buồn của vô số thế hệ chó.

**Buck spürte die Melodie tief und stöhnte vor jahrhundertealtem Schmerz.**

Buck cảm nhận sâu sắc giai điệu đó, rên rỉ vì nỗi đau đã ăn sâu vào tuổi tác.

**Er schluchzte aus einem Kummer, der so alt war wie das wilde Blut in seinen Adern.**

Ông nức nở vì nỗi đau buồn sâu sắc như dòng máu hoang dã trong huyết quản của ông.

**Die Kälte, die Dunkelheit und das Geheimnisvolle berührten Bucks Seele.**

Cái lạnh, bóng tối và sự bí ẩn đã chạm đến tâm hồn Buck.

**Dieses Lied bewies, wie weit Buck zu seinen Ursprüngen zurückgekehrt war.**

Bài hát đó chứng minh Buck đã quay trở về nguồn cội của mình đến mức nào.

**Durch Schnee und Heulen hatte er den Anfang seines eigenen Lebens gefunden.**

Qua tuyết rơi và tiếng hú, anh đã tìm thấy sự khởi đầu cho cuộc sống của mình.


**Sieben Tage nach ihrer Ankunft in Dawson brachen sie erneut auf.**

Bảy ngày sau khi đến Dawson, họ lại lên đường một lần nữa.

**Das Team verließ die Kaserne und fuhr hinunter zum Yukon Trail.**

Đội đổ bộ từ Trại lính xuống Đường mòn Yukon.

**Sie begannen die Rückreise nach Dyea und Salt Water.**

Họ bắt đầu hành trình quay trở lại Dyea và Salt Water.

**Perrault überbrachte noch dringlichere Depeschen als zuvor.**

Perrault chuyển những công văn thậm chí còn khẩn cấp hơn trước.

**Auch ihn packte der Trail-Stolz, und er wollte einen Rekord aufstellen.**

Ông cũng bị cuốn hút bởi lòng tự hào về con đường mòn và muốn lập kỷ lục.

**Diesmal hatte Perrault mehrere Vorteile.**

Lần này, Perrault có nhiều lợi thế.

**Die Hunde hatten eine ganze Woche lang geruht und ihre Kräfte wiedererlangt.**

Những chú chó đã nghỉ ngơi suốt một tuần và lấy lại sức lực.

**Die Spur, die sie gebahnt hatten, wurde nun von anderen festgestampft.**

Con đường mà họ đã mở ra giờ đã được những người khác lấp kín.

**An manchen Stellen hatte die Polizei Futter für Hunde und Menschen gelagert.**

Ở một số nơi, cảnh sát đã tích trữ thức ăn cho cả chó và người.

**Perrault reiste mit leichtem Gepäck und bewegte sich schnell, ohne dass ihn etwas belastete.**

Perrault di chuyển nhẹ nhàng, nhanh chóng mà không cần mang theo nhiều đồ đạc.

**Sie erreichten Sixty-Mile, eine Strecke von achtzig Kilometern, noch in der ersten Nacht.**

Vào đêm đầu tiên, họ đã đến Sixty-Mile, một chặng chạy dài năm mươi dặm.

**Am zweiten Tag eilten sie den Yukon hinauf nach Pelly.**

Vào ngày thứ hai, họ vội vã đi ngược sông Yukon về phía Pelly.

**Doch dieser tolle Fortschritt war für François mit vielen Strapazen verbunden.**

Nhưng sự tiến triển tốt đẹp đó cũng đi kèm với nhiều căng thẳng cho François.

**Bucks stille Rebellion hatte die Disziplin des Teams zerstört.**

Sự nổi loạn âm thầm của Buck đã phá vỡ kỷ luật của đội.

**Sie zogen nicht mehr wie ein Tier an den Zügeln.**

Họ không còn đoàn kết như một con thú cùng chung dây cương nữa.

**Buck hatte durch sein mutiges Beispiel andere zum Trotz verleitet.**

Buck đã dẫn dắt những người khác vào cuộc thách thức bằng tấm gương táo bạo của mình.

**Spitz' Befehl stieß weder auf Furcht noch auf Respekt.**

Mệnh lệnh của Spitz không còn được đáp lại bằng sự sợ hãi hay tôn trọng nữa.

**Die anderen verloren ihre Ehrfurcht vor ihm und wagten es, sich seiner Herrschaft zu widersetzen.**

Những người khác không còn kính sợ ông nữa và dám chống lại sự cai trị của ông.

**Eines Nachts stahl Pike einen halben Fisch und aß ihn vor Bucks Augen.**

Một đêm nọ, Pike đã đánh cắp nửa con cá và ăn nó ngay trước mắt Buck.

**In einer anderen Nacht kämpften Dub und Joe gegen Spitz und blieben ungestraft.**

Một đêm khác, Dub và Joe chiến đấu với Spitz và không bị trừng phạt.

**Sogar Billee jammerte weniger süß und zeigte eine neue Schärfe.**

Ngay cả Billee cũng ít than vãn hơn và thể hiện sự sắc sảo mới.

**Buck knurrte Spitz jedes Mal an, wenn sich ihre Wege kreuzten.**

Buck gầm gừ với Spitz mỗi lần họ chạm trán nhau.

**Bucks Haltung wurde dreist und bedrohlich, fast wie die eines Tyrannen.**

Thái độ của Buck trở nên táo bạo và đe dọa, gần giống như một kẻ bắt nạt.

**Mit stolzgeschwellter Brust und voller spöttischer Bedrohung schritt er vor Spitz auf und ab.**

Anh ta bước tới trước Spitz với dáng vẻ vênh váo, đầy vẻ đe dọa chế giễu.

**Dieser Zusammenbruch der Ordnung breitete sich auch unter den Schlittenhunden aus.**

Sự sụp đổ của trật tự đó cũng lan rộng đến cả những chú chó kéo xe.

**Sie stritten und stritten mehr denn je und erfüllten das Lager mit Lärm.**

Họ đánh nhau và tranh cãi nhiều hơn bao giờ hết, khiến cho trại trở nên ồn ào.

**Das Lagerleben verwandelte sich jede Nacht in ein wildes, heulendes Chaos.**

Cuộc sống trong trại trở nên hỗn loạn, gào thét mỗi đêm.

**Nur Dave und Solleks blieben ruhig und konzentriert.**

Chỉ có Dave và Solleks vẫn giữ được sự bình tĩnh và tập trung.

**Doch selbst sie wurden durch die ständigen Schlägereien ungehalten.**

Nhưng ngay cả họ cũng trở nên nóng tính vì những cuộc ẩu đả liên miên.

**François fluchte in fremden Sprachen und stampfte frustriert auf.**

François chửi thề bằng những ngôn ngữ lạ và giậm chân vì thất vọng.

**Er riss sich die Haare aus und schrie, während der Schnee unter seinen Füßen wirbelte.**

Anh ta giật tóc và hét lên trong khi tuyết bay tung tóe dưới chân.

**Seine Peitsche knallte über das Rudel, konnte es aber kaum in Schach halten.**

Chiếc roi của anh quất mạnh vào bầy đàn nhưng hầu như không giữ được chúng đi đúng hàng.

**Immer wenn er sich umdrehte, brachen die Kämpfe erneut aus.**

Mỗi khi anh quay lưng lại, cuộc chiến lại nổ ra lần nữa.

**François setzte die Peitsche für Spitz ein, während Buck die Rebellen anführte.**

François dùng roi quất Spitz, trong khi Buck chỉ huy quân nổi loạn.

**Jeder kannte die Rolle des anderen, aber Buck vermied jegliche Schuldzuweisungen.**

Mỗi người đều biết vai trò của người kia, nhưng Buck lại tránh né mọi lời đổ lỗi.

**François hat Buck nie dabei erwischt, wie er eine Schlägerei anfing oder sich vor seiner Arbeit drückte.**

François chưa bao giờ thấy Buck gây gổ hay trốn tránh công việc.

**Buck arbeitete hart im Geschirr – die Mühe erfüllte ihn jetzt mit Begeisterung.**

Buck làm việc chăm chỉ trong bộ đồ kéo xe—công việc vất vả giờ đây làm tinh thần anh phấn chấn.

**Doch noch mehr Freude bereitete ihm das Anzetteln von Kämpfen und Chaos im Lager.**

Nhưng ông ta còn tìm thấy niềm vui lớn hơn khi gây ra những cuộc ẩu đả và hỗn loạn trong trại.


**Eines Abends schreckte Dub an der Mündung des Tahkeena ein Kaninchen auf.**

Một buổi tối nọ, tại cửa sông Tahkeena, Dub đã làm một chú thỏ giật mình.

**Er verpasste den Fang und das Schneeschuhkaninchen sprang davon.**

Anh ta bắt trượt và con thỏ đi giày tuyết đã chạy mất.

**Innerhalb von Sekunden nahm das gesamte Schlittenteam unter wildem Geschrei die Verfolgung auf.**

Chỉ trong vài giây, toàn bộ đội xe trượt tuyết đã đuổi theo với tiếng reo hò phấn khích.

**In der Nähe beherbergte ein Lager der Northwest Police fünfzig Huskys.**

Gần đó, trại cảnh sát Tây Bắc nuôi năm mươi chú chó husky.

**Sie schlossen sich der Jagd an und stürmten gemeinsam den zugefrorenen Fluss hinunter.**

Họ cùng nhau tham gia cuộc săn đuổi, lao xuống dòng sông đóng băng.

**Das Kaninchen verließ den Fluss und floh in ein gefrorenes Bachbett.**

Con thỏ rời khỏi dòng sông và chạy trốn lên lòng suối đóng băng.

**Das Kaninchen hüpfte leichtfüßig über den Schnee, während die Hunde sich durchkämpften.**

Con thỏ nhảy nhẹ nhàng trên tuyết trong khi những con chó phải vật lộn để vượt qua.

**Buck führte das riesige Rudel von sechzig Hunden um jede Kurve.**

Buck dẫn đầu đàn chó khổng lồ gồm sáu mươi con chạy quanh mỗi khúc cua quanh co.

**Er drängte tief und eifrig vorwärts, konnte jedoch keinen Boden gutmachen.**

Anh ta tiến về phía trước, thấp người và hăm hở, nhưng không thể tiến xa hơn được.

**Bei jedem kraftvollen Sprung blitzte sein Körper im blassen Mondlicht auf.**

Cơ thể anh ta lóe lên dưới ánh trăng nhợt nhạt với mỗi bước nhảy mạnh mẽ.

**Vor uns bewegte sich das Kaninchen wie ein Geist, lautlos und zu schnell, um es einzufangen.**

Phía trước, con thỏ di chuyển như một bóng ma, im lặng và quá nhanh để có thể đuổi kịp.

**All diese alten Instinkte – der Hunger, der Nervenkitzel – durchströmten Buck.**

Tất cả những bản năng cũ - cơn đói, sự hồi hộp - ùa về trong Buck.

**Manchmal verspüren Menschen diesen Instinkt und werden dazu getrieben, mit Gewehr und Kugel zu jagen.**

Đôi khi con người cảm thấy bản năng này thúc đẩy họ đi săn bằng súng và đạn.

**Aber Buck empfand dieses Gefühl auf einer tieferen und persönlicheren Ebene.**

Nhưng Buck cảm thấy cảm giác này ở mức độ sâu sắc và cá nhân hơn.

**Sie konnten die Wildnis nicht in ihrem Blut spüren, so wie Buck sie spüren konnte.**

Họ không thể cảm nhận được sự hoang dã trong dòng máu của mình như Buck cảm nhận được.

**Er jagte lebendes Fleisch, bereit, mit seinen Zähnen zu töten und Blut zu schmecken.**

Anh ta đuổi theo những con mồi sống, sẵn sàng giết chóc bằng răng và nếm máu.

**Sein Körper spannte sich vor Freude, er wollte in warmem, rotem Leben baden.**

Cơ thể anh căng ra vì vui sướng, muốn tắm mình trong sự sống đỏ ấm áp.

**Eine seltsame Freude markiert den höchsten Punkt, den das Leben jemals erreichen kann.**

Một niềm vui kỳ lạ đánh dấu đỉnh cao nhất mà cuộc sống có thể đạt tới.

**Das Gefühl eines Gipfels, bei dem die Lebenden vergessen, dass sie überhaupt am Leben sind.**

Cảm giác ở đỉnh cao mà người sống quên mất rằng họ đang còn sống.

**Diese tiefe Freude berührt den Künstler, der sich in glühender Inspiration verliert.**

Niềm vui sâu sắc này chạm đến người nghệ sĩ đang đắm chìm trong cảm hứng cháy bỏng.

**Diese Freude ergreift den Soldaten, der wild kämpft und keinen Feind verschont.**

Niềm vui này chiếm lấy người lính chiến đấu dữ dội và không tha cho kẻ thù.

**Diese Freude erfasste nun Buck, der das Rudel mit seinem Urhunger anführte.**

Niềm vui này giờ đây đã chiếm lấy Buck khi nó dẫn đầu bầy đàn trong cơn đói nguyên thủy.

**Er heulte mit dem uralten Wolfsschrei, aufgeregt durch die lebendige Jagd.**

Anh ta hú lên bằng tiếng hú cổ xưa của loài sói, thích thú với cuộc rượt đuổi sống động.

**Buck hat den ältesten Teil seiner selbst angezapft, der in der Wildnis verloren war.**

Buck đã chạm đến phần già nua nhất của bản thân, lạc lõng giữa chốn hoang dã.

**Er griff tief in sein Inneres, in die Vergangenheit, in die raue, uralte Zeit.**

Anh ấy đã chạm sâu vào bên trong, vượt qua ký ức, vào thời gian thô sơ, cổ xưa.

**Eine Welle puren Lebens durchströmte jeden Muskel und jede Sehne.**

Một làn sóng sức sống tràn ngập khắp mọi cơ bắp và gân cốt.

**Jeder Sprung schrie, dass er lebte, dass er durch den Tod ging.**

Mỗi bước nhảy vọt như hét lên rằng anh ta vẫn sống, rằng anh ta đã vượt qua cái chết.

**Sein Körper schwebte freudig über stilles, kaltes Land, das sich nie regte.**

Cơ thể anh ta vui sướng bay vút lên vùng đất lạnh lẽo, tĩnh lặng và không bao giờ chuyển động.

**Spitz blieb selbst in seinen wildesten Momenten kalt und listig.**

Spitz vẫn lạnh lùng và xảo quyệt, ngay cả trong những khoảnh khắc điên rồ nhất.

**Er verließ den Pfad und überquerte das Land, wo der Bach eine weite Biegung machte.**

Anh ta rời khỏi đường mòn và băng qua vùng đất có con suối cong rộng.

**Buck, der davon nichts wusste, blieb auf dem gewundenen Pfad des Kaninchens.**

Buck, không biết điều này, vẫn đi theo con đường quanh co của chú thỏ.

**Dann, als Buck um eine Kurve bog, stand das geisterhafte Kaninchen vor ihm.**

Sau đó, khi Buck rẽ qua một khúc cua, con thỏ trông giống như bóng ma đã xuất hiện trước mặt anh.

**Er sah, wie eine zweite Gestalt vor der Beute vom Ufer sprang.**

Anh ta nhìn thấy một bóng người thứ hai nhảy ra khỏi bờ phía trước con mồi.

**Bei der Gestalt handelte es sich um Spitz, der direkt auf dem Weg des fliehenden Kaninchens landete.**

Bóng người đó chính là Spitz, đáp xuống đúng đường đi của con thỏ đang bỏ chạy.

**Das Kaninchen konnte sich nicht umdrehen und traf mitten in der Luft auf Spitz' Kiefer.**

Con thỏ không thể quay lại và đâm sầm vào hàm của Spitz giữa không trung.

**Das Rückgrat des Kaninchens brach mit einem Schrei, der so scharf war wie der Schrei eines sterbenden Menschen.**

Xương sống của con thỏ gãy ra với tiếng thét chói tai như tiếng kêu của một người sắp chết.

**Bei diesem Geräusch – dem Sturz vom Leben in den Tod – heulte das Rudel laut auf.**

Khi nghe thấy âm thanh đó—tiếng rơi từ sự sống xuống cái chết—cả bầy hú lên dữ dội.

**Hinter Buck erhob sich ein wilder Chor voller dunkler Freude.**

Một điệp khúc man rợ vang lên phía sau Buck, đầy vẻ thích thú đen tối.

**Buck gab keinen Schrei von sich, keinen Laut, und stürmte direkt auf Spitz zu.**

Buck không hề kêu la, không một tiếng động, mà lao thẳng vào Spitz.

**Er zielte auf die Kehle, traf aber stattdessen die Schulter.**

Anh ta nhắm vào cổ họng nhưng lại trúng vào vai.

**Sie stürzten durch den weichen Schnee, ihre Körper waren in einen Kampf verstrickt.**

Họ lăn qua lớp tuyết mềm; cơ thể họ khóa chặt trong chiến đấu.

**Spitz sprang schnell auf, als wäre er nie niedergeschlagen worden.**

Spitz bật dậy nhanh chóng, như thể chưa từng bị đánh ngã.

**Er schlug auf Bucks Schulter und sprang dann aus dem Kampf.**

Anh ta chém vào vai Buck rồi nhảy ra khỏi cuộc chiến.

**Zweimal schnappten seine Zähne wie Stahlfallen, seine Lippen waren grimmig gekräuselt.**

Hai lần răng hắn cắn vào nhau như những cái bẫy thép, đôi môi cong lên và dữ tợn.

**Er wich langsam zurück und suchte festen Boden unter seinen Füßen.**

Anh ta từ từ lùi lại, tìm kiếm nền đất vững chắc dưới chân mình.

**Buck verstand den Moment sofort und vollkommen.**

Buck hiểu ngay lập tức và trọn vẹn khoảnh khắc đó.

**Die Zeit war gekommen; der Kampf würde ein Kampf auf Leben und Tod werden.**

Thời khắc đó đã đến; cuộc chiến sẽ là cuộc chiến sinh tử.

**Die beiden Hunde umkreisten knurrend den Raum, legten die Ohren an und kniffen die Augen zusammen.**

Hai con chó chạy vòng tròn, gầm gừ, tai cụp xuống, mắt nheo lại.

**Jeder Hund wartete darauf, dass der andere Schwäche zeigte oder einen Fehltritt machte.**

Mỗi con chó chờ đợi con kia tỏ ra yếu đuối hoặc phạm sai lầm.

**Buck hatte ein unheimliches Gefühl, die Szene zu kennen und tief in Erinnerung zu behalten.**

Với Buck, cảnh tượng đó có cảm giác quen thuộc đến kỳ lạ và được ghi nhớ sâu sắc.

**Die weißen Wälder, die kalte Erde, die Schlacht im Mondlicht.**

Rừng trắng, đất lạnh, trận chiến dưới ánh trăng.

**Eine schwere Stille erfüllte das Land, tief und unnatürlich.**

Một sự im lặng nặng nề bao trùm khắp vùng đất, sâu thẳm và không tự nhiên.

**Kein Wind regte sich, kein Blatt bewegte sich, kein Geräusch unterbrach die Stille.**

Không có cơn gió nào thổi, không có chiếc lá nào lay động, không có âm thanh nào phá vỡ sự tĩnh lặng.

**Der Atem der Hunde stieg wie Rauch in die eiskalte, stille Luft.**

Hơi thở của những chú chó bốc lên như khói trong bầu không khí lạnh giá và tĩnh lặng.

**Das Kaninchen war von der Meute der wilden Tiere längst vergessen.**

Loài thỏ đã bị bầy thú hoang lãng quên từ lâu.

**Diese halb gezähmten Wölfe standen nun still in einem weiten Kreis.**

Những con sói đã được thuần hóa một nửa này hiện đang đứng yên thành một vòng tròn rộng.

**Sie waren still, nur ihre leuchtenden Augen verrieten ihren Hunger.**

Họ im lặng, chỉ có đôi mắt sáng rực cho thấy sự đói khát của họ.

**Ihr Atem stieg auf, als sie den Beginn des Endkampfes beobachteten.**

Hơi thở của họ dồn dập hơn, dõi theo trận chiến cuối cùng bắt đầu.

**Für Buck war dieser Kampf alt und erwartet, überhaupt nicht ungewöhnlich.**

Với Buck, trận chiến này là chuyện thường tình và đã được dự đoán trước, không hề lạ lẫm chút nào.

**Es fühlte sich an wie die Erinnerung an etwas, das schon immer passieren sollte.**

Cảm giác như là ký ức về một điều gì đó luôn luôn xảy ra.

**Spitz war ein ausgebildeter Kampfhund, gestählt durch zahllose wilde Schlägereien.**

Spitz là một chú chó chiến đấu được huấn luyện, được tôi luyện qua vô số cuộc ẩu đả dữ dội.

**Von Spitzbergen bis Kanada hatte er viele Feinde besiegt.**

Từ Spitzbergen đến Canada, ông đã đánh bại được nhiều kẻ thù.

**Er war voller Wut, ließ seiner Wut jedoch nie freien Lauf.**

Ông ta đầy giận dữ, nhưng không bao giờ kiểm soát được cơn thịnh nộ.

**Seine Leidenschaft war scharf, aber immer durch einen harten Instinkt gemildert.**

Niềm đam mê của ông rất mãnh liệt, nhưng luôn được kiềm chế bởi bản năng cứng rắn.

**Er griff nie an, bis seine eigene Verteidigung stand.**

Ông không bao giờ tấn công cho đến khi có được sự phòng thủ cần thiết.

**Buck versuchte immer wieder, Spitz' verwundbaren Hals zu erreichen.**

Buck liên tục cố gắng chạm tới vùng cổ yếu ớt của Spitz.

**Doch jeder Schlag wurde von Spitz' scharfen Zähnen mit einem Hieb beantwortet.**

Nhưng mỗi đòn tấn công đều bị đáp trả bằng hàm răng sắc nhọn của Spitz.

**Ihre Reißzähne prallten aufeinander und beide Hunde bluteten aus den aufgerissenen Lippen.**

Răng nanh của chúng va vào nhau và cả hai con chó đều chảy máu từ đôi môi bị rách.

**Egal, wie sehr Buck sich auch wehrte, er konnte die Verteidigung nicht durchbrechen.**

Bất kể Buck có lao tới thế nào, anh cũng không thể phá vỡ được hàng phòng ngự.

**Er wurde immer wütender und stürmte mit wilden Kraftausbrüchen hinein.**

Anh ta càng trở nên giận dữ hơn, lao vào với những cú bùng nổ sức mạnh dữ dội.

**Immer wieder schlug Buck nach der weißen Kehle von Spitz.**

Buck liên tục tấn công vào cái cổ họng trắng của Spitz.

**Jedes Mal wich Spitz aus und schlug mit einem schneidenden Biss zurück.**

Mỗi lần Spitz đều né tránh và phản công bằng một cú cắn mạnh.

**Dann änderte Buck seine Taktik und stürzte sich erneut darauf, als wolle er ihm die Kehle zu Leibe rücken.**

Sau đó Buck thay đổi chiến thuật, lao tới như thể muốn nhắm vào cổ họng hắn lần nữa.

**Doch er zog sich mitten im Angriff zurück und drehte sich um, um von der Seite zuzuschlagen.**

Nhưng anh ta đã rút lui giữa chừng và chuyển sang tấn công từ bên hông.

**Er warf Spitz seine Schulter entgegen, um ihn niederzuschlagen.**

Anh ta đập vai vào Spitz với mục đích đánh ngã anh ta.

**Bei jedem Versuch wich Spitz aus und konterte mit einem Hieb.**

Mỗi lần Spitz cố gắng, anh ta đều né tránh và phản công bằng một cú chém.

**Bucks Schulter wurde wund, als Spitz nach jedem Schlag davonsprang.**

Vai của Buck đau nhức khi Spitz nhảy tránh sau mỗi đòn đánh.

**Spitz war nicht berührt worden, während Buck aus vielen Wunden blutete.**

Spitz không hề bị ảnh hưởng, trong khi Buck thì chảy máu từ nhiều vết thương.

**Bucks Atem ging schnell und schwer, sein Körper war blutverschmiert.**

Hơi thở của Buck trở nên gấp gáp và nặng nề, cơ thể anh trơn bóng vì máu.

**Mit jedem Biss und Angriff wurde der Kampf brutaler.**

Cuộc chiến trở nên tàn khốc hơn sau mỗi lần cắn và tấn công.

**Um sie herum warteten sechzig stille Hunde darauf, dass der erste fiel.**

Xung quanh họ, sáu mươi con chó im lặng chờ đợi con đầu tiên ngã xuống.

**Wenn ein Hund zu Boden ging, würde das Rudel den Kampf beenden.**

Nếu một con chó gục ngã, cả bầy sẽ kết thúc cuộc chiến.

**Spitz sah, dass Buck schwächer wurde, und begann, den Angriff voranzutreiben.**

Spitz thấy Buck yếu đi nên bắt đầu tấn công.

**Er brachte Buck aus dem Gleichgewicht und zwang ihn, um Halt zu kämpfen.**

Anh ta làm Buck mất thăng bằng, buộc Buck phải chiến đấu để giữ thăng bằng.

**Einmal stolperte Buck und fiel, und alle Hunde standen auf.**

Có lần Buck vấp ngã và tất cả đàn chó đều đứng dậy.

**Doch Buck richtete sich mitten im Fall auf und alle sanken wieder zu Boden.**

Nhưng Buck đã tự đứng dậy giữa chừng khi ngã, và mọi người lại ngã xuống.

**Buck hatte etwas Seltenes – eine Vorstellungskraft, die aus tiefem Instinkt geboren war.**

Buck có một điều hiếm có - trí tưởng tượng nảy sinh từ bản năng sâu xa.

**Er kämpfte mit natürlichem Antrieb, aber auch mit List.**

Ông chiến đấu bằng bản năng tự nhiên, nhưng cũng bằng sự khôn ngoan.

**Er griff erneut an, als würde er seinen Schulterangriffstrick wiederholen.**

Anh ta lại lao tới như thể đang lặp lại chiêu tấn công bằng vai của mình.

**Doch in der letzten Sekunde ließ er sich fallen und flog unter Spitz hindurch.**

Nhưng vào giây cuối cùng, anh ta lao xuống thấp và lướt qua Spitz.

**Seine Zähne schnappten um Spitz' linkes Vorderbein.**

Răng của anh ta cắn phập vào chân trước bên trái của Spitz.

**Spitz stand nun unsicher da, sein Gewicht ruhte nur noch auf drei Beinen.**

Spitz lúc này đứng không vững, toàn bộ trọng lượng cơ thể chỉ dồn lên ba chân.

**Buck schlug erneut zu und versuchte dreimal, ihn zu Fall zu bringen.**

Buck lại tấn công, cố gắng ba lần để hạ gục hắn.

**Beim vierten Versuch nutzte er denselben Zug mit Erfolg**

Ở lần thử thứ tư, anh ấy đã sử dụng động tác tương tự và thành công

**Diesmal gelang es Buck, Spitz in das rechte Bein zu beißen.**

Lần này Buck đã cắn trúng chân phải của Spitz.

**Obwohl Spitz verkrüppelt war und große Schmerzen litt, kämpfte er weiter ums Überleben.**

Spitz, mặc dù bị tàn tật và đau đớn, vẫn tiếp tục đấu tranh để sinh tồn.

**Er sah, wie der Kreis der Huskys enger wurde, die Zungen herausstreckten und deren Augen leuchteten.**

Anh thấy vòng tròn chó husky siết chặt lại, lưỡi thè ra, mắt sáng lên.

**Sie warteten darauf, ihn zu verschlingen, so wie sie es mit anderen getan hatten.**

Họ chờ đợi để nuốt chửng anh ta, giống như họ đã làm với những người khác.

**Dieses Mal stand er im Mittelpunkt: besiegt und verdammt.**

Lần này, anh ta đứng ở trung tâm; thất bại và tuyệt vọng.

**Für den weißen Hund gab es jetzt keine Möglichkeit mehr zu entkommen.**

Lúc này, con chó trắng không còn cách nào thoát được nữa.

**Buck kannte keine Gnade, denn Gnade hatte in der Wildnis nichts zu suchen.**

Buck không hề tỏ ra thương xót, vì thương xót không phải là hành động phù hợp trong thế giới hoang dã.

**Buck bewegte sich vorsichtig und bereitete sich auf den letzten Angriff vor.**

Buck di chuyển cẩn thận, chuẩn bị cho đòn tấn công cuối cùng.

**Der Kreis der Huskys schloss sich, er spürte ihren warmen Atem.**

Vòng tròn chó husky khép lại; anh cảm nhận được hơi thở ấm áp của chúng.

**Sie duckten sich und waren bereit, im richtigen Moment zu springen.**

Họ khom người xuống, chuẩn bị sẵn sàng nhảy lên khi thời cơ đến.

**Spitz zitterte im Schnee, knurrte und veränderte seine Haltung.**

Spitz run rẩy trong tuyết, gầm gừ và thay đổi tư thế.

**Seine Augen funkelten, seine Lippen waren gekräuselt und seine Zähne blitzten in verzweifelter Drohung.**

Đôi mắt anh ta trừng trừng, môi cong lên, hàm răng nhe ra đầy đe dọa.

**Er taumelte und versuchte immer noch, dem kalten Biss des Todes standzuhalten.**

Anh ta loạng choạng, vẫn cố gắng chống lại cái lạnh buốt giá của tử thần.

**Er hatte das schon früher erlebt, aber immer von der Gewinnerseite.**

Anh đã từng chứng kiến cảnh này trước đây, nhưng luôn là ở phía chiến thắng.

**Jetzt war er auf der Verliererseite, der Besiegte, die Beute, der Tod.**

Bây giờ anh ta ở bên thua cuộc; kẻ bị đánh bại; con mồi; cái chết.

**Buck umkreiste ihn für den letzten Schlag, der Hundekreis rückte näher.**

Buck vòng lại để ra đòn kết liễu, đàn chó càng lúc càng tiến gần hơn.

**Er konnte ihren heißen Atem spüren; bereit zum Töten.**

Anh có thể cảm nhận được hơi thở nóng hổi của chúng; sẵn sàng giết chóc.

**Stille breitete sich aus; alles war an seinem Platz; die Zeit war stehen geblieben.**

Sự tĩnh lặng bao trùm; mọi thứ trở về đúng vị trí của nó; thời gian đã ngừng trôi.

**Sogar die kalte Luft zwischen ihnen gefror für einen letzten Moment.**

Ngay cả không khí lạnh lẽo giữa họ cũng đóng băng trong khoảnh khắc cuối cùng.

**Nur Spitz bewegte sich und versuchte, sein bitteres Ende abzuwenden.**

Chỉ có Spitz di chuyển, cố gắng kìm nén cái kết đau đớn của mình.

**Der Kreis der Hunde schloss sich um ihn, und das war sein Schicksal.**

Vòng tròn chó đang khép lại xung quanh anh, cũng giống như số phận của anh vậy.

**Er war jetzt verzweifelt, da er wusste, was passieren würde.**

Lúc này anh ấy tuyệt vọng khi biết chuyện gì sắp xảy ra.

**Buck sprang hinein, Schulter an Schulter traf ein letztes Mal.**

Buck lao vào, vai chạm vai lần cuối.

**Die Hunde drängten vorwärts und deckten Spitz in der verschneiten Dunkelheit.**

Đàn chó lao về phía trước, phủ kín Spitz trong bóng tối phủ đầy tuyết.

**Buck sah zu, aufrecht stehend; der Sieger in einer wilden Welt.**

Buck đứng đó quan sát; người chiến thắng trong thế giới hoang dã.

**Das dominante Urtier hatte seine Beute gemacht, und es war gut.**

Con thú nguyên thủy thống trị đã giết chết con mồi và điều đó thật tuyệt.

## Wer die Meisterschaft erlangt hat
Người đã đạt đến bậc thầy

„Wie? Was habe ich gesagt? Ich sage die Wahrheit, wenn ich sage, dass Buck ein Teufel ist."

"Hả? Tôi đã nói gì cơ? Tôi nói đúng khi nói Buck là một con quỷ."

François sagte dies am nächsten Morgen, nachdem er festgestellt hatte, dass Spitz verschwunden war.

François đã nói như vậy vào sáng hôm sau sau khi phát hiện Spitz mất tích.

Buck stand da, übersät mit Wunden aus dem erbitterten Kampf.

Buck đứng đó, mình đầy vết thương từ cuộc chiến dữ dội.

François zog Buck zum Feuer und zeigte auf die Verletzungen.

François kéo Buck lại gần đống lửa và chỉ vào vết thương.

„Dieser Spitz hat gekämpft wie der Devik", sagte Perrault und beäugte die tiefen Schnittwunden.

"Con Spitz đó chiến đấu giống như con Devik vậy," Perrault nói, mắt nhìn vào những vết rạch sâu.

„Und dieser Buck hat wie zwei Teufel gekämpft", antwortete François sofort.

"Và Buck đã chiến đấu như hai con quỷ," François trả lời ngay.

„Jetzt kommen wir gut voran; kein Spitz mehr, kein Ärger mehr."

"Bây giờ chúng ta sẽ đi đúng hướng; không còn Spitz nữa, không còn rắc rối nữa."

Perrault packte die Ausrüstung und belud den Schlitten sorgfältig.

Perrault đang đóng gói đồ đạc và chất lên xe trượt tuyết một cách cẩn thận.

François spannte die Hunde für den Lauf des Tages an.

François chuẩn bị dây cương cho đàn chó để chạy trong ngày.

Buck trabte direkt an die Führungsposition, die einst Spitz innehatte.

Buck chạy thẳng đến vị trí dẫn đầu mà Spitz từng nắm giữ.

**Doch François bemerkte es nicht und führte Solleks nach vorne.**

Nhưng François không để ý đến điều đó mà dẫn Solleks tiến lên phía trước.

**Nach François' Einschätzung war Solleks nun der beste Leithund.**

Theo đánh giá của François, Solleks hiện là người dẫn đầu tốt nhất.

**Buck stürzte sich wütend auf Solleks und trieb ihn aus Protest zurück.**

Buck tức giận lao vào Solleks và đẩy anh ta lùi lại để phản đối.

**Er stand dort, wo einst Spitz gestanden hatte, und beanspruchte die Führungsposition.**

Anh ta đứng ở vị trí mà Spitz từng đứng, khẳng định vị trí dẫn đầu.

**„Wie? Wie?", rief François und schlug sich amüsiert auf die Schenkel.**

"Hả? Hả?" François kêu lên, vỗ đùi vì thích thú.

**„Sehen Sie sich Buck an – er hat Spitz umgebracht und jetzt will er ihm den Job wegnehmen!"**

"Nhìn Buck kìa—nó đã giết Spitz, giờ nó lại muốn cướp công việc đó!"

**„Geh weg, Chook!", schrie er und versuchte, Buck zu vertreiben.**

"Đi đi, Chook!" anh hét lên, cố gắng đuổi Buck đi.

**Aber Buck weigerte sich, sich zu bewegen und blieb fest im Schnee stehen.**

Nhưng Buck từ chối di chuyển và đứng yên trên tuyết.

**François packte Buck am Genick und zog ihn beiseite.**

François túm lấy gáy Buck và kéo nó sang một bên.

**Buck knurrte leise und drohend, griff aber nicht an.**

Buck gầm gừ một cách đe dọa nhưng không tấn công.

**François brachte Solleks wieder in Führung und versuchte, den Streit zu schlichten**

François đưa Solleks trở lại vị trí dẫn đầu, cố gắng giải quyết tranh chấp

**Der alte Hund zeigte Angst vor Buck und wollte nicht bleiben.**

Con chó già tỏ ra sợ Buck và không muốn ở lại.

**Als François ihm den Rücken zuwandte, verjagte Buck Solleks wieder.**

Khi François quay lưng lại, Buck lại đuổi Solleks ra ngoài.

**Solleks leistete keinen Widerstand und trat erneut leise zur Seite.**

Solleks không chống cự mà lặng lẽ bước sang một bên lần nữa.

**François wurde wütend und schrie: „Bei Gott, ich werde dich heilen!"**

François nổi giận và hét lên, "Lạy Chúa, ta sẽ xử lý ngươi!"

**Er kam mit einer schweren Keule in der Hand auf Buck zu.**

Anh ta tiến về phía Buck, trên tay cầm một cây gậy nặng.

**Buck erinnerte sich gut an den Mann im roten Pullover.**

Buck nhớ rất rõ người đàn ông mặc áo len đỏ.

**Er zog sich langsam zurück, beobachtete François, knurrte jedoch tief.**

Anh ta từ từ lùi lại, nhìn François nhưng vẫn gầm gừ dữ dội.

**Er eilte nicht zurück, auch nicht, als Solleks an seiner Stelle stand.**

Anh ta không hề vội vã quay lại, ngay cả khi Solleks đứng vào vị trí của anh ta.

**Buck kreiste knapp außerhalb seiner Reichweite und knurrte wütend und protestierend.**

Buck bay vòng ra ngoài tầm với, gầm gừ vì giận dữ và phản đối.

**Er behielt den Schläger im Auge und war bereit auszuweichen, falls François warf.**

Anh ta luôn nhìn về phía cây gậy, sẵn sàng né tránh nếu François ném bóng.

**Er war weise und vorsichtig geworden im Umgang mit bewaffneten Männern.**

Anh đã trở nên khôn ngoan và cảnh giác hơn với cách cư xử của những người đàn ông có vũ khí.

**François gab auf und rief Buck erneut an seinen alten Platz.**

François bỏ cuộc và gọi Buck trở lại chỗ cũ.

**Aber Buck trat vorsichtig zurück und weigerte sich, dem Befehl Folge zu leisten.**

Nhưng Buck thận trọng lùi lại, từ chối tuân theo lệnh.

**François folgte ihm, aber Buck wich nur ein paar Schritte zurück.**

François đi theo, nhưng Buck chỉ lùi lại thêm vài bước.

**Nach einiger Zeit warf François frustriert die Waffe hin.**

Một lúc sau, François ném vũ khí xuống vì tức giận.

**Er dachte, Buck hätte Angst vor einer Tracht Prügel und würde ruhig kommen.**

Anh ta nghĩ Buck sợ bị đánh và sẽ lặng lẽ đi tới.

**Aber Buck wollte sich nicht vor einer Strafe drücken – er kämpfte um seinen Rang.**

Nhưng Buck không tránh khỏi hình phạt mà anh đang chiến đấu vì thứ hạng.

**Er hatte sich den Platz als Leithund durch einen Kampf auf Leben und Tod verdient**

Anh ấy đã giành được vị trí dẫn đầu thông qua một cuộc chiến đấu đến chết

**er würde sich mit nichts Geringerem zufrieden geben, als der Anführer zu sein.**

ông ấy sẽ không chấp nhận bất cứ điều gì thấp hơn vị trí lãnh đạo.


**Perrault beteiligte sich an der Verfolgung, um den rebellischen Buck zu fangen.**

Perrault đã tham gia vào cuộc rượt đuổi để giúp bắt chú Buck nổi loạn.

**Gemeinsam ließen sie ihn fast eine Stunde lang durch das Lager laufen.**

Họ cùng nhau chạy đưa anh ta đi vòng quanh trại trong gần một giờ.

**Sie warfen Knüppel nach ihm, aber Buck wich jedem Schlag geschickt aus.**

Họ ném gậy vào anh, nhưng Buck đều né được một cách khéo léo.

**Sie verfluchten ihn, seine Vorfahren, seine Nachkommen und jedes Haar an ihm.**

Họ nguyền rủa ông, tổ tiên ông, con cháu ông, và từng sợi tóc trên người ông.

**Aber Buck knurrte nur zurück und blieb gerade außerhalb ihrer Reichweite.**

Nhưng Buck chỉ gầm gừ đáp trả và đứng ngoài tầm với của họ.

**Er versuchte nie wegzulaufen, sondern umkreiste das Lager absichtlich.**

Anh ta không hề cố chạy trốn mà cố tình đi vòng quanh trại.

**Er machte klar, dass er gehorchen würde, sobald sie ihm gäben, was er wollte.**

Ông ấy nói rõ rằng ông ấy sẽ tuân theo một khi họ cho ông ấy thứ ông ấy muốn.

**Schließlich setzte sich François hin und kratzte sich frustriert am Kopf.**

Cuối cùng François ngồi xuống và gãi đầu vì thất vọng.

**Perrault sah auf seine Uhr, fluchte und murmelte etwas über die verlorene Zeit.**

Perrault kiểm tra đồng hồ, chửi thề và lẩm bẩm về thời gian đã mất.

**Obwohl sie eigentlich auf der Spur sein sollten, war bereits eine Stunde vergangen.**

Một giờ đã trôi qua khi họ đáng lẽ phải đi theo dấu vết.

**François zuckte verlegen mit den Achseln, als der Kurier resigniert seufzte.**

François nhún vai ngượng ngùng với người đưa thư, người này thở dài thất bại.

**Dann ging François zu Solleks und rief Buck noch einmal.**

Sau đó François bước đến chỗ Solleks và gọi Buck một lần nữa.

**Buck lachte wie ein Hund, wahrte jedoch vorsichtig seine Distanz.**

Buck cười như một chú chó cười, nhưng vẫn giữ khoảng cách thận trọng.

François nahm Solleks das Geschirr ab und brachte ihn an seinen Platz zurück.

François tháo dây cương của Solleks và đưa nó trở về vị trí cũ.

Das Schlittenteam stand voll angespannt da, nur ein Platz war unbesetzt.

Đội xe trượt tuyết đã được trang bị đầy đủ, chỉ còn một chỗ trống.

Die Führungsposition blieb leer und war eindeutig nur für Buck bestimmt.

Vị trí dẫn đầu vẫn còn trống, rõ ràng là chỉ dành cho một mình Buck.

François rief erneut, und wieder lachte Buck und blieb standhaft.

François gọi lần nữa và Buck lại cười và đứng nguyên tại chỗ.

„Wirf die Keule weg", befahl Perrault ohne zu zögern.

"Ném cây gậy xuống," Perrault ra lệnh mà không chút do dự.

François gehorchte und Buck trabte sofort stolz vorwärts.

François vâng lời, và Buck ngay lập tức chạy về phía trước một cách kiêu hãnh.

Er lachte triumphierend und übernahm die Führungsposition.

Anh ta cười đắc thắng và bước lên vị trí dẫn đầu.

François befestigte seine Leinen und der Schlitten wurde losgerissen.

François đã cố định được dây kéo và chiếc xe trượt tuyết đã bị phá vỡ.

Beide Männer liefen neben dem Team her, als es auf den Flusspfad rannte.

Cả hai người đàn ông chạy song song khi cả đội đua vào đường mòn ven sông.

François hatte Bucks „zwei Teufel" sehr geschätzt,

François đã đánh giá cao "hai con quỷ" của Buck,

aber er merkte bald, dass er den Hund tatsächlich unterschätzt hatte.

nhưng anh ta sớm nhận ra rằng thực ra anh ta đã đánh giá thấp con chó.

**Buck übernahm schnell die Führung und erbrachte hervorragende Leistungen.**

Buck nhanh chóng đảm nhiệm vai trò lãnh đạo và thực hiện nhiệm vụ một cách xuất sắc.

**In puncto Urteilsvermögen, schnelles Denken und schnelles Handeln übertraf Buck Spitz.**

Về khả năng phán đoán, tư duy nhanh nhạy và hành động nhanh, Buck đã vượt trội hơn Spitz.

**François hatte noch nie einen Hund gesehen, der dem von Buck gleichkam.**

François chưa bao giờ nhìn thấy một con chó nào có thể sánh được với Buck lúc này.

**Aber Buck war wirklich herausragend darin, für Ordnung zu sorgen und Respekt zu erlangen.**

Nhưng Buck thực sự xuất sắc trong việc thực thi trật tự và giành được sự tôn trọng.

**Dave und Solleks akzeptierten die Änderung ohne Bedenken oder Protest.**

Dave và Solleks chấp nhận sự thay đổi mà không lo lắng hay phản đối.

**Sie konzentrierten sich nur auf die Arbeit und zogen kräftig die Zügel an.**

Họ chỉ tập trung vào công việc và kéo mạnh dây cương.

**Es war ihnen egal, wer führte, solange der Schlitten in Bewegung blieb.**

Họ không quan tâm ai là người dẫn đầu, miễn là chiếc xe trượt tuyết tiếp tục di chuyển.

**Billee, der Fröhliche, hätte, soweit es sie interessierte, die Führung übernehmen können.**

Billee, người vui vẻ, có thể dẫn đầu mà không cần quan tâm.

**Was ihnen wichtig war, waren Frieden und Ordnung in den Reihen.**

Điều quan trọng với họ là hòa bình và trật tự trong hàng ngũ.

**Der Rest des Teams war während Spitz' Niedergang unbändig geworden.**

Phần còn lại của đội trở nên hỗn loạn trong thời gian Spitz suy yếu.

**Sie waren schockiert, als Buck sie sofort zur Ordnung rief.**

Họ đã rất sửng sốt khi Buck ngay lập tức bảo họ phải tuân theo.

**Pike war immer faul gewesen und hatte Buck hinterhergehangen.**

Pike luôn lười biếng và lê bước theo sau Buck.

**Doch nun wurde er von der neuen Führung scharf diszipliniert.**

Nhưng giờ đây đã bị kỷ luật nghiêm khắc bởi ban lãnh đạo mới.

**Und er lernte schnell, seinen Teil zum Team beizutragen.**

Và anh ấy nhanh chóng học được cách thể hiện vai trò của mình trong đội.

**Am Ende des Tages hatte Pike härter gearbeitet als je zuvor.**

Đến cuối ngày, Pike làm việc chăm chỉ hơn bao giờ hết.

**In dieser Nacht im Lager wurde Joe, der mürrische Hund, endlich beruhigt.**

Đêm đó trong trại, Joe, chú chó khó tính, cuối cùng đã bị khuất phục.

**Spitz hatte es nicht geschafft, ihn zu disziplinieren, aber Buck versagte nicht.**

Spitz đã không thể kỷ luật Buck, nhưng Buck thì không.

**Durch die Nutzung seines größeren Gewichts überwältigte Buck Joe in Sekundenschnelle.**

Với trọng lượng lớn hơn, Buck đã áp đảo Joe chỉ trong vài giây.

**Er biss und schlug Joe, bis dieser wimmerte und aufhörte, sich zu wehren.**

Anh ta cắn và đánh Joe cho đến khi anh rên rỉ và ngừng chống cự.

**Von diesem Moment an verbesserte sich das gesamte Team.**

Toàn đội đã tiến bộ kể từ thời điểm đó.

**Die Hunde erlangten ihre alte Einheit und Disziplin zurück.**

Những chú chó đã lấy lại được sự đoàn kết và kỷ luật như trước.

**In Rink Rapids kamen zwei neue einheimische Huskies hinzu, Teek und Koona.**

Tại Rink Rapids, hai chú chó husky bản địa mới, Teek và Koona, đã gia nhập.

**Bucks schnelle Ausbildung erstaunte sogar François.**

Sự huấn luyện nhanh chóng của Buck khiến ngay cả François cũng phải kinh ngạc.

**„So einen Hund wie diesen Buck hat es noch nie gegeben!", rief er erstaunt.**

"Chưa từng có con chó nào như thế này!" Buck kêu lên vì kinh ngạc.

**„Nein, niemals! Er ist tausend Dollar wert, bei Gott!"**

"Không, không bao giờ! Anh ta đáng giá một ngàn đô la, Chúa ơi!"

**„Wie? Was sagst du dazu, Perrault?", fragte er stolz.**

"Hả? Anh nói sao, Perrault?" anh hỏi với vẻ tự hào.

**Perrault nickte zustimmend und überprüfte seine Notizen.**

Perrault gật đầu đồng ý và kiểm tra lại ghi chú của mình.

**Wir liegen bereits vor dem Zeitplan und kommen täglich weiter voran.**

Chúng tôi đã đi trước tiến độ và đang tiến triển nhiều hơn mỗi ngày.

**Der Weg war festgestampft und glatt, es lag kein Neuschnee.**

Đường mòn cứng và bằng phẳng, không có tuyết mới rơi.

**Es war konstant kalt und lag die ganze Zeit bei minus fünfzig Grad.**

Nhiệt độ luôn ở mức âm năm mươi độ.

**Die Männer ritten und rannten abwechselnd, um sich warm zu halten und Zeit zu gewinnen.**

Những người đàn ông thay phiên nhau cưỡi ngựa và chạy để giữ ấm và tiết kiệm thời gian.

**Die Hunde rannten schnell, mit wenigen Pausen, immer vorwärts.**

Những chú chó chạy nhanh, ít dừng lại và luôn tiến về phía trước.

**Der Thirty Mile River war größtenteils zugefroren und leicht zu überqueren.**

Sông Thirty Mile hầu như đã đóng băng và có thể dễ dàng đi qua.

**Was zehn Tage gedauert hatte, wurde an einem Tag verschickt.**

Họ đã đi ra ngoài chỉ trong một ngày trong khi phải mất mười ngày để đến nơi.

**Sie legten einen sechsundneunzig Kilometer langen Sprint vom Lake Le Barge nach White Horse zurück.**

Họ chạy nước rút sáu mươi dặm từ Hồ Le Barge đến White Horse.

**Sie bewegten sich unglaublich schnell über die Seen Marsh, Tagish und Bennett.**

Chúng di chuyển cực kỳ nhanh qua các hồ Marsh, Tagish và Bennett.

**Der laufende Mann wird an einem Seil hinter dem Schlitten hergezogen.**

Người đàn ông đang chạy được kéo theo phía sau xe trượt tuyết bằng một sợi dây thừng.

**In der letzten Nacht der zweiten Woche erreichten sie ihr Ziel.**

Vào đêm cuối cùng của tuần thứ hai, họ đã đến đích.

**Sie hatten gemeinsam die Spitze des White Pass erreicht.**

Họ đã cùng nhau lên đến đỉnh đèo White.

**Sie sanken auf Meereshöhe hinab, mit den Lichtern von Skaguay unter ihnen.**

Họ hạ xuống mực nước biển với ánh đèn của Skaguay ở bên dưới.

**Es war ein Rekordlauf durch kilometerlange kalte Wildnis.**

Đó là một cuộc chạy kỷ lục qua nhiều dặm đường hoang dã lạnh giá.

**An vierzehn aufeinanderfolgenden Tagen legten sie im Durchschnitt satte vierundsechzig Kilometer zurück.**

Trong mười bốn ngày liên tiếp, trung bình họ đi được bốn mươi dặm.

**In Skaguay transportierten Perrault und François Fracht durch die Stadt.**

Ở Skaguay, Perrault và François vận chuyển hàng hóa qua thị trấn.

**Die bewundernde Menge jubelte ihnen zu und bot ihnen viele Getränke an.**

Họ được đám đông ngưỡng mộ cổ vũ và tặng nhiều đồ uống.

**Hundefänger und Arbeiter versammelten sich um das berühmte Hundegespann.**

Những người bắt chó và công nhân tụ tập quanh đội chó nghiệp vụ nổi tiếng.

**Dann kamen Gesetzlose aus dem Westen in die Stadt und erlitten eine brutale Niederlage.**

Sau đó, những kẻ ngoài vòng pháp luật phương Tây kéo đến thị trấn và phải chịu thất bại thảm hại.

**Die Leute vergaßen bald das Team und konzentrierten sich auf neue Dramen.**

Mọi người nhanh chóng quên đội bóng và tập trung vào bộ phim mới.

**Dann kamen die neuen Befehle, die alles auf einen Schlag veränderten.**

Sau đó, những mệnh lệnh mới được đưa ra đã thay đổi mọi thứ cùng một lúc.

**François rief Buck zu sich und umarmte ihn mit tränenreichem Stolz.**

François gọi Buck lại và ôm chặt nó trong niềm tự hào tràn ngập nước mắt.

**In diesem Moment sah Buck François zum letzten Mal wieder.**

Khoảnh khắc đó là lần cuối cùng Buck nhìn thấy François lần nữa.

**Wie viele Männer zuvor waren sowohl François als auch Perrault nicht mehr da.**

Giống như nhiều người đàn ông khác, cả François và Perrault đều đã ra đi.

**Ein schottischer Mischling übernahm das Kommando über Buck und seine Schlittenhunde-Kollegen.**

Một người lai Scotland đã chăm sóc Buck và những người bạn chó kéo xe trượt tuyết của anh.

**Mit einem Dutzend anderer Hundegespanne kehrten sie auf dem Weg nach Dawson zurück.**

Cùng với hàng chục đội chó khác, họ quay trở lại theo đường mòn đến Dawson.

**Es war kein Schnelllauf mehr, sondern harte Arbeit mit einer schweren Last jeden Tag.**

Bây giờ không còn là cuộc chạy nhanh nữa mà chỉ là công việc nặng nhọc với gánh nặng mỗi ngày.

**Dies war der Postzug, der den Goldsuchern in der Nähe des Pols Nachrichten brachte.**

Đây là chuyến tàu thư, mang tin tức đến cho những người đi săn vàng gần Cực.

**Buck mochte die Arbeit nicht, ertrug sie jedoch gut und war stolz auf seine Leistung.**

Buck không thích công việc này nhưng vẫn chịu đựng và tự hào về nỗ lực của mình.

**Wie Dave und Solleks zeigte Buck Hingabe bei jeder täglichen Aufgabe.**

Giống như Dave và Solleks, Buck thể hiện sự tận tâm với mọi công việc hàng ngày.

**Er stellte sicher, dass jeder seiner Teamkollegen seinen Teil beitrug.**

Anh ấy đảm bảo rằng mỗi thành viên trong nhóm đều hoàn thành tốt nhiệm vụ của mình.

**Das Leben auf dem Trail wurde langweilig und wiederholte sich mit der Präzision einer Maschine.**

Cuộc sống trên đường mòn trở nên buồn tẻ, lặp đi lặp lại với độ chính xác như một cỗ máy.

**Jeder Tag fühlte sich gleich an, ein Morgen ging in den nächsten über.**

Mỗi ngày đều giống nhau, buổi sáng này trôi qua vào buổi sáng tiếp theo.

**Zur gleichen Stunde standen die Köche auf, um Feuer zu machen und Essen zuzubereiten.**

Cùng lúc đó, những người đầu bếp cũng dậy để nhóm lửa và chuẩn bị thức ăn.

**Nach dem Frühstück verließen einige das Lager, während andere die Hunde anspannten.**

Sau bữa sáng, một số người rời trại trong khi những người khác dắt chó đi dạo.

**Sie machten sich auf den Weg, bevor die schwache Morgendämmerung den Himmel berührte.**

Họ lên đường trước khi ánh bình minh ló dạng trên bầu trời.

**Nachts hielten sie an, um ihr Lager aufzuschlagen, wobei jeder Mann eine festgelegte Aufgabe hatte.**

Vào ban đêm, họ dừng lại để dựng trại, mỗi người có một nhiệm vụ được giao.

**Einige stellten die Zelte auf, andere hackten Feuerholz und sammelten Kiefernzweige.**

Một số người dựng lều, những người khác chặt củi và thu thập cành thông.

**Zum Abendessen wurde den Köchen Wasser oder Eis mitgebracht.**

Nước hoặc đá được mang về cho đầu bếp để chuẩn bị cho bữa tối.

**Die Hunde wurden gefüttert und das war für sie der schönste Teil des Tages.**

Những chú chó đã được cho ăn và đây là khoảng thời gian tuyệt vời nhất trong ngày đối với chúng.

**Nachdem sie Fisch gegessen hatten, entspannten sich die Hunde und machten es sich in der Nähe des Feuers gemütlich.**

Sau khi ăn cá, những chú chó thư giãn và nằm dài gần đống lửa.

**Im Konvoi waren noch hundert andere Hunde, unter die man sich mischen konnte.**

Có tới hàng trăm chú chó khác trong đoàn để hòa nhập.

**Viele dieser Hunde waren wild und kämpften ohne Vorwarnung.**

Nhiều con chó trong số đó rất hung dữ và có thể đánh nhau bất cứ lúc nào mà không báo trước.

**Doch nach drei Siegen war Buck selbst den härtesten Kämpfern überlegen.**

Nhưng sau ba chiến thắng, Buck đã chế ngự được cả những võ sĩ hung dữ nhất.

**Als Buck nun knurrte und die Zähne fletschte, traten sie zur Seite.**

Khi Buck gầm gừ và nhe răng, họ bước sang một bên.

**Und das Beste war vielleicht, dass Buck es liebte, neben dem flackernden Lagerfeuer zu liegen.**

Có lẽ điều tuyệt vời nhất là Buck thích nằm gần đống lửa trại bập bùng.

**Er hockte mit angezogenen Hinterbeinen und nach vorne gestreckten Vorderbeinen.**

Anh ta khom người, hai chân sau khép lại và hai chân trước duỗi thẳng về phía trước.

**Er hatte den Kopf erhoben und blinzelte sanft in die glühenden Flammen.**

Anh ta ngẩng đầu lên và chớp mắt nhẹ nhàng nhìn ngọn lửa đang cháy.

**Manchmal musste er an Richter Millers großes Haus in Santa Clara denken.**

Đôi khi ông nhớ lại ngôi nhà lớn của thẩm phán Miller ở Santa Clara.

**Er dachte an den Zementpool, an Ysabel und den Mops namens Toots.**

Anh nghĩ đến hồ bơi xi măng, đến Ysabel và chú chó pug tên là Toots.

**Aber häufiger musste er an die Keule des Mannes mit dem roten Pullover denken.**

Nhưng thường thì anh nhớ đến người đàn ông mặc áo len đỏ.

**Er erinnerte sich an Curlys Tod und seinen erbitterten Kampf mit Spitz.**

Ông nhớ lại cái chết của Xoăn và trận chiến dữ dội của nó với Spitz.

**Er erinnerte sich auch an das gute Essen, das er gegessen hatte oder von dem er immer noch träumte.**

Ông cũng nhớ lại những món ăn ngon mà ông đã từng ăn hoặc vẫn mơ thấy.

**Buck hatte kein Heimweh – das warme Tal war weit weg und unwirklich.**

Buck không nhớ nhà - thung lũng ấm áp thật xa xôi và không có thật.

**Die Erinnerungen an Kalifornien hatten keine große Anziehungskraft mehr auf ihn.**

Những ký ức về California không còn thực sự có sức hấp dẫn đối với anh nữa.

**Stärker als die Erinnerung waren die tief in seinem Blut verwurzelten Instinkte.**

Mạnh mẽ hơn trí nhớ là bản năng ăn sâu vào dòng máu của anh.

**Einst verlorene Gewohnheiten waren zurückgekehrt und durch den Weg und die Wildnis wiederbelebt worden.**

Những thói quen đã mất nay đã quay trở lại, được hồi sinh nhờ con đường mòn và thiên nhiên hoang dã.

**Während Buck das Feuerlicht betrachtete, veränderte sich seine Wahrnehmung manchmal.**

Khi Buck nhìn ánh lửa, đôi khi nó trở thành thứ gì đó khác.

**Er sah im Feuerschein ein anderes Feuer, älter und tiefer als das gegenwärtige.**

Anh nhìn thấy trong ánh lửa một ngọn lửa khác, cũ hơn và sâu hơn ngọn lửa hiện tại.

**Neben dem anderen Feuer hockte ein Mann, der anders aussah als der Mischlingskoch.**

Bên cạnh đống lửa là một người đàn ông đang khom mình, không giống như gã đầu bếp lai.

**Diese Figur hatte kurze Beine, lange Arme und harte, verknotete Muskeln.**

Nhân vật này có chân ngắn, tay dài và cơ bắp cứng cáp.

**Sein Haar war lang und verfilzt und fiel von den Augen nach hinten ab.**

Tóc anh ta dài và rối, chảy dài về phía sau từ mắt.

**Er gab seltsame Geräusche von sich und starrte voller Angst in die Dunkelheit.**

Anh ta phát ra những âm thanh kỳ lạ và nhìn chằm chằm vào bóng tối trong sợ hãi.

**Er hielt eine Steinkeule tief in seiner langen, rauen Hand fest.**

Anh ta cầm chặt một cây gậy đá trong bàn tay dài thô ráp của mình.

**Der Mann trug wenig, nur eine verkohlte Haut, die ihm den Rücken hinunterhing.**

Người đàn ông mặc rất ít quần áo; chỉ có một lớp da cháy xém rủ xuống lưng.

**Sein Körper war an Armen, Brust und Oberschenkeln mit dichtem Haar bedeckt.**

Cơ thể anh ta được bao phủ bởi lớp lông dày ở cánh tay, ngực và đùi.

**Einige Teile des Haares waren zu rauen Fellbüscheln verfilzt.**

Một số phần tóc bị rối thành từng mảng lông thô.

**Er stand nicht gerade, sondern war von der Hüfte bis zu den Knien nach vorne gebeugt.**

Ông ta không đứng thẳng mà khom người về phía trước từ hông đến đầu gối.

**Seine Schritte waren federnd und katzenartig, als wäre er immer zum Sprung bereit.**

Bước chân của anh ta nhẹ nhàng và uyển chuyển như mèo, như thể luôn sẵn sàng nhảy vọt.

**Er war in höchster Wachsamkeit, als lebte er in ständiger Angst.**

Có một sự cảnh giác sắc bén, như thể anh ta đang sống trong nỗi sợ hãi thường trực.

**Dieser alte Mann schien mit Gefahr zu rechnen, ob er die Gefahr nun sah oder nicht.**

Người đàn ông cổ đại này dường như luôn mong đợi nguy hiểm, bất kể có nhìn thấy nguy hiểm hay không.

**Manchmal schlief der haarige Mann am Feuer, den Kopf zwischen die Beine gesteckt.**

Đôi khi người đàn ông lông lá ngủ bên đống lửa, đầu kẹp giữa hai chân.

Seine Ellbogen ruhten auf seinen Knien, die Hände waren über seinem Kopf gefaltet.

Khuỷu tay anh chống lên đầu gối, hai tay chắp lại trên đầu.

Wie ein Hund benutzte er seine haarigen Arme, um den fallenden Regen abzuschütteln.

Giống như một chú chó, anh ta dùng cánh tay đầy lông của mình để rũ mưa rơi.

Hinter dem Feuerschein sah Buck zwei Kohlen im Dunkeln glühen.

Phía sau ánh lửa, Buck nhìn thấy hai cục than đang cháy sáng trong bóng tối.

Immer zu zweit, waren sie die Augen der sich anpirschenden Raubtiere.

Luôn luôn là hai con mắt của những con thú săn mồi rình mồi.

Er hörte, wie Körper durchs Unterholz krachten und Geräusche in der Nacht.

Anh nghe thấy tiếng người va vào bụi rậm và những âm thanh phát ra trong đêm.

Buck lag blinzelnd am Ufer des Yukon und träumte am Feuer.

Nằm trên bờ sông Yukon, chớp mắt, Buck mơ màng bên đống lửa.

Die Anblicke und Geräusche dieser wilden Welt ließen ihm die Haare zu Berge stehen.

Cảnh tượng và âm thanh của thế giới hoang dã đó khiến tóc anh dựng đứng.

Das Fell stand ihm über den Rücken, die Schultern und den Hals hinauf.

Lông mọc dọc theo lưng, vai và lên đến cổ.

Er wimmerte leise oder gab ein tiefes Knurren aus der Brust von sich.

Anh ta rên rỉ khe khẽ hoặc gầm gừ trong lồng ngực.

Dann rief der Mischlingskoch: „Hey, du Buck, wach auf!"

Sau đó, gã đầu bếp lai hét lên: "Này, Buck, dậy đi!"

Die Traumwelt verschwand und das wirkliche Leben kehrte in Bucks Augen zurück.

Thế giới trong mơ biến mất, và cuộc sống thực sự trở lại trước mắt Buck.

**Er wollte aufstehen, sich strecken und gähnen, als wäre er aus einem Nickerchen erwacht.**

Anh ta định đứng dậy, vươn vai và ngáp như thể vừa mới ngủ dậy.

**Die Reise war anstrengend, da sie den Postschlitten hinter sich herziehen mussten.**

Chuyến đi thật vất vả vì xe trượt thư kéo lê phía sau.

**Schwere Lasten und harte Arbeit zermürbten die Hunde jeden langen Tag.**

Những gánh nặng và công việc khó khăn đã làm kiệt sức những chú chó sau một ngày dài.

**Sie kamen dünn und müde in Dawson an und brauchten über eine Woche Ruhe.**

Họ đến Dawson trong tình trạng gầy gò, mệt mỏi và cần phải nghỉ ngơi hơn một tuần.

**Doch nur zwei Tage später machten sie sich erneut auf den Weg den Yukon hinunter.**

Nhưng chỉ hai ngày sau, họ lại lên đường xuôi dòng Yukon.

**Sie waren mit weiteren Briefen beladen, die für die Außenwelt bestimmt waren.**

Chúng chứa đầy những lá thư gửi đi thế giới bên ngoài.

**Die Hunde waren erschöpft und die Männer beschwerten sich ständig.**

Những chú chó thì kiệt sức còn những người đàn ông thì liên tục phàn nàn.

**Jeden Tag fiel Schnee, der den Weg weicher machte und die Schlitten verlangsamte.**

Tuyết rơi mỗi ngày, làm mềm đường mòn và làm chậm tốc độ của xe trượt tuyết.

**Dies führte zu einem stärkeren Ziehen und einem größeren Widerstand der Läufer.**

Điều này làm cho việc kéo trở nên khó khăn hơn và gây nhiều lực cản hơn lên người chạy.

**Trotzdem waren die Fahrer fair und kümmerten sich um ihre Teams.**

Mặc dù vậy, các tay đua vẫn rất công bằng và quan tâm đến đội của mình.

**Jeden Abend wurden die Hunde gefüttert, bevor die Männer etwas zu essen bekamen.**

Mỗi đêm, những chú chó được cho ăn trước khi những người đàn ông được ăn.

**Kein Mann geht schlafen, ohne vorher die Pfoten seines eigenen Hundes zu kontrollieren.**

Không người đàn ông nào ngủ mà không kiểm tra chân chó của mình.

**Dennoch wurden die Hunde mit jeder zurückgelegten Strecke schwächer.**

Tuy nhiên, những chú chó ngày càng yếu đi vì quãng đường đã đi qua.

**Sie waren den ganzen Winter über zweitausendachthundert Kilometer gereist.**

Họ đã đi được một ngàn tám trăm dặm trong suốt mùa đông.

**Sie zogen Schlitten über jede Meile dieser brutalen Distanz.**

Họ kéo xe trượt tuyết băng qua từng dặm đường khắc nghiệt đó.

**Selbst die härtesten Schlittenhunde spüren nach so vielen Kilometern die Belastung.**

Ngay cả những chú chó kéo xe bền bỉ nhất cũng cảm thấy mệt mỏi sau nhiều dặm đường.

**Buck hielt durch, sorgte für die Weiterarbeit seines Teams und sorgte für die nötige Disziplin.**

Buck vẫn trụ vững, duy trì hoạt động của nhóm và duy trì kỷ luật.

**Aber Buck war müde, genau wie die anderen auf der langen Reise.**

Nhưng Buck cũng mệt mỏi như những người khác trong chuyến đi dài.

**Billee wimmerte und weinte jede Nacht ohne Ausnahme im Schlaf.**

Billee rên rỉ và khóc trong lúc ngủ mỗi đêm không hề sai sót.

**Joe wurde noch verbitterter und Solleks blieb kalt und distanziert.**

Joe càng trở nên cay đắng hơn, còn Solleks vẫn lạnh lùng và xa cách.

**Doch Dave war derjenige des gesamten Teams, der am meisten darunter litt.**

Nhưng Dave là người chịu tổn thương nặng nề nhất trong cả đội.

**Irgendetwas in seinem Inneren war schiefgelaufen, doch niemand wusste, was.**

Có điều gì đó không ổn bên trong anh, mặc dù không ai biết đó là gì.

**Er wurde launischer und fuhr andere mit wachsender Wut an.**

Ông trở nên cáu kỉnh hơn và quát tháo người khác khi cơn giận ngày một tăng.

**Jede Nacht ging er direkt zu seinem Nest und wartete darauf, gefüttert zu werden.**

Mỗi đêm, chú chim bay thẳng về tổ, chờ được cho ăn.

**Als Dave einmal unten war, stand er bis zum Morgen nicht mehr auf.**

Sau khi nằm xuống, Dave không thể đứng dậy cho đến sáng.

**Plötzliche Rucke oder Anlaufe an den Zügeln ließen ihn vor Schmerzen aufschreien.**

Trên dây cương, những cú giật hoặc khởi động đột ngột đều khiến anh ta kêu lên vì đau.

**Sein Fahrer suchte nach der Ursache, konnte jedoch keine Verletzungen feststellen.**

Tài xế của anh đã tìm kiếm nguyên nhân nhưng không thấy anh bị thương.

**Alle Fahrer beobachteten Dave und besprachen seinen Fall.**

Tất cả các tài xế bắt đầu chú ý đến Dave và thảo luận về trường hợp của anh.

**Sie unterhielten sich beim Essen und während ihrer letzten Zigarette des Tages.**

Họ trò chuyện trong bữa ăn và trong lúc hút thuốc cuối cùng trong ngày.

**Eines Nachts hielten sie eine Versammlung ab und brachten Dave zum Feuer.**

Một đêm nọ, họ họp và đưa Dave đến đống lửa.

**Sie drückten und untersuchten seinen Körper und er schrie oft.**

Họ ấn và thăm dò cơ thể ông, và ông thường xuyên kêu khóc.

**Offensichtlich stimmte etwas nicht, auch wenn keine Knochen gebrochen zu sein schienen.**

Rõ ràng là có điều gì đó không ổn, mặc dù không có chiếc xương nào bị gãy.

**Als sie Cassiar Bar erreichten, war Dave am Umfallen.**

Khi họ tới Cassiar Bar, Dave đang ngã xuống.

**Der schottische Mischling machte Schluss und nahm Dave aus dem Team.**

Người lai Scotland đã dừng lại và đuổi Dave ra khỏi đội.

**Er befestigte Solleks an Daves Stelle, ganz vorne am Schlitten.**

Anh ta buộc Solleks vào vị trí của Dave, gần phía trước xe trượt tuyết nhất.

**Er wollte Dave ausruhen und ihm die Freiheit geben, hinter dem fahrenden Schlitten herzulaufen.**

Anh ấy định để Dave nghỉ ngơi và chạy tự do phía sau chiếc xe trượt tuyết đang chuyển động.

**Doch selbst als er krank war, hasste Dave es, von seinem Job geholt zu werden.**

Nhưng ngay cả khi bị bệnh, Dave vẫn ghét việc bị cướp mất công việc mà anh từng làm.

**Er knurrte und wimmerte, als ihm die Zügel aus dem Körper gerissen wurden.**

Anh ta gầm gừ và rên rỉ khi dây cương bị kéo ra khỏi người anh ta.

**Als er Solleks an seiner Stelle sah, weinte er vor gebrochenem Herzen.**

Khi nhìn thấy Solleks ở vị trí của mình, ông đã khóc vì đau đớn tột cùng.

**Dave war noch immer stolz auf seine Arbeit auf dem Weg, selbst als der Tod nahte.**

Niềm tự hào về công việc thám hiểm đường mòn vẫn luôn sâu thẳm trong Dave, ngay cả khi cái chết đang đến gần.

**Während der Schlitten fuhr, kämpfte sich Dave durch den weichen Schnee in der Nähe des Pfades.**

Khi chiếc xe trượt tuyết di chuyển, Dave loạng choạng đi qua lớp tuyết mềm gần đường mòn.

**Er griff Solleks an, biss ihn und stieß ihn von der Seite des Schlittens.**

Anh ta tấn công Solleks bằng cách cắn và đẩy anh ta ra khỏi xe trượt tuyết.

**Dave versuchte, in das Geschirr zu springen und seinen Arbeitsplatz zurückzuerobern.**

Dave cố gắng nhảy vào dây an toàn và giành lại vị trí làm việc của mình.

**Er schrie, jammerte und weinte, hin- und hergerissen zwischen Schmerz und Stolz auf die Wehen.**

Anh ấy hét lên, rên rỉ và khóc lóc, giằng xé giữa nỗi đau và niềm tự hào khi chuyển dạ.

**Der Mischling versuchte, Dave mit seiner Peitsche vom Team zu vertreiben.**

Người con lai này đã dùng roi để cố đuổi Dave ra khỏi đội.

**Doch Dave ignorierte den Hieb und der Mann konnte nicht härter zuschlagen.**

Nhưng Dave không để ý đến đòn roi, và gã đàn ông kia không thể đánh anh mạnh hơn được nữa.

**Dave lehnte den einfacheren Weg hinter dem Schlitten ab, wo der Schnee festgefahren war.**

Dave từ chối đi theo con đường dễ dàng hơn phía sau xe trượt tuyết, nơi tuyết phủ dày.

**Stattdessen kämpfte er sich elend durch den tiefen Schnee neben dem Weg.**

Thay vào đó, anh ta vật lộn trong lớp tuyết dày bên cạnh con đường mòn, trong đau khổ.

**Schließlich brach Dave zusammen, blieb im Schnee liegen und schrie vor Schmerzen.**

Cuối cùng, Dave ngã gục, nằm trên tuyết và rên rỉ vì đau đớn.

**Er schrie auf, als die lange Schlittenkette einer nach dem anderen an ihm vorbeifuhr.**

Anh ấy kêu lên khi đoàn xe trượt tuyết dài lần lượt đi qua.

**Dennoch stand er mit der ihm verbleibenden Kraft auf und stolperte ihnen hinterher.**

Tuy nhiên, với chút sức lực còn lại, anh đứng dậy và loạng choạng đi theo họ.

**Als der Zug wieder anhielt, holte er ihn ein und fand seinen alten Schlitten.**

Khi tàu dừng lại lần nữa, anh ta đuổi kịp và tìm thấy chiếc xe trượt tuyết cũ của mình.

**Er kämpfte sich an den anderen Teams vorbei und stand wieder neben Solleks.**

Anh ta loạng choạng đi qua các đội khác và lại đứng cạnh Solleks.

**Als der Fahrer anhielt, um seine Pfeife anzuzünden, nutzte Dave seine letzte Chance.**

Khi người lái xe dừng lại để châm thuốc, Dave đã nắm lấy cơ hội cuối cùng của mình.

**Als der Fahrer zurückkam und schrie, bewegte sich das Team nicht weiter.**

Khi người lái xe quay lại và hét lớn, cả đoàn không tiến lên nữa.

**Die Hunde hatten ihre Köpfe gedreht, verwirrt durch den plötzlichen Stopp.**

Những con chó quay đầu lại, tỏ vẻ bối rối vì sự dừng lại đột ngột.

**Auch der Fahrer war schockiert – der Schlitten hatte sich keinen Zentimeter vorwärts bewegt.**

Người lái xe cũng bị sốc - chiếc xe trượt tuyết không hề di chuyển về phía trước một inch nào.

**Er rief den anderen zu, sie sollten kommen und nachsehen, was passiert sei.**

Anh ta gọi những người khác đến xem chuyện gì đã xảy ra.

**Dave hatte Solleks' Zügel durchgekaut und beide auseinandergerissen.**

Dave đã cắn đứt dây cương của Solleks, làm cả hai đứt ra.

**Nun stand er vor dem Schlitten, wieder an seinem rechtmäßigen Platz.**

Bây giờ anh ấy đã đứng trước xe trượt tuyết, trở lại đúng vị trí của mình.

**Dave blickte zum Fahrer auf und flehte ihn stumm an, in der Spur zu bleiben.**

Dave nhìn lên người lái xe, thầm cầu xin anh ta giữ nguyên tốc độ.

**Der Fahrer war verwirrt und wusste nicht, was er für den zappelnden Hund tun sollte.**

Người lái xe tỏ ra bối rối, không biết phải làm gì với chú chó đang vật lộn.

**Die anderen Männer sprachen von Hunden, die beim Rausbringen gestorben waren.**

Những người đàn ông khác kể về những con chó đã chết khi bị đưa ra ngoài.

**Sie erzählten von alten oder verletzten Hunden, denen es das Herz brach, als sie zurückgelassen wurden.**

Họ kể về những chú chó già hoặc bị thương, có trái tim tan vỡ khi bị bỏ lại.

**Sie waren sich einig, dass es Gnade wäre, Dave sterben zu lassen, während er noch im Geschirr steckte.**

Họ đồng ý rằng thật là thương xót khi để Dave chết khi vẫn còn trong dây cương.

**Er wurde wieder auf dem Schlitten festgeschnallt und Dave zog voller Stolz.**

Anh ấy được buộc lại vào xe trượt tuyết và Dave kéo xe một cách đầy tự hào.

**Obwohl er manchmal schrie, arbeitete er, als könne man den Schmerz ignorieren.**

Mặc dù đôi khi ông kêu khóc, nhưng ông vẫn làm việc như thể cơn đau có thể bị bỏ qua.

**Mehr als einmal fiel er und wurde mitgeschleift, bevor er wieder aufstand.**

Ông đã ngã và bị kéo đi nhiều lần trước khi đứng dậy được.

**Einmal wurde er vom Schlitten überrollt und von diesem Moment an humpelte er.**

Một lần, chiếc xe trượt tuyết lăn qua người anh và anh đi khập khiễng từ lúc đó.

**Trotzdem arbeitete er, bis das Lager erreicht war, und legte sich dann ans Feuer.**

Tuy nhiên, ông vẫn làm việc cho đến khi tới trại, rồi nằm bên đống lửa.

**Am Morgen war Dave zu schwach, um zu reisen oder auch nur aufrecht zu stehen.**

Đến sáng, Dave đã quá yếu để có thể di chuyển hoặc thậm chí là đứng thẳng.

**Als es Zeit war, das Geschirr anzulegen, versuchte er mit zitternder Anstrengung, seinen Fahrer zu erreichen.**

Khi đến giờ thắng ngựa, anh ta run rẩy cố gắng tiếp cận người lái xe.

**Er rappelte sich auf, taumelte und brach auf dem schneebedeckten Boden zusammen.**

Anh ta cố gắng đứng dậy, loạng choạng rồi ngã xuống nền đất đầy tuyết.

**Mithilfe seiner Vorderbeine zog er seinen Körper in Richtung des Angeschirrs.**

Anh ta dùng hai chân trước kéo cơ thể về phía khu vực buộc dây cương.

**Zentimeter für Zentimeter schob er sich auf die Arbeitshunde zu.**

Anh ta nhích từng inch một về phía những chú chó nghiệp vụ.

**Er verließ die Kraft, aber er machte mit seinem letzten verzweifelten Vorstoß weiter.**

Sức lực của anh đã cạn kiệt, nhưng anh vẫn tiếp tục di chuyển trong nỗ lực tuyệt vọng cuối cùng của mình.

**Seine Teamkollegen sahen ihn im Schnee nach Luft schnappen und sich immer noch danach sehnen, zu ihnen zu kommen.**

Các đồng đội của anh nhìn thấy anh thở hổn hển trên tuyết, vẫn khao khát được tham gia cùng họ.

**Sie hörten ihn vor Kummer schreien, als sie das Lager hinter sich ließen.**

Họ nghe thấy tiếng anh ấy hú lên vì đau buồn khi họ rời khỏi trại.

**Als das Team zwischen den Bäumen verschwand, hallte Daves Schrei hinter ihnen wider.**

Khi cả đội biến mất sau những hàng cây, tiếng kêu của Dave vẫn vang vọng phía sau họ.

**Der Schlittenzug hielt kurz an, nachdem er einen Abschnitt des Flusswalds überquert hatte.**

Đoàn tàu trượt tuyết dừng lại một lúc sau khi băng qua một đoạn sông gỗ.

**Der schottische Mischling ging langsam zurück zum Lager dahinter.**

Người lai Scotland chậm rãi bước trở về trại phía sau.

**Die Männer verstummten, als sie ihn den Schlittenzug verlassen sahen.**

Những người đàn ông ngừng nói chuyện khi thấy anh ta rời khỏi đoàn tàu trượt tuyết.

**Dann ertönte ein einzelner Schuss klar und scharf über den Weg.**

Rồi một tiếng súng vang lên rõ ràng và sắc nét dọc theo con đường mòn.

**Der Mann kam schnell zurück und nahm wortlos seinen Platz ein.**

Người đàn ông nhanh chóng quay lại và ngồi vào chỗ của mình mà không nói một lời.

**Peitschen knallten, Glöckchen bimmelten und die Schlitten rollten durch den Schnee.**

Tiếng roi quất, tiếng chuông leng keng và tiếng xe trượt tuyết lăn trên tuyết.

**Aber Buck wusste, was passiert war – und alle anderen Hunde auch.**

Nhưng Buck biết chuyện gì đã xảy ra—và mọi con chó khác cũng vậy.

### Die Mühen der Zügel und des Trails
Sự vất vả của cương ngựa và đường mòn

**Dreißig Tage nach dem Verlassen von Dawson erreichte die Salt Water Mail Skaguay.**

Ba mươi ngày sau khi rời Dawson, tàu Salt Water Mail đã đến Skaguay.

**Buck und seine Teamkollegen gingen in Führung, kamen aber in einem erbärmlichen Zustand an.**

Buck và các đồng đội đã vươn lên dẫn đầu, nhưng đến nơi trong tình trạng rất thảm thương.

**Buck hatte von hundertvierzig auf hundertfünfzehn Pfund abgenommen.**

Buck đã giảm từ một trăm bốn mươi pound xuống còn một trăm mười lăm pound.

**Die anderen Hunde hatten, obwohl kleiner, noch mehr Körpergewicht verloren.**

Những con chó khác, mặc dù nhỏ hơn, nhưng lại sụt cân nhiều hơn.

**Pike, einst ein vorgetäuschter Hinker, schleppte nun ein wirklich verletztes Bein hinter sich her.**

Pike, trước đây là một kẻ tập tễnh giả tạo, giờ đây phải lê một chân thực sự bị thương theo sau.

**Solleks humpelte stark und Dub hatte ein verrenktes Schulterblatt.**

Solleks đi khập khiễng, còn Dub thì bị trật xương bả vai.

**Die Füße aller Hunde im Team waren von den Wochen auf dem gefrorenen Pfad wund.**

Mọi chú chó trong đội đều bị đau chân vì phải đi trên đường mòn đóng băng nhiều tuần.

**Ihre Schritte waren völlig federnd und bewegten sich nur langsam und schleppend.**

Bước chân của họ không còn chút sức bật nào nữa, chỉ còn chuyển động chậm chạp, lê thê.

**Ihre Füße treffen den Weg hart und jeder Schritt belastet ihren Körper stärker.**

Bàn chân họ chạm mạnh vào con đường mòn, mỗi bước chân lại khiến cơ thể họ thêm căng thẳng.

**Sie waren nicht krank, sondern nur so erschöpft, dass sie sich auf natürliche Weise nicht mehr erholen konnten.**

Họ không bị bệnh, chỉ bị kiệt sức đến mức không thể phục hồi tự nhiên được.

**Dies war nicht die Müdigkeit eines harten Tages, die durch eine Nachtruhe geheilt werden konnte.**

Đây không phải là sự mệt mỏi sau một ngày làm việc vất vả, được chữa khỏi bằng một đêm nghỉ ngơi.

**Es war eine Erschöpfung, die sich durch monatelange, zermürbende Anstrengungen langsam aufgebaut hatte.**

Đó là sự kiệt sức tích tụ dần qua nhiều tháng nỗ lực không ngừng nghỉ.

**Es waren keine Kraftreserven mehr vorhanden, sie hatten alles aufgebraucht, was sie hatten.**

Không còn sức lực dự trữ nào nữa—họ đã sử dụng hết mọi thứ họ có.

**Jeder Muskel, jede Faser und jede Zelle ihres Körpers war erschöpft und abgenutzt.**

Mọi cơ, sợi và tế bào trong cơ thể họ đều kiệt sức và mòn mỏi.

**Und das hatte seinen Grund: Sie hatten zweitausendfünfhundert Meilen zurückgelegt.**

Và có một lý do - họ đã đi được hai ngàn năm trăm dặm.

**Auf den letzten zweitausendachthundert Kilometern hatten sie sich nur fünf Tage ausgeruht.**

Họ chỉ nghỉ ngơi năm ngày trong suốt chặng đường dài một nghìn tám trăm dặm.

**Als sie Skaguay erreichten, sahen sie aus, als könnten sie kaum aufrecht stehen.**

Khi họ đến Skaguay, trông họ như thể không thể đứng thẳng được nữa.

**Sie hatten Mühe, die Zügel straff zu halten und vor dem Schlitten zu bleiben.**

Họ cố gắng giữ chặt dây cương và đi trước xe trượt tuyết.

**Auf abschüssigen Hängen konnten sie nur noch vermeiden, überfahren zu werden.**

Khi xuống dốc, họ chỉ có thể tránh được việc bị xe cán qua.

**„Weiter, ihr armen, wunden Füße", sagte der Fahrer, während sie weiterhumpelten.**

"Tiến lên, đôi chân đau nhức tội nghiệp," người lái xe nói khi họ khập khiễng bước đi.

**„Das ist die letzte Strecke, danach bekommen wir alle auf jeden Fall noch eine lange Pause."**

"Đây là chặng cuối cùng, sau đó chắc chắn tất cả chúng ta sẽ được nghỉ ngơi một thời gian dài."

**„Eine richtig lange Pause", versprach er und sah ihnen nach, wie sie weiter taumelten.**

"Một giấc ngủ thật dài", anh hứa, nhìn họ loạng choạng tiến về phía trước.

**Die Fahrer rechneten damit, dass sie nun eine lange, notwendige Pause bekommen würden.**

Các tài xế hy vọng rằng họ sẽ có được một kỳ nghỉ dài và cần thiết.

**Sie hatten zweitausend Meilen zurückgelegt und nur zwei Tage Pause gemacht.**

Họ đã đi được một ngàn hai trăm dặm chỉ với hai ngày nghỉ ngơi.

**Sie waren der Meinung, dass sie sich die Zeit zum Entspannen verdient hätten, und das aus fairen und vernünftigen Gründen.**

Công bằng mà nói, họ cảm thấy họ xứng đáng có thời gian để thư giãn.

**Aber zu viele waren zum Klondike gekommen und zu wenige waren zu Hause geblieben.**

Nhưng có quá nhiều người đến Klondike và quá ít người ở lại nhà.

**Es gingen unzählige Briefe von Familien ein, die zu Bergen verspäteter Post führten.**

Thư từ các gia đình liên tục gửi đến, tạo thành những đống thư bị chậm trễ.

**Offizielle Anweisungen trafen ein – neue Hudson Bay-Hunde würden die Nachfolge antreten.**

Lệnh chính thức đã đến—những chú chó mới của Hudson Bay sẽ tiếp quản nhiệm vụ.

**Die erschöpften Hunde, die nun als wertlos galten, sollten entsorgt werden.**

Những con chó kiệt sức, giờ đây bị coi là vô giá trị, sẽ bị loại bỏ.

**Da Geld wichtiger war als Hunde, sollten sie billig verkauft werden.**

Vì tiền quan trọng hơn chó nên chúng sẽ được bán với giá rẻ.

**Drei weitere Tage vergingen, bevor die Hunde spürten, wie schwach sie waren.**

Ba ngày nữa trôi qua trước khi những chú chó cảm thấy chúng yếu đến mức nào.

**Am vierten Morgen kauften zwei Männer aus den Staaten das gesamte Team.**

Sáng ngày thứ tư, hai người đàn ông từ Hoa Kỳ đã mua toàn bộ đội.

**Der Verkauf umfasste alle Hunde sowie ihre abgenutzte Geschirrausrüstung.**

Việc bán đấu giá bao gồm tất cả những con chó cùng với bộ dây nịt đã qua sử dụng của chúng.

**Die Männer nannten sich gegenseitig „Hal" und „Charles", als sie den Deal abschlossen.**

Những người đàn ông gọi nhau là "Hal" và "Charles" khi họ hoàn tất giao dịch.

**Charles war mittleren Alters, blass, hatte schlaffe Lippen und wilde Schnurrbartspitzen.**

Charles đã ở độ tuổi trung niên, nước da nhợt nhạt, đôi môi mềm mại và bộ ria mép rậm rạp.

**Hal war ein junger Mann, vielleicht neunzehn, der einen Patronengürtel trug.**

Hal là một thanh niên, khoảng mười chín tuổi, đeo thắt lưng nhét đầy đạn.

**Am Gürtel befanden sich ein großer Revolver und ein Jagdmesser, beide unbenutzt.**

Thắt lưng đựng một khẩu súng lục lớn và một con dao săn, cả hai đều chưa sử dụng.

**Es zeigte, wie unerfahren und ungeeignet er für das Leben im Norden war.**

Điều này cho thấy ông thiếu kinh nghiệm và không phù hợp với cuộc sống ở miền Bắc.

**Keiner der beiden Männer gehörte in die Wildnis; ihre Anwesenheit widersprach jeder Vernunft.**

Cả hai người đều không thuộc về nơi hoang dã; sự hiện diện của họ thách thức mọi lý lẽ.

**Buck beobachtete, wie das Geld zwischen Käufer und Makler den Besitzer wechselte.**

Buck theo dõi việc trao đổi tiền giữa người mua và người môi giới.

**Er wusste, dass die Postzugführer sein Leben wie alle anderen verlassen würden.**

Ông biết những người lái tàu thư cũng sắp rời bỏ cuộc sống của ông như những người khác.

**Sie folgten Perrault und François, die nun unwiederbringlich verschwunden waren.**

Họ đi theo Perrault và François, lúc này đã không còn ai gọi họ nữa.

**Buck und das Team wurden in das schlampige Lager ihrer neuen Besitzer geführt.**

Buck và nhóm của anh được dẫn đến trại tạm trú tồi tàn của chủ sở hữu mới.

**Das Zelt hing durch, das Geschirr war schmutzig und alles lag in Unordnung.**

Chiếc lều lún xuống, bát đĩa bẩn và mọi thứ đều lộn xộn.

**Buck bemerkte dort auch eine Frau – Mercedes, Charles' Frau und Hals Schwester.**

Buck cũng để ý thấy một người phụ nữ ở đó - Mercedes, vợ của Charles và là em gái của Hal.

**Sie bildeten eine vollständige Familie, obwohl sie alles andere als für den Wanderpfad geeignet waren.**

Họ tạo thành một gia đình hoàn chỉnh, mặc dù không phù hợp với con đường mòn.

**Buck beobachtete nervös, wie das Trio begann, die Vorräte einzupacken.**

Buck lo lắng theo dõi bộ ba bắt đầu đóng gói đồ tiếp tế.

**Sie arbeiteten hart, aber ohne Ordnung – nur Aufhebens und vergeudete Mühe.**

Họ làm việc chăm chỉ nhưng không có trật tự, chỉ gây phiền phức và lãng phí công sức.

**Das Zelt war zu einer sperrigen Form zusammengerollt und viel zu groß für den Schlitten.**

Chiếc lều được cuộn lại thành một hình dạng cồng kềnh, quá lớn so với chiếc xe trượt tuyết.

**Schmutziges Geschirr wurde eingepackt, ohne dass es gespült oder getrocknet worden wäre.**

Bát đĩa bẩn được đóng gói mà không được rửa hoặc sấy khô.

**Mercedes flatterte herum, redete, korrigierte und mischte sich ständig ein.**

Mercedes bay lượn khắp nơi, liên tục nói chuyện, sửa lỗi và can thiệp.

**Als ein Sack vorne platziert wurde, bestand sie darauf, dass er hinten drankam.**

Khi đặt một cái bao lên phía trước, cô ấy nhất quyết đặt nó lên phía sau.

**Sie packte den Sack ganz unten rein und im nächsten Moment brauchte sie ihn.**

Cô nhét chiếc túi vào đáy và ngay sau đó cô đã cần đến nó.

**Also wurde der Schlitten erneut ausgepackt, um an die eine bestimmte Tasche zu gelangen.**

Vì vậy, chiếc xe trượt tuyết lại được mở ra để lấy chiếc túi cụ thể đó.

**In der Nähe standen drei Männer vor einem Zelt und beobachteten die Szene.**

Gần đó, ba người đàn ông đứng bên ngoài một chiếc lều, quan sát cảnh tượng đang diễn ra.

**Sie lächelten, zwinkerten und grinsten über die offensichtliche Verwirrung der Neuankömmlinge.**

Họ mỉm cười, nháy mắt và cười toe toét trước vẻ bối rối rõ ràng của những người mới đến.

**„Sie haben schon eine ziemlich schwere Last", sagte einer der Männer.**

"Anh đã mang trên mình một gánh nặng rồi đấy", một trong những người đàn ông nói.

**„Ich glaube nicht, dass Sie das Zelt tragen sollten, aber es ist Ihre Entscheidung."**

"Tôi không nghĩ bạn nên mang theo chiếc lều đó, nhưng đó là lựa chọn của bạn."

**„Unvorstellbar!", rief Mercedes und warf verzweifelt die Hände in die Luft.**

"Thật không thể tưởng tượng nổi!" Mercedes kêu lên, giơ hai tay lên trời trong tuyệt vọng.

**„Wie könnte ich ohne Zelt reisen, unter dem ich übernachten kann?"**

"Làm sao tôi có thể đi du lịch nếu không có lều để trú ẩn?"

**„Es ist Frühling – Sie werden kein kaltes Wetter mehr erleben", antwortete der Mann.**

"Mùa xuân rồi, anh sẽ không còn thấy thời tiết lạnh nữa đâu", người đàn ông trả lời.

**Aber sie schüttelte den Kopf und sie stapelten weiterhin Gegenstände auf den Schlitten.**

Nhưng cô lắc đầu, và họ tiếp tục chất đồ lên xe trượt tuyết.

**Als sie die letzten Dinge hinzufügten, türmte sich die Ladung gefährlich hoch auf.**

Tải trọng tăng cao một cách nguy hiểm khi họ thêm những thứ cuối cùng vào.

**„Glauben Sie, der Schlitten fährt?", fragte einer der Männer mit skeptischem Blick.**

"Anh nghĩ là xe trượt tuyết có chạy được không?" Một người đàn ông hỏi với vẻ hoài nghi.

**„Warum sollte es nicht?", blaffte Charles mit scharfer Verärgerung zurück.**

"Tại sao lại không?" Charles quát lại với vẻ khó chịu tột độ.

**„Oh, das ist schon in Ordnung", sagte der Mann schnell und wich seiner Beleidigung aus.**

"Ồ, không sao đâu," người đàn ông nhanh chóng nói, tránh né sự xúc phạm.

**„Ich habe mich nur gewundert – es sah für mich einfach ein bisschen zu kopflastig aus."**

"Tôi chỉ thắc mắc thôi—với tôi thì nó trông có vẻ hơi nặng phần trên."

**Charles drehte sich um und band die Ladung so gut fest, wie er konnte.**

Charles quay đi và cố gắng buộc chặt vật nặng hết mức có thể.

**Allerdings waren die Zurrgurte locker und die Verpackung insgesamt schlecht ausgeführt.**

Nhưng dây buộc lỏng lẻo và việc đóng gói nhìn chung không được tốt.

**„Klar, die Hunde machen das den ganzen Tag", sagte ein anderer Mann sarkastisch.**

"Chắc chắn rồi, lũ chó sẽ kéo như thế cả ngày", một người đàn ông khác nói một cách mỉa mai.

**„Natürlich", antwortete Hal kalt und packte die lange Lenkstange des Schlittens.**

"Tất nhiên rồi," Hal lạnh lùng đáp, nắm lấy cần lái dài của xe trượt tuyết.

**Mit einer Hand an der Stange schwang er mit der anderen die Peitsche.**

Một tay anh ta cầm cây sào, tay kia vung roi.

**„Los geht's!", rief er. „Bewegt euch!", und trieb die Hunde zum Aufbruch an.**

"Đi thôi!" anh ta hét lên. "Đi nào!" thúc giục lũ chó bắt đầu.

**Die Hunde lehnten sich in das Geschirr und spannten sich einige Augenblicke lang an.**

Những chú chó dựa vào dây nịt và căng thẳng trong vài phút.

**Dann blieben sie stehen, da sie den überladenen Schlitten keinen Zentimeter bewegen konnten.**

Sau đó, họ dừng lại, không thể di chuyển chiếc xe trượt tuyết quá tải một inch nào.

**„Diese faulen Bestien!", schrie Hal und hob die Peitsche, um sie zu schlagen.**

"Lũ súc vật lười biếng!" Hal hét lên, giơ roi lên định đánh chúng.

**Doch Mercedes stürzte herein und riss Hal die Peitsche aus der Hand.**

Nhưng Mercedes đã lao vào và giật lấy chiếc roi từ tay Hal.

„Oh, Hal, wage es ja nicht, ihnen wehzutun", rief sie alarmiert.

"Ôi, Hal, đừng có mà làm hại họ," cô kêu lên trong hoảng sợ.

„Versprich mir, dass du nett zu ihnen bist, sonst gehe ich keinen Schritt weiter."

"Hứa với tôi là anh sẽ tử tế với họ, nếu không tôi sẽ không tiến thêm bước nào nữa đâu."

„Du weißt nichts über Hunde", fuhr Hal seine Schwester an.

"Em chẳng biết gì về chó cả," Hal quát vào mặt chị gái mình.

„Sie sind faul, und die einzige Möglichkeit, sie zu bewegen, besteht darin, sie zu peitschen."

"Chúng lười biếng, và cách duy nhất để di chuyển chúng là dùng roi quất chúng."

„Fragen Sie irgendjemanden – fragen Sie einen dieser Männer dort drüben, wenn Sie mir nicht glauben."

"Hãy hỏi bất kỳ ai—hãy hỏi một trong những người đàn ông đằng kia nếu bạn nghi ngờ tôi."

Mercedes sah die Zuschauer mit flehenden, tränennassen Augen an.

Mercedes nhìn những người đứng xem bằng đôi mắt cầu xin và đẫm lệ.

Ihr Gesicht zeigte, wie sehr sie den Anblick jeglichen Schmerzes hasste.

Gương mặt cô cho thấy cô ghét cay ghét đắng cảnh đau đớn đến nhường nào.

„Sie sind schwach, das ist alles", sagte ein Mann. „Sie sind erschöpft."

"Họ yếu lắm, thế thôi", một người đàn ông nói. "Họ kiệt sức rồi".

„Sie brauchen Ruhe – sie haben zu lange ohne Pause gearbeitet."

"Họ cần được nghỉ ngơi—họ đã làm việc quá lâu mà không được nghỉ ngơi."

„Der Rest sei verflucht", murmelte Hal mit verzogenen Lippen.

"Những kẻ còn lại bị nguyền rủa," Hal lẩm bẩm với đôi môi cong lên.

**Mercedes schnappte nach Luft, sein grobes Wort schmerzte sie sichtlich.**

Mercedes thở hổn hển, rõ ràng là đau đớn vì lời lẽ thô lỗ của anh ta.

**Dennoch blieb sie loyal und verteidigte ihren Bruder sofort.**

Tuy nhiên, cô vẫn trung thành và ngay lập tức bảo vệ anh trai mình.

**„Kümmere dich nicht um den Mann", sagte sie zu Hal. „Das sind unsere Hunde."**

"Đừng để ý đến người đàn ông đó," cô nói với Hal. "Họ là chó của chúng ta."

**„Fahren Sie sie, wie Sie es für richtig halten – tun Sie, was Sie für richtig halten."**

"Bạn lái chúng theo cách bạn thấy phù hợp—làm những gì bạn cho là đúng."

**Hal hob die Peitsche und schlug die Hunde erneut gnadenlos.**

Hal giơ roi lên và đánh lũ chó một lần nữa không thương tiếc.

**Sie stürzten sich nach vorne, die Körper tief gebeugt, die Füße in den Schnee gedrückt.**

Họ lao về phía trước, người cúi thấp, chân đẩy vào tuyết.

**Sie gaben sich alle Mühe, den Schlitten zu ziehen, aber er bewegte sich nicht.**

Họ dùng hết sức lực để kéo nhưng chiếc xe trượt tuyết vẫn không di chuyển.

**Der Schlitten blieb wie ein im Schnee festgefrorener Anker stecken.**

Chiếc xe trượt tuyết vẫn kẹt cứng như một chiếc mỏ neo bị đóng băng trong lớp tuyết dày.

**Nach einem zweiten Versuch blieben die Hunde wieder stehen und keuchten schwer.**

Sau nỗ lực thứ hai, đàn chó lại dừng lại, thở hổn hển.

**Hal hob die Peitsche noch einmal, gerade als Mercedes erneut eingriff.**

Hal lại giơ roi lên một lần nữa, đúng lúc Mercedes lại can thiệp.

**Sie fiel vor Buck auf die Knie und umarmte seinen Hals.**

Cô quỳ xuống trước mặt Buck và ôm lấy cổ anh.

**Tränen traten ihr in die Augen, als sie den erschöpften Hund anflehte.**

Nước mắt cô trào ra khi cô cầu xin chú chó kiệt sức.

**„Ihr Armen", sagte sie, „warum zieht ihr nicht einfach stärker?"**

"Các bạn tội nghiệp ơi", bà nói, "sao các bạn không kéo mạnh hơn nữa nhỉ?"

**„Wenn du ziehst, wirst du nicht so ausgepeitscht."**

"Nếu kéo thì sẽ không bị đánh như thế này."

**Buck mochte Mercedes nicht, aber er war zu müde, um ihr jetzt zu widerstehen.**

Buck không thích Mercedes, nhưng lúc này anh đã quá mệt mỏi để cưỡng lại cô.

**Er akzeptierte ihre Tränen als einen weiteren Teil dieses elenden Tages.**

Anh chấp nhận những giọt nước mắt của cô như một phần của ngày đau khổ này.

**Einer der zuschauenden Männer ergriff schließlich das Wort, nachdem er seinen Ärger unterdrückt hatte.**

Một trong những người đàn ông đang theo dõi cuối cùng cũng lên tiếng sau khi kìm nén cơn giận.

**„Es ist mir egal, was mit euch passiert, Leute, aber diese Hunde sind wichtig."**

"Tôi không quan tâm chuyện gì sẽ xảy ra với các người, nhưng những chú chó đó rất quan trọng."

**„Wenn du helfen willst, mach den Schlitten los – er ist am Schnee festgefroren."**

"Nếu muốn giúp thì hãy tháo chiếc xe trượt tuyết ra đi—nó đã bị đóng băng trên tuyết rồi."

**„Drücken Sie fest auf die Gee-Stange, rechts und links, und brechen Sie die Eisversiegelung."**

"Đẩy mạnh cần lái, cả bên phải và bên trái, để phá vỡ lớp băng phủ."

**Ein dritter Versuch wurde unternommen, diesmal auf Vorschlag des Mannes.**

Lần thứ thứ ba được thực hiện, lần này theo gợi ý của người đàn ông.

**Hal schaukelte den Schlitten von einer Seite auf die andere und löste so die Kufen.**

Hal lắc chiếc xe trượt tuyết từ bên này sang bên kia, khiến cho các thanh trượt bị lỏng ra.

**Obwohl der Schlitten überladen und unhandlich war, machte er schließlich einen Satz nach vorne.**

Chiếc xe trượt tuyết, mặc dù quá tải và cồng kềnh, cuối cùng cũng tiến về phía trước.

**Buck und die anderen zogen wild, angetrieben von einem Sturm aus Schleudertraumen.**

Buck và những người khác kéo một cách điên cuồng, bị thúc đẩy bởi một cơn bão roi quất.

**Hundert Meter weiter machte der Weg eine Biegung und führte in die Straße hinein.**

Khoảng một trăm thước phía trước, con đường mòn cong và dốc vào trong phố.

**Um den Schlitten aufrecht zu halten, hätte es eines erfahrenen Fahrers bedurft.**

Phải là một người lái xe có tay nghề cao mới có thể giữ cho chiếc xe trượt tuyết thẳng đứng.

**Hal war nicht geschickt und der Schlitten kippte, als er um die Kurve schwang.**

Hal không có kỹ năng nên chiếc xe trượt tuyết bị nghiêng khi rẽ vào khúc cua.

**Lose Zurrgurte gaben nach und die Hälfte der Ladung ergoss sich auf den Schnee.**

Những dây buộc lỏng lẻo bị bung ra và một nửa hàng hóa đổ xuống tuyết.

**Die Hunde hielten nicht an; der leichtere Schlitten flog auf der Seite weiter.**

Những con chó không dừng lại; chiếc xe trượt tuyết nhẹ hơn vẫn bay nghiêng về một bên.

**Wütend über die Beschimpfungen und die schwere Last rannten die Hunde noch schneller.**

Tức giận vì bị ngược đãi và gánh nặng, những chú chó chạy nhanh hơn.

**Buck rannte wütend los und das Team folgte ihm.**

Buck, trong cơn giận dữ, đã chạy trốn, với cả đội chạy theo phía sau.

**Hal rief „Whoa! Whoa!", aber das Team beachtete ihn nicht.**

Hal hét lên "Whoa! Whoa!" nhưng cả đội không hề chú ý đến anh.

**Er stolperte, fiel und wurde am Geschirr über den Boden geschleift.**

Anh ta vấp ngã và bị kéo lê trên mặt đất bằng dây cương.

**Der umgekippte Schlitten wurde über ihn geworfen, als die Hunde weiterrasten.**

Chiếc xe trượt tuyết bị lật đè lên người anh ta trong khi đàn chó chạy về phía trước.

**Die restlichen Vorräte verteilten sich über die belebte Straße von Skaguay.**

Phần hàng tiếp tế còn lại nằm rải rác trên khắp phố đông đúc của Skaguay.

**Gutherzige Menschen eilten herbei, um die Hunde anzuhalten und die Ausrüstung einzusammeln.**

Những người tốt bụng đã chạy đến ngăn cản đàn chó và thu gom đồ đạc.

**Sie gaben den neuen Reisenden auch direkte und praktische Ratschläge.**

Họ cũng đưa ra lời khuyên thẳng thắn và thực tế cho những du khách mới.

**„Wenn Sie Dawson erreichen wollen, nehmen Sie die halbe Ladung und die doppelte Anzahl an Hunden mit."**

"Nếu muốn đến Dawson, hãy mang một nửa tải trọng và tăng gấp đôi số chó."

**Hal, Charles und Mercedes hörten zu, wenn auch nicht mit Begeisterung.**

Hal, Charles và Mercedes lắng nghe, mặc dù không mấy nhiệt tình.

**Sie bauten ihr Zelt auf und begannen, ihre Vorräte zu sortieren.**

Họ dựng lều và bắt đầu phân loại đồ dùng của mình.

**Heraus kamen Konserven, die die Zuschauer laut lachen ließen.**

Đồ hộp được mang ra khiến những người chứng kiến bật cười.

**„Konserven auf dem Weg? Bevor die schmelzen, verhungern Sie", sagte einer.**

"Đồ hộp trên đường đi à? Bạn sẽ chết đói trước khi nó tan chảy", một người nói.

**„Hoteldecken? Die wirfst du am besten alle weg."**

"Chăn khách sạn ư? Tốt hơn là bạn nên vứt hết chúng đi."

**„Schmeißen Sie auch das Zelt weg, und hier spült niemand mehr Geschirr."**

"Cũng bỏ lều đi, ở đây không có ai rửa bát đâu."

**„Sie glauben, Sie fahren in einem Pullman-Zug mit Bediensteten an Bord?"**

"Anh nghĩ anh đang đi tàu Pullman với người hầu trên tàu à?"

**Der Prozess begann – jeder nutzlose Gegenstand wurde beiseite geworfen.**

Quá trình bắt đầu—mọi vật dụng vô dụng đều bị ném sang một bên.

**Mercedes weinte, als ihre Taschen auf den schneebedeckten Boden geleert wurden.**

Mercedes khóc khi những chiếc túi của cô bị đổ xuống nền đất đầy tuyết.

**Sie schluchzte ohne Pause über jeden einzelnen hinausgeworfenen Gegenstand.**

Cô nức nở không ngừng nghỉ khi nhìn thấy từng món đồ bị ném ra ngoài.

**Sie schwor, keinen Schritt weiterzugehen – nicht einmal für zehn Charleses.**

Cô thề sẽ không bước thêm một bước nào nữa, thậm chí là mười Charles.

**Sie flehte alle Menschen in ihrer Nähe an, ihr ihre wertvollen Sachen zu überlassen.**

Cô ấy cầu xin mọi người xung quanh hãy để cô ấy giữ lại những đồ vật quý giá của mình.

**Schließlich wischte sie sich die Augen und begann, auch die wichtigsten Kleidungsstücke wegzuwerfen.**

Cuối cùng, cô lau mắt và bắt đầu vứt bỏ cả những bộ quần áo quan trọng.

**Als sie mit ihrem eigenen fertig war, begann sie, die Vorräte der Männer auszuräumen.**

Khi đã xong việc của mình, cô bắt đầu đổ đồ dùng của nam giới.

**Wie ein Wirbelwind verwüstete sie die Habseligkeiten von Charles und Hal.**

Như một cơn lốc, cô xé toạc đồ đạc của Charles và Hal.

**Obwohl die Ladung halbiert wurde, war sie immer noch viel schwerer als nötig.**

Mặc dù tải trọng đã giảm đi một nửa nhưng vẫn nặng hơn mức cần thiết.

**In dieser Nacht gingen Charles und Hal los und kauften sechs neue Hunde.**

Đêm đó, Charles và Hal ra ngoài và mua sáu con chó mới.

**Diese neuen Hunde gesellten sich zu den ursprünglichen sechs, plus Teek und Koona.**

Những chú chó mới này đã gia nhập cùng sáu chú chó ban đầu, cộng thêm Teek và Koona.

**Zusammen bildeten sie ein Gespann aus vierzehn Hunden, die vor den Schlitten gespannt wurden.**

Họ cùng nhau tạo thành một đội gồm mười bốn con chó được buộc vào xe trượt tuyết.

**Doch die neuen Hunde waren für die Schlittenarbeit ungeeignet und schlecht ausgebildet.**

Nhưng những chú chó mới này không đủ sức khỏe và chưa được huấn luyện tốt để kéo xe trượt tuyết.

**Drei der Hunde waren kurzhaarige Vorstehhunde und einer war ein Neufundländer.**

Ba trong số những con chó này là chó săn lông ngắn và một con là chó Newfoundland.

**Bei den letzten beiden Hunden handelte es sich um Mischlinge ohne eindeutige Rasse oder Zweckbestimmung.**

Hai con chó cuối cùng là chó lai không có giống rõ ràng hoặc mục đích gì cả.

**Sie haben den Weg nicht verstanden und ihn nicht schnell gelernt.**

Họ không hiểu đường mòn và cũng không học được nhanh chóng.

**Buck und seine Kameraden beobachteten sie mit Verachtung und tiefer Verärgerung.**

Buck và đồng bọn của nó nhìn họ với vẻ khinh thường và bực tức sâu sắc.

**Obwohl Buck ihnen beibrachte, was sie nicht tun sollten, konnte er ihnen keine Pflicht beibringen.**

Mặc dù Buck dạy họ những điều không nên làm, nhưng ông không thể dạy họ về bổn phận.

**Sie kamen mit dem Leben auf dem Wanderpfad und dem Ziehen von Zügeln und Schlitten nicht gut zurecht.**

Họ không thích nghi tốt với cuộc sống trên đường mòn hoặc với sức kéo của dây cương và xe trượt tuyết.

**Nur die Mischlinge versuchten, sich anzupassen, und selbst ihnen fehlte der Kampfgeist.**

Chỉ có những con lai mới cố gắng thích nghi, và ngay cả chúng cũng thiếu tinh thần chiến đấu.

**Die anderen Hunde waren durch ihr neues Leben verwirrt, geschwächt und gebrochen.**

Những con chó khác đều bối rối, yếu đuối và suy sụp trước cuộc sống mới.

**Da die neuen Hunde ahnungslos und die alten erschöpft waren, gab es kaum Hoffnung.**

Với những chú chó mới không biết gì và những chú chó cũ thì kiệt sức, hy vọng trở nên mong manh.

**Bucks Team hatte zweitausendfünfhundert Meilen eines rauen Pfades zurückgelegt.**

Đội của Buck đã vượt qua hai ngàn năm trăm dặm đường mòn hiểm trở.

**Dennoch waren die beiden Männer fröhlich und stolz auf ihr großes Hundegespann.**

Tuy nhiên, hai người đàn ông vẫn vui vẻ và tự hào về đội chó lớn của mình.

**Sie dachten, sie würden mit Stil reisen, mit vierzehn Hunden an der Leine.**

Họ nghĩ rằng họ đang đi du lịch theo phong cách riêng với mười bốn con chó được buộc vào.

**Sie hatten gesehen, wie Schlitten nach Dawson aufbrachen und andere von dort ankamen.**

Họ đã thấy những chiếc xe trượt tuyết rời đi Dawson, và những chiếc khác cũng đến từ đó.

**Aber noch nie hatten sie eins gesehen, das von bis zu vierzehn Hunden gezogen wurde.**

Nhưng họ chưa bao giờ thấy một con ngựa nào được kéo bởi tới mười bốn con chó.

**Es gab einen Grund, warum solche Teams in der arktischen Wildnis selten waren.**

Có lý do khiến những đội như vậy rất hiếm ở vùng hoang dã Bắc Cực.

**Kein Schlitten konnte genug Futter transportieren, um vierzehn Hunde für die Reise zu versorgen.**

Không có xe trượt tuyết nào có thể chở đủ thức ăn cho mười bốn con chó trong suốt chuyến đi.

**Aber Charles und Hal wussten das nicht – sie hatten nachgerechnet.**

Nhưng Charles và Hal không biết điều đó—họ đã tính toán.

**Sie haben das Futter berechnet: so viel pro Hund, so viele Tage, fertig.**

Họ vạch ra kế hoạch thức ăn: mỗi con chó được cho bao nhiêu, trong bao nhiêu ngày, xong.

**Mercedes betrachtete ihre Zahlen und nickte, als ob es Sinn machte.**

Mercedes nhìn vào số liệu của họ và gật đầu như thể điều đó có lý.

**Zumindest auf dem Papier erschien ihr alles sehr einfach.**

Với cô, mọi chuyện có vẻ rất đơn giản, ít nhất là trên lý thuyết.

**Am nächsten Morgen führte Buck das Team langsam die verschneite Straße hinauf.**

Sáng hôm sau, Buck dẫn cả đội đi chậm rãi trên con phố phủ đầy tuyết.

**Weder er noch die Hunde hinter ihm hatten Energie oder Tatendrang.**

Không có chút năng lượng hay tinh thần nào ở anh ta hay những con chó phía sau anh ta.

**Sie waren von Anfang an todmüde, es waren keine Reserven mehr vorhanden.**

Họ đã mệt mỏi ngay từ đầu—không còn sức lực dự trữ nữa.

**Buck hatte bereits vier Fahrten zwischen Salt Water und Dawson unternommen.**

Buck đã thực hiện bốn chuyến đi giữa Salt Water và Dawson.

**Als er nun erneut vor derselben Spur stand, empfand er nichts als Bitterkeit.**

Bây giờ, khi phải đối mặt với con đường tương tự một lần nữa, anh chỉ cảm thấy cay đắng.

**Er war nicht mit dem Herzen dabei und die anderen Hunde auch nicht.**

Trái tim của ông không ở trong đó, và trái tim của những con chó khác cũng vậy.

**Die neuen Hunde waren schüchtern und den Huskys fehlte jegliches Vertrauen.**

Những chú chó mới thì nhút nhát, còn những chú chó husky thì không hề tin tưởng.

**Buck spürte, dass er sich auf diese beiden Männer oder ihre Schwester nicht verlassen konnte.**

Buck cảm thấy mình không thể tin tưởng vào hai người đàn ông này hoặc chị gái của họ.

**Sie wussten nichts und zeigten auf dem Weg keine Anzeichen, etwas zu lernen.**

Họ không biết gì cả và cũng không có dấu hiệu học hỏi gì trên đường đi.

**Sie waren unorganisiert und es fehlte ihnen jeglicher Sinn für Disziplin.**

Họ thiếu tổ chức và thiếu tinh thần kỷ luật.

**Sie brauchten jedes Mal die halbe Nacht, um ein schlampiges Lager aufzubauen.**

Mỗi lần họ phải mất nửa đêm mới dựng được một trại tạm bợ.

**Und den halben nächsten Morgen verbrachten sie wieder damit, am Schlitten herumzufummeln.**

Và nửa buổi sáng hôm sau họ lại loay hoay với chiếc xe trượt tuyết.

**Gegen Mittag hielten sie oft nur an, um die ungleichmäßige Beladung zu korrigieren.**

Đến trưa, họ thường dừng lại chỉ để sửa lại tình trạng hàng hóa không đều.

**An manchen Tagen legten sie insgesamt weniger als sechzehn Kilometer zurück.**

Có những ngày, tổng quãng đường họ đi chỉ chưa tới mười dặm.

**An anderen Tagen schafften sie es überhaupt nicht, das Lager zu verlassen.**

Những ngày khác, họ không thể rời khỏi trại được.

**Sie kamen nie auch nur annähernd an die geplante Nahrungsdistanz heran.**

Họ không bao giờ đạt được gần đến khoảng cách dự định để mua thực phẩm.

**Wie erwartet ging das Futter für die Hunde sehr schnell aus.**

Đúng như dự đoán, họ nhanh chóng hết thức ăn cho chó.

**Sie haben die Sache noch schlimmer gemacht, indem sie in den ersten Tagen zu viel gefüttert haben.**

Họ làm cho vấn đề trở nên tồi tệ hơn bằng cách cho ăn quá nhiều trong những ngày đầu.

**Mit jeder unvorsichtigen Ration rückte der Hungertod näher.**

Điều này khiến nạn đói ngày càng đến gần hơn với mỗi khẩu phần ăn thiếu cẩn thận.

**Die neuen Hunde hatten nicht gelernt, mit sehr wenig zu überleben.**

Những chú chó mới chưa học được cách sống sót với rất ít thức ăn.

**Sie aßen hungrig, ihr Appetit war zu groß für den Weg.**
Họ ăn một cách đói bụng, với một cái bụng quá lớn so với đường đi.

**Als Hal sah, wie die Hunde schwächer wurden, glaubte er, dass das Futter nicht ausreichte.**
Khi thấy đàn chó yếu đi, Hal tin rằng thức ăn không đủ.

**Er verdoppelte die Rationen und verschlimmerte damit den Fehler noch.**
Ông đã tăng gấp đôi khẩu phần ăn, khiến cho sai lầm càng trở nên tồi tệ hơn.

**Mercedes verschärfte das Problem mit Tränen und leisem Flehen.**
Mercedes làm vấn đề trở nên trầm trọng hơn bằng những giọt nước mắt và lời cầu xin yếu ớt.

**Als sie Hal nicht überzeugen konnte, fütterte sie die Hunde heimlich.**
Khi không thể thuyết phục Hal, cô đã bí mật cho chó ăn.

**Sie stahl den Fisch aus den Säcken und gab ihn ihnen hinter seinem Rücken.**
Cô ấy lấy trộm cá trong túi đựng cá và đưa cho họ sau lưng anh ta.

**Doch was die Hunde wirklich brauchten, war nicht mehr Futter, sondern Ruhe.**
Nhưng thứ mà những chú chó thực sự cần không phải là thức ăn mà là sự nghỉ ngơi.

**Sie kamen nur langsam voran, aber der schwere Schlitten schleppte sich trotzdem weiter.**
Họ đi chậm hơn, nhưng chiếc xe trượt tuyết nặng vẫn kéo lê được.

**Allein dieses Gewicht zehrte jeden Tag an ihrer verbleibenden Kraft.**
Chỉ riêng sức nặng đó đã làm cạn kiệt sức lực còn lại của họ mỗi ngày.

**Dann kam es zur Phase der Unterernährung, da die Vorräte zur Neige gingen.**
Sau đó đến giai đoạn thiếu thức ăn vì nguồn cung cấp cạn kiệt.

Eines Morgens stellte Hal fest, dass die Hälfte des Hundefutters bereits weg war.

Một buổi sáng, Hal nhận ra rằng một nửa số thức ăn cho chó đã hết.

Sie hatten nur ein Viertel der gesamten Wegstrecke zurückgelegt.

Họ chỉ đi được một phần tư tổng quãng đường.

Es konnten keine Lebensmittel mehr gekauft werden, egal zu welchem Preis.

Không thể mua thêm thức ăn nữa, bất kể trả giá thế nào.

Er reduzierte die Portionen der Hunde unter die normale Tagesration.

Ông đã giảm khẩu phần ăn của chó xuống dưới mức tiêu chuẩn hàng ngày.

Gleichzeitig forderte er längere Reisemöglichkeiten, um die Verluste auszugleichen.

Đồng thời, ông yêu cầu phải đi xa hơn để bù đắp cho sự mất mát.

Mercedes und Charles unterstützten diesen Plan, scheiterten jedoch bei der Umsetzung.

Mercedes và Charles ủng hộ kế hoạch này nhưng không thực hiện được.

Ihr schwerer Schlitten und ihre mangelnden Fähigkeiten machten ein Vorankommen nahezu unmöglich.

Chiếc xe trượt tuyết nặng và thiếu kỹ năng khiến họ gần như không thể di chuyển được.

Es war einfach, weniger Futter zu geben, aber unmöglich, mehr Anstrengung zu erzwingen.

Thật dễ dàng để cho ít thức ăn hơn, nhưng không thể ép buộc nhiều nỗ lực hơn.

Sie konnten weder früher anfangen, noch konnten sie Überstunden machen.

Họ không thể bắt đầu sớm và cũng không thể di chuyển thêm nhiều giờ.

Sie wussten nicht, wie sie mit den Hunden und überhaupt mit sich selbst arbeiten sollten.

Họ không biết cách huấn luyện những chú chó, cũng như chính bản thân họ.

**Der erste Hund, der starb, war Dub, der unglückliche, aber fleißige Dieb.**

Con chó đầu tiên chết là Dub, một tên trộm xui xẻo nhưng chăm chỉ.

**Obwohl Dub oft bestraft wurde, leistete er ohne zu klagen seinen Beitrag.**

Mặc dù thường xuyên bị phạt, Dub vẫn hoàn thành nhiệm vụ của mình mà không phàn nàn.

**Seine Schulterverletzung verschlimmerte sich ohne Pflege und nötige Ruhe.**

Vai bị thương của anh ngày càng nặng hơn nếu không được chăm sóc hoặc nghỉ ngơi.

**Schließlich beendete Hal mit dem Revolver Dubs Leiden.**

Cuối cùng, Hal dùng súng lục để kết thúc sự đau khổ của Dub.

**Ein gängiges Sprichwort besagt, dass normale Hunde an der Husky-Ration sterben.**

Có một câu nói phổ biến rằng những con chó bình thường sẽ chết nếu ăn khẩu phần của chó husky.

**Bucks sechs neue Gefährten bekamen nur die Hälfte des Futteranteils des Huskys.**

Sáu người bạn đồng hành mới của Buck chỉ có một nửa lượng thức ăn của loài husky.

**Zuerst starb der Neufundländer, dann die drei kurzhaarigen Vorstehhunde.**

Con chó Newfoundland chết đầu tiên, sau đó là ba con chó săn lông ngắn.

**Die beiden Mischlinge hielten länger durch, kamen aber schließlich wie die anderen um.**

Hai con chó lai này cố gắng chống cự lâu hơn nhưng cuối cùng cũng chết như những con khác.

**Zu diesem Zeitpunkt waren alle Annehmlichkeiten und die Sanftheit des Südens verschwunden.**

Vào thời điểm này, mọi tiện nghi và sự dịu dàng của miền Nam đã không còn nữa.

**Die drei Menschen hatten die letzten Spuren ihrer zivilisierten Erziehung abgelegt.**

Ba người này đã xóa bỏ những dấu vết cuối cùng của nền giáo dục văn minh.

**Ohne Glamour und Romantik wurde das Reisen in die Arktis zur brutalen Realität.**

Không còn sự quyến rũ và lãng mạn, du lịch Bắc Cực trở nên thực tế đến tàn khốc.

**Es war eine Realität, die zu hart für ihr Männlichkeits- und Weiblichkeitsgefühl war.**

Đó là một thực tế quá khắc nghiệt đối với nhận thức của họ về nam tính và nữ tính.

**Mercedes weinte nicht mehr um die Hunde, sondern nur noch um sich selbst.**

Mercedes không còn khóc cho những chú chó nữa mà giờ đây chỉ khóc cho chính mình.

**Sie verbrachte ihre Zeit damit, zu weinen und mit Hal und Charles zu streiten.**

Bà dành thời gian để khóc lóc và cãi vã với Hal và Charles.

**Streiten war das Einzige, wozu sie nie zu müde waren.**

Cãi nhau là điều duy nhất mà họ không bao giờ cảm thấy quá mệt mỏi.

**Ihre Gereiztheit rührte vom Elend her, wuchs mit ihm und übertraf es.**

Sự cáu kinh của họ xuất phát từ nỗi đau khổ, lớn lên cùng nỗi đau khổ và vượt qua nó.

**Die Geduld des Weges, die diejenigen kennen, die sich abmühen und freundlich leiden, kam nie.**

Sự kiên nhẫn của chặng đường, vốn chỉ dành cho những ai lao động và chịu đựng một cách tử tế, không bao giờ đến.

**Diese Geduld, die die Sprache trotz Schmerzen süß hält, war ihnen unbekannt.**

Sự kiên nhẫn đó, giúp lời nói ngọt ngào hơn qua nỗi đau, là điều họ không hề biết đến.

**Sie besaßen nicht die geringste Spur von Geduld und schöpften keine Kraft aus dem anmutigen Leiden.**

Họ không hề có chút kiên nhẫn nào, không hề có sức mạnh nào được rút ra từ sự đau khổ một cách thanh thản.

**Sie waren steif vor Schmerz – ihre Muskeln, Knochen und ihr Herz schmerzten.**

Họ cứng đờ vì đau đớn—đau nhức ở cơ, xương và tim.

**Aus diesem Grund bekamen sie eine scharfe Zunge und waren schnell im Umgang mit harten Worten.**

Vì thế, họ trở nên cay nghiệt và nhanh miệng nói những lời cay nghiệt.

**Jeder Tag begann und endete mit wütenden Stimmen und bitteren Klagen.**

Mỗi ngày bắt đầu và kết thúc bằng những giọng nói giận dữ và lời phàn nàn cay đắng.

**Charles und Hal stritten sich, wann immer Mercedes ihnen eine Chance gab.**

Charles và Hal cãi nhau mỗi khi Mercedes cho họ cơ hội.

**Jeder Mann glaubte, dass er mehr als seinen gerechten Anteil an der Arbeit geleistet hatte.**

Mỗi người đều tin rằng mình đã làm nhiều hơn phần việc được giao.

**Keiner von beiden ließ es sich je entgehen, dies immer wieder zu sagen.**

Không ai trong số họ từng bỏ lỡ cơ hội để nói điều đó, hết lần này đến lần khác.

**Manchmal stand Mercedes auf der Seite von Charles, manchmal auf der Seite von Hal.**

Đôi khi Mercedes đứng về phía Charles, đôi khi lại đứng về phía Hal.

**Dies führte zu einem großen und endlosen Streit zwischen den dreien.**

Điều này dẫn đến một cuộc cãi vã lớn và không hồi kết giữa ba người.

**Ein Streit darüber, wer Brennholz hacken sollte, geriet außer Kontrolle.**

Một cuộc tranh cãi về việc ai nên chặt củi đã trở nên mất kiểm soát.

**Bald wurden Väter, Mütter, Cousins und verstorbene Verwandte genannt.**

Chẳng bao lâu sau, tên của cha, mẹ, anh chị em họ và người thân đã khuất cũng được nêu tên.

**Hal's Ansichten über Kunst oder die Theaterstücke seines Onkels wurden Teil des Kampfes.**

Quan điểm của Hal về nghệ thuật hoặc các vở kịch của chú anh đã trở thành một phần của cuộc chiến.

**Auch Charles' politische Überzeugungen wurden in die Debatte einbezogen.**

Quan điểm chính trị của Charles cũng được đưa vào cuộc tranh luận.

**Für Mercedes schienen sogar die Gerüchte über die Schwester ihres Mannes relevant zu sein.**

Với Mercedes, ngay cả lời đồn đại của chị chồng cô cũng có vẻ liên quan.

**Sie äußerte ihre Meinung dazu und zu vielen Fehlern in Charles' Familie.**

Bà đã nêu ý kiến về vấn đề đó và về nhiều khuyết điểm của gia đình Charles.

**Während sie stritten, blieb das Feuer aus und das Lager war halb fertig.**

Trong lúc họ cãi nhau, lửa vẫn không được nhóm và trại vẫn chưa dựng xong.

**In der Zwischenzeit waren die Hunde unterkühlt und hatten nichts zu fressen.**

Trong khi đó, những chú chó vẫn lạnh và không có thức ăn.

**Mercedes hegte einen Groll, den sie als zutiefst persönlich betrachtete.**

Mercedes có một nỗi bất bình mà bà coi là vô cùng riêng tư.

**Sie fühlte sich als Frau misshandelt und fühlte sich ihrer Privilegien beraubt.**

Bà cảm thấy mình bị đối xử tệ bạc với tư cách là một người phụ nữ, bị tước mất những quyền lợi tốt đẹp của mình.

**Sie war hübsch und sanft und pflegte ihr ganzes Leben lang ritterliche Gesten.**

Cô ấy xinh đẹp, dịu dàng và đã quen với phong cách hiệp sĩ suốt cuộc đời mình.

**Doch ihr Mann und ihr Bruder begegneten ihr nun mit Ungeduld.**

Nhưng chồng và anh trai bà bây giờ lại đối xử với bà một cách thiếu kiên nhẫn.

**Sie hatte die Angewohnheit, sich hilflos zu verhalten, und sie begannen, sich zu beschweren.**

Thói quen của cô là tỏ ra bất lực, và họ bắt đầu phàn nàn.

**Sie war davon beleidigt und machte ihnen das Leben noch schwerer.**

Cảm thấy bị xúc phạm vì điều này, cô đã làm cho cuộc sống của họ trở nên khó khăn hơn.

**Sie ignorierte die Hunde und bestand darauf, den Schlitten selbst zu fahren.**

Cô ấy không quan tâm đến những con chó và khăng khăng đòi tự mình cưỡi xe trượt tuyết.

**Obwohl sie von leichter Gestalt war, wog sie fünfundvierzig Kilo.**

Mặc dù trông có vẻ nhẹ nhàng, nhưng cô ấy nặng tới một trăm hai mươi pound.

**Diese zusätzliche Belastung war zu viel für die hungernden, schwachen Hunde.**

Gánh nặng đó quá sức chịu đựng của những chú chó yếu ớt, đói khát.

**Trotzdem ritt sie tagelang, bis die Hunde in den Zügeln zusammenbrachen.**

Tuy nhiên, bà vẫn cưỡi ngựa trong nhiều ngày, cho đến khi những con chó gục ngã trong dây cương.

**Der Schlitten stand still und Charles und Hal baten sie, zu laufen.**

Chiếc xe trượt tuyết dừng lại, Charles và Hal nài nỉ cô đi bộ.

**Sie flehten und flehten, aber sie weinte und nannte sie grausam.**

Họ cầu xin và van xin, nhưng bà khóc lóc và gọi họ là tàn nhẫn.

**Einmal zogen sie sie mit purer Kraft und Wut vom Schlitten.**

Có lần, họ kéo cô ra khỏi xe trượt tuyết bằng sức mạnh và sự tức giận.

**Nach dem, was damals passiert ist, haben sie es nie wieder versucht.**

Họ không bao giờ thử lại sau những gì đã xảy ra lần đó.

**Sie wurde schlaff wie ein verwöhntes Kind und setzte sich in den Schnee.**

Cô ấy mềm nhũn như một đứa trẻ hư và ngồi trên tuyết.

**Sie gingen weiter, aber sie weigerte sich aufzustehen oder ihnen zu folgen.**

Họ bước tiếp, nhưng cô ấy từ chối đứng dậy hoặc đi theo sau.

**Nach drei Meilen hielten sie an, kehrten um und trugen sie zurück.**

Sau ba dặm, họ dừng lại, quay lại và cõng cô bé về.

**Sie luden sie wieder auf den Schlitten, wobei sie erneut rohe Gewalt anwandten.**

Họ lại dùng sức mạnh thô bạo để chất cô lên xe trượt tuyết.

**In ihrem tiefen Elend zeigten sie gegenüber dem Leid der Hunde keine Skrupel.**

Trong nỗi đau khổ tột cùng, họ vô cảm trước nỗi đau khổ của những chú chó.

**Hal glaubte, man müsse sich abhärten und zwang anderen diesen Glauben auf.**

Hal tin rằng người ta phải trở nên cứng rắn hơn và áp đặt niềm tin đó lên người khác.

**Er versuchte zunächst, seiner Schwester seine Philosophie zu predigen**

Đầu tiên ông cố gắng truyền bá triết lý của mình cho chị gái mình

**und dann predigte er erfolglos seinem Schwager.**

và sau đó, không thành công, ông đã thuyết giảng cho anh rể của mình.

**Bei den Hunden hatte er mehr Erfolg, aber nur, weil er ihnen weh tat.**

Ông thành công hơn với những con chó, nhưng chỉ vì ông làm chúng bị thương.

**Bei Five Fingers ist das Hundefutter komplett ausgegangen.**

Ở Five Fingers, thức ăn cho chó đã hết sạch.

**Eine zahnlose alte Squaw verkaufte ein paar Pfund gefrorenes Pferdeleder**

Một bà già không răng đã bán một vài pound da ngựa đông lạnh

**Hal tauschte seinen Revolver gegen das getrocknete Pferdefell.**

Hal đổi khẩu súng lục của mình để lấy tấm da ngựa khô.

**Das Fleisch stammte von den Pferden der Viehzüchter, die Monate zuvor verhungert waren.**

Thịt này được lấy từ những con ngựa đói của người chăn nuôi từ nhiều tháng trước.

**Gefroren war die Haut wie verzinktes Eisen: zäh und ungenießbar.**

Khi bị đông lạnh, lớp da trông giống như sắt mạ kẽm; dai và không thể ăn được.

**Die Hunde mussten endlos auf dem Fell herumkauen, um es zu fressen.**

Những con chó phải nhai liên tục tấm da để ăn nó.

**Doch die ledrigen Fäden und das kurze Haar waren kaum Nahrung.**

Nhưng những sợi dây da và lông ngắn này khó có thể là nguồn dinh dưỡng.

**Das Fell war größtenteils irritierend und kein echtes Nahrungsmittel.**

Hầu hết lớp da đều gây khó chịu và không thực sự là thức ăn.

**Und während all dem taumelte Buck vorne herum, wie in einem Albtraum.**

Và trong suốt chuyến đi, Buck loạng choạng đi về phía trước, như thể đang trong cơn ác mộng.

**Er zog, wenn er dazu in der Lage war; wenn nicht, blieb er liegen, bis er mit einer Peitsche oder einem Knüppel hochgehoben wurde.**

Anh ta kéo khi có thể; khi không thể, anh ta nằm cho đến khi bị roi hoặc dùi cui đánh thức.

**Sein feines, glänzendes Fell hatte jegliche Steifheit und jeglichen Glanz verloren, den es einst hatte.**

Bộ lông bóng mượt, mịn màng của nó đã mất đi độ cứng và bóng như trước.

**Sein Haar hing schlaff herunter, war zerzaust und mit getrocknetem Blut von den Schlägen verklebt.**

Tóc anh ta rũ xuống, bết lại và dính đầy máu khô từ những cú đánh.

**Seine Muskeln schrumpften zu Sehnen und seine Fleischpolster waren völlig abgenutzt.**

Cơ bắp của ông co lại thành từng sợi, và các miếng thịt đều bị mòn đi.

**Jede Rippe, jeder Knochen war deutlich durch die Falten der runzligen Haut zu sehen.**

Từng chiếc xương sườn, từng chiếc xương hiện rõ qua những nếp da nhăn nheo.

**Es war herzzerreißend, doch Bucks Herz konnte nicht brechen.**

Thật đau lòng, nhưng trái tim Buck không thể tan vỡ.

**Der Mann im roten Pullover hatte das getestet und vor langer Zeit bewiesen.**

Người đàn ông mặc áo len đỏ đã thử nghiệm và chứng minh điều đó từ lâu rồi.

**So wie es bei Buck war, war es auch bei allen seinen übrigen Teamkollegen.**

Giống như Buck, tất cả đồng đội còn lại của anh cũng vậy.

**Insgesamt waren es sieben, jeder einzelne ein wandelndes Skelett des Elends.**

Tổng cộng có bảy người, mỗi người là một bộ xương biết đi đầy đau khổ.

**Sie waren gegenüber den Peitschenhieben taub geworden und spürten nur noch entfernten Schmerz.**

Họ đã trở nên tê liệt, chỉ cảm thấy nỗi đau ở xa.

**Sogar Bild und Ton erreichten sie nur schwach, wie durch dichten Nebel.**

Ngay cả hình ảnh và âm thanh cũng chỉ đến được với họ một cách mờ nhạt, như qua một màn sương mù dày đặc.

**Sie waren nicht halb lebendig – es waren Knochen mit schwachen Funken darin.**

Họ không còn sống nữa—họ chỉ còn là những bộ xương với những tia lửa mờ nhạt bên trong.

**Als sie angehalten wurden, brachen sie wie Leichen zusammen, ihre Funken waren fast erloschen.**

Khi dừng lại, chúng ngã gục như xác chết, tia lửa gần như biến mất.

**Und als die Peitsche oder der Knüppel erneut zuschlug, sprühten schwache Funken.**

Và khi roi hay dùi cui đánh lại, những tia lửa yếu ớt rung lên.

**Dann erhoben sie sich, taumelten vorwärts und schleiften ihre Gliedmaßen vor sich her.**

Sau đó, họ đứng dậy, loạng choạng tiến về phía trước và lê chân tay về phía trước.

**Eines Tages stürzte der nette Billee und konnte überhaupt nicht mehr aufstehen.**

Một ngày nọ, Billee tốt bụng bị ngã và không thể tự đứng dậy được nữa.

**Hal hatte seinen Revolver eingetauscht und benutzte stattdessen eine Axt, um Billee zu töten.**

Hal đã đổi khẩu súng lục của mình, vì vậy anh ta dùng rìu để giết Billee.

**Er schlug ihm auf den Kopf, schnitt dann seinen Körper los und schleifte ihn weg.**

Anh ta đánh vào đầu anh ta, sau đó cắt cơ thể anh ta ra và kéo đi.

**Buck sah dies und die anderen auch; sie wussten, dass der Tod nahe war.**

Buck nhìn thấy điều này, và những người khác cũng vậy; họ biết cái chết đã gần kề.

**Am nächsten Tag ging Koona und ließ nur fünf Hunde im hungernden Team zurück.**

Ngày hôm sau Koona ra đi, chỉ còn lại năm chú chó trong đội đang đói khát.

**Joe war nicht länger gemein, sondern zu weit weg, um überhaupt noch viel mitzubekommen.**

Joe, không còn xấu tính nữa, đã đi quá xa và không còn nhận thức được nhiều điều nữa.

**Pike täuschte seine Verletzung nicht länger vor und war kaum bei Bewusstsein.**

Pike không còn giả vờ bị thương nữa và gần như đã tỉnh lại.

**Solleks, der immer noch treu war, beklagte, dass er nicht mehr die Kraft hatte, etwas zu geben.**

Solleks, vẫn trung thành, than khóc vì không còn sức lực để cống hiến.

**Teek wurde am häufigsten geschlagen, weil er frischer war, aber schnell nachließ.**

Teek bị đánh bại chủ yếu vì anh ta tươi tắn hơn nhưng lại yếu đi rất nhanh.

**Und Buck, der immer noch in Führung lag, sorgte nicht länger für Ordnung und setzte sie auch nicht durch.**

Và Buck, vẫn dẫn đầu, không còn giữ trật tự hoặc thực thi trật tự nữa.

**Halb blind vor Schwäche folgte Buck der Spur nur nach Gefühl.**

Nửa mù nửa tinh vì yếu, Buck lần theo dấu vết chỉ bằng cảm giác.

**Es war schönes Frühlingswetter, aber keiner von ihnen bemerkte es.**

Thời tiết mùa xuân rất đẹp, nhưng không ai để ý đến điều đó.

**Jeden Tag ging die Sonne früher auf und später unter als zuvor.**

Mỗi ngày, mặt trời mọc sớm hơn và lặn muộn hơn.

**Um drei Uhr morgens dämmerte es, die Dämmerung dauerte bis neun Uhr.**

Đến ba giờ sáng, bình minh đã tới; hoàng hôn kéo dài đến chín giờ.

**Die langen Tage waren erfüllt von der vollen Strahlkraft des Frühlingssonnenscheins.**

Những ngày dài tràn ngập ánh nắng rực rỡ của mùa xuân.

**Die gespenstische Stille des Winters hatte sich in ein warmes Murmeln verwandelt.**

Sự im lặng ma quái của mùa đông đã chuyển thành tiếng thì thầm ấm áp.

**Das ganze Land erwachte und war erfüllt von der Freude am Leben.**

Cả vùng đất như thức giấc, tràn đầy niềm vui của sự sống.

**Das Geräusch kam von etwas, das den Winter über tot und reglos dagelegen hatte.**

Âm thanh đó phát ra từ thứ gì đó đã chết và bất động suốt mùa đông.

**Jetzt bewegten sich diese Dinger wieder und schüttelten den langen Frostschlaf ab.**

Bây giờ, những thứ đó lại chuyển động, rũ bỏ giấc ngủ dài trong sương giá.

**Saft stieg durch die dunklen Stämme der wartenden Kiefern.**

Nhựa cây đang trào ra qua những thân cây thông sẫm màu đang chờ đợi.

**An jedem Zweig von Weiden und Espen treiben leuchtende junge Knospen aus.**

Cây liễu và cây dương nảy ra những nụ non tươi sáng trên mỗi cành.

**Sträucher und Weinreben erstrahlten in frischem Grün, als der Wald zum Leben erwachte.**

Cây bụi và dây leo khoác lên mình màu xanh tươi khi khu rừng trở nên sống động.

**Nachts zirpten Grillen und in der Sonne krabbelten Käfer.**

Tiếng dế kêu vào ban đêm và côn trùng bò dưới ánh nắng ban ngày.

**Rebhühner dröhnten und Spechte klopften tief in den Bäumen.**

Chim gáy vang, và chim gõ kiến gõ sâu vào trong các thân cây.

**Eichhörnchen schnatterten, Vögel sangen und Gänse schnatterten über den Hunden.**

Sóc kêu ríu rít, chim hót líu lo và ngỗng kêu át tiếng chó.

**Das Wildgeflügel kam in scharfen Keilen und flog aus dem Süden heran.**

Các loài chim hoang dã bay đến theo từng đàn sắc nhọn từ phía nam.

**Von jedem Hügel ertönte die Musik verborgener, rauschender Bäche.**

Từ mỗi sườn đồi vọng đến âm thanh của những dòng suối chảy xiết ẩn hiện.

**Alles taute auf, brach, bog sich und geriet wieder in Bewegung.**

Mọi thứ tan ra và vỡ ra, cong lại và chuyển động trở lại.

**Der Yukon bemühte sich, die Kälteketten des gefrorenen Eises zu durchbrechen.**

Dòng sông Yukon cố gắng phá vỡ những chuỗi băng giá lạnh giá.

**Das Eis schmolz von unten, während die Sonne es von oben zum Schmelzen brachte.**

Băng tan bên dưới, trong khi mặt trời làm tan băng từ phía trên.

**Luftlöcher öffneten sich, Risse breiteten sich aus und Brocken fielen in den Fluss.**

Các lỗ thông hơi mở ra, các vết nứt lan rộng và những khối đá rơi xuống sông.

**Inmitten dieses pulsierenden und lodernden Lebens taumelten die Reisenden.**

Giữa cuộc sống sôi động và náo nhiệt này, những lữ khách đều lảo đảo.

**Zwei Männer, eine Frau und ein Rudel Huskys liefen wie die Toten.**

Hai người đàn ông, một người phụ nữ và một đàn chó husky đi như chết.

**Die Hunde fielen, Mercedes weinte, fuhr aber immer noch Schlitten.**

Những con chó ngã xuống, Mercedes khóc, nhưng vẫn tiếp tục cưỡi xe trượt tuyết.

**Hal fluchte schwach und Charles blinzelte mit tränenden Augen.**

Hal yếu ớt chửi thề, còn Charles chớp mắt với đôi mắt đẫm lệ.

**Sie stolperten in John Thorntons Lager an der Mündung des White River.**

Họ tình cờ đi vào trại của John Thornton ở cửa sông White.

Als sie anhielten, fielen die Hunde flach um, als wären sie alle tot.

Khi họ dừng lại, những con chó nằm rạp xuống, như thể tất cả đều chết hết.

Mercedes wischte sich die Tränen ab und sah zu John Thornton hinüber.

Mercedes lau nước mắt và nhìn sang John Thornton.

Charles saß langsam und steif auf einem Baumstamm, mit Schmerzen vom Weg.

Charles ngồi trên một khúc gỗ, chậm rãi và cứng đờ, đau nhức vì đường dài.

Hal redete, während Thornton das Ende eines Axtstiels schnitzte.

Hal vừa nói vừa dùng tay khoét một đầu cán rìu.

Er schnitzte Birkenholz und antwortete mit kurzen, bestimmten Antworten.

Ông đẽo gỗ bạch dương và trả lời bằng những câu trả lời ngắn gọn nhưng chắc chắn.

Wenn man ihn fragte, gab er Ratschläge, war sich jedoch sicher, dass diese nicht befolgt würden.

Khi được hỏi, ông đã đưa ra lời khuyên, nhưng chắc chắn rằng lời khuyên đó sẽ không được thực hiện.

Hal erklärte: „Sie sagten uns, dass das Eis auf dem Weg schmelzen würde."

Hal giải thích, "Họ nói với chúng tôi rằng băng tuyết đang tan dần."

„Sie sagten, wir sollten bleiben, wo wir waren – aber wir haben es bis nach White River geschafft."

"Họ bảo chúng tôi nên ở lại—nhưng chúng tôi đã đến White River."

Er schloss mit höhnischem Ton, als wolle er einen Sieg in der Not für sich beanspruchen.

Ông ta kết thúc bằng giọng điệu khinh thường, như thể đang tuyên bố chiến thắng trong khó khăn.

„Und sie haben dir die Wahrheit gesagt", antwortete John Thornton Hal ruhig.

"Và họ đã nói đúng," John Thornton trả lời Hal một cách nhẹ nhàng.

„Das Eis kann jeden Moment nachgeben – es ist kurz davor, abzufallen."

"Băng có thể vỡ bất cứ lúc nào—nó sẵn sàng rơi ra."

„Nur durch blindes Glück und ein paar Narren wäre es möglich gewesen, lebend so weit zu kommen."

"Chỉ có sự may mắn mù quáng và những kẻ ngốc mới có thể sống sót đến tận đây."

„Ich sage es Ihnen ganz offen: Ich würde mein Leben nicht für alles Gold Alaskas riskieren."

"Tôi nói thẳng với anh, tôi sẽ không mạo hiểm mạng sống của mình để đổi lấy toàn bộ vàng của Alaska đâu."

„Das liegt wohl daran, dass Sie kein Narr sind", antwortete Hal.

"Tôi cho là vì anh không phải là kẻ ngốc," Hal trả lời.

„Trotzdem fahren wir weiter nach Dawson." Er rollte seine Peitsche ab.

"Dù sao thì chúng ta vẫn sẽ đi đến Dawson." Anh ta tháo roi ra.

„Komm rauf, Buck! Hallo! Steh auf! Los!", rief er barsch.

"Lên đó đi, Buck! Xin chào! Lên đi! Tiến lên!" anh ta hét lớn.

Thornton schnitzte weiter, wohl wissend, dass Narren nicht auf Vernunft hören.

Thornton tiếp tục gọt giũa, biết rằng kẻ ngốc sẽ không nghe lý lẽ.

Einen Narren aufzuhalten war sinnlos – und zwei oder drei Narren änderten nichts.

Ngăn cản một kẻ ngốc là vô ích—và hai hoặc ba kẻ bị lừa cũng chẳng thay đổi được gì.

Doch als das Team Hal's Befehl hörte, bewegte es sich nicht.

Nhưng cả đội không di chuyển theo lệnh của Hal.

Jetzt konnten sie nur noch durch Schläge wieder auf die Beine kommen und weiterkommen.

Lúc này, chỉ có những cú đánh mới có thể khiến chúng đứng dậy và tiến về phía trước.

**Immer wieder knallte die Peitsche über die geschwächten Hunde.**

Chiếc roi quất liên hồi vào những con chó yếu ớt.

**John Thornton presste die Lippen fest zusammen und sah schweigend zu.**

John Thornton mím chặt môi và im lặng quan sát.

**Solleks war der Erste, der unter der Peitsche auf die Beine kam.**

Solleks là người đầu tiên bò dậy dưới roi.

**Dann folgte Teek zitternd. Joe schrie auf, als er stolperte.**

Rồi Teek chạy theo, run rẩy. Joe hét lên khi loạng choạng đứng dậy.

**Pike versuchte aufzustehen, scheiterte zweimal und stand schließlich unsicher da.**

Pike cố gắng đứng dậy, thất bại hai lần, rồi cuối cùng đứng không vững.

**Aber Buck blieb liegen, wo er hingefallen war, und bewegte sich dieses Mal überhaupt nicht.**

Nhưng Buck vẫn nằm nguyên tại chỗ, không hề nhúc nhích.

**Die Peitsche schlug immer wieder auf ihn ein, aber er gab keinen Laut von sich.**

Cái roi quất liên tục vào anh ta, nhưng anh ta không hề kêu một tiếng nào.

**Er zuckte nicht zusammen und wehrte sich nicht, sondern blieb einfach still und ruhig.**

Anh ta không hề nao núng hay chống cự, chỉ đứng yên và im lặng.

**Thornton rührte sich mehr als einmal, als wolle er etwas sagen, tat es aber nicht.**

Thornton liên tục cựa quậy như muốn nói gì đó, nhưng rồi lại thôi.

**Seine Augen wurden feucht und immer noch knallte die Peitsche gegen Buck.**

Đôi mắt anh đẫm lệ, nhưng roi vẫn quất vào Buck.

**Schließlich begann Thornton langsam auf und ab zu gehen, unsicher, was er tun sollte.**

Cuối cùng, Thornton bắt đầu bước đi chậm rãi, không biết phải làm gì.

**Es war das erste Mal, dass Buck versagt hatte, und Hal wurde wütend.**

Đó là lần đầu tiên Buck thất bại và Hal vô cùng tức giận.

**Er warf die Peitsche weg und nahm stattdessen die schwere Keule.**

Anh ta vứt roi xuống và cầm lấy cây gậy nặng.

**Der Holzknüppel schlug hart auf, aber Buck stand immer noch nicht auf, um sich zu bewegen.**

Cây gậy gỗ giáng mạnh xuống, nhưng Buck vẫn không đứng dậy để di chuyển.

**Wie seine Teamkollegen war er zu schwach – aber mehr als das.**

Giống như các đồng đội của mình, anh ấy quá yếu—nhưng còn hơn thế nữa.

**Buck hatte beschlossen, sich nicht zu bewegen, egal was als Nächstes passieren würde.**

Buck đã quyết định không di chuyển, bất kể chuyện gì xảy ra tiếp theo.

**Er spürte, wie etwas Dunkles und Bestimmtes direkt vor ihm schwebte.**

Anh cảm thấy có thứ gì đó đen tối và chắc chắn đang lơ lửng ngay phía trước.

**Diese Angst hatte ihn ergriffen, sobald er das Flussufer erreicht hatte.**

Nỗi sợ hãi đã xâm chiếm anh ngay khi anh tới bờ sông.

**Dieses Gefühl hatte ihn nicht verlassen, seit er das Eis unter seinen Pfoten dünner werden fühlte.**

Cảm giác đó vẫn còn nguyên vẹn kể từ lúc anh cảm thấy lớp băng mỏng dưới bàn chân mình.

**Etwas Schreckliches wartete – er spürte es gleich weiter unten auf dem Weg.**

Có điều gì đó khủng khiếp đang chờ đợi anh - anh cảm thấy nó ngay trên con đường mòn.

**Er würde nicht auf das Schreckliche vor ihm zugehen**

Anh ấy sẽ không bước về phía thứ khủng khiếp phía trước

**Er würde keinem Befehl gehorchen, der ihn zu diesem Ding führte.**

Anh ta sẽ không tuân theo bất kỳ mệnh lệnh nào đưa anh ta đến nơi đó.

**Der Schmerz der Schläge war für ihn kaum noch spürbar, er war zu weit weg.**

Cơn đau từ những cú đánh giờ đây hầu như không còn tác động đến anh nữa - anh đã đi quá xa rồi.

**Der Funke des Lebens flackerte schwach und erlosch unter jedem grausamen Schlag.**

Tia lửa của sự sống yếu dần, mờ dần sau mỗi đòn tấn công tàn khốc.

**Seine Glieder fühlten sich fremd an, sein ganzer Körper schien einem anderen zu gehören.**

Tứ chi của anh cảm thấy xa xôi; toàn bộ cơ thể dường như thuộc về một người khác.

**Er spürte eine seltsame Taubheit, als der Schmerz vollständig nachließ.**

Anh cảm thấy một cảm giác tê liệt lạ lùng khi cơn đau biến mất hoàn toàn.

**Aus der Ferne spürte er, dass er geschlagen wurde, aber er wusste es kaum.**

Từ xa, anh cảm nhận được mình đang bị đánh, nhưng anh hầu như không biết.

**Er konnte die Schläge schwach hören, aber sie taten nicht mehr wirklich weh.**

Anh có thể nghe thấy tiếng động rất nhỏ, nhưng chúng không còn thực sự gây đau nữa.

**Die Schläge trafen, aber sein Körper schien nicht mehr sein eigener zu sein.**

Những đòn đánh giáng xuống, nhưng cơ thể anh dường như không còn là của riêng anh nữa.

**Dann stieß John Thornton plötzlich und ohne Vorwarnung einen wilden Schrei aus.**

Rồi đột nhiên, không báo trước, John Thornton hét lên một tiếng thảm thiết.

**Es war unartikuliert, eher der Schrei eines Tieres als eines Menschen.**

Tiếng kêu đó không rõ ràng, giống tiếng kêu của loài thú hơn là tiếng kêu của con người.

**Er sprang mit der Keule auf den Mann zu und stieß Hal nach hinten.**

Anh ta nhảy vào người đàn ông cầm dùi cui và đánh Hal ngã về phía sau.

**Hal flog, als wäre er von einem Baum getroffen worden, und landete hart auf dem Boden.**

Hal bay đi như thể bị cây đập vào, đáp mạnh xuống đất.

**Mercedes schrie laut vor Panik und umklammerte ihr Gesicht.**

Mercedes hét lên trong hoảng loạn và ôm chặt mặt.

**Charles sah nur zu, wischte sich die Augen und blieb sitzen.**

Charles chỉ nhìn, lau mắt rồi ngồi im.

**Sein Körper war vor Schmerzen zu steif, um aufzustehen oder beim Kampf mitzuhelfen.**

Cơ thể ông quá cứng đờ vì đau đớn đến nỗi không thể đứng dậy hoặc tham gia chiến đấu.

**Thornton stand über Buck, zitterte vor Wut und konnte nicht sprechen.**

Thornton đứng trên Buck, run rẩy vì giận dữ, không nói nên lời.

**Er zitterte vor Wut und kämpfte darum, trotz allem seine Stimme wiederzufinden.**

Anh ta run lên vì giận dữ và cố gắng tìm lại giọng nói của mình.

**„Wenn du den Hund noch einmal schlägst, bringe ich dich um", sagte er schließlich.**

Cuối cùng anh ta nói: "Nếu mày còn đánh con chó đó nữa, tao sẽ giết mày".

**Hal wischte sich das Blut aus dem Mund und kam wieder nach vorne.**

Hal lau máu trên miệng và tiến về phía trước lần nữa.

**„Es ist mein Hund", murmelte er. „Geh mir aus dem Weg, sonst kriege ich dich wieder in Ordnung."**

"Đó là chó của tôi," anh ta lẩm bẩm. "Tránh ra, nếu không tôi sẽ xử anh."

**„Ich gehe nach Dawson und Sie halten mich nicht auf", fügte er hinzu.**

"Tôi sẽ đến Dawson, và anh không được phép ngăn cản tôi", ông nói thêm.

**Thornton stand fest zwischen Buck und dem wütenden jungen Mann.**

Thornton đứng vững giữa Buck và chàng trai trẻ giận dữ.

**Er hatte nicht die Absicht, zur Seite zu treten oder Hal vorbeizulassen.**

Anh ta không có ý định tránh sang một bên hoặc để Hal đi qua.

**Hal zog sein Jagdmesser heraus, das lang und gefährlich in der Hand lag.**

Hal rút con dao săn của mình ra, dài và nguy hiểm trong tay.

**Mercedes schrie, dann weinte sie und lachte dann in wilder Hysterie.**

Mercedes hét lên, rồi khóc, rồi cười trong cơn cuồng loạn dữ dội.

**Thornton schlug mit dem Axtstiel hart und schnell auf Hals Hand.**

Thornton đánh vào tay Hal bằng cán rìu, mạnh và nhanh.

**Das Messer wurde aus Hals Griff gerissen und flog zu Boden.**

Con dao tuột khỏi tay Hal và bay xuống đất.

**Hal versuchte, das Messer aufzuheben, und Thornton klopfte erneut auf seine Fingerknöchel.**

Hal cố nhặt con dao lên nhưng Thornton lại gõ vào đốt ngón tay anh.

**Dann bückte sich Thornton, griff nach dem Messer und hielt es fest.**

Sau đó Thornton cúi xuống, cầm lấy con dao và giữ chặt.

**Mit zwei schnellen Hieben des Axtstiels zerschnitt er Bucks Zügel.**

Anh ta chặt nhanh hai nhát cán rìu và cắt đứt dây cương của Buck.

**Hal hatte keine Kraft mehr, sich zu wehren, und trat von dem Hund zurück.**

Hal không còn sức chiến đấu nữa và lùi xa con chó.

**Außerdem brauchte Mercedes jetzt beide Arme, um aufrecht zu bleiben.**

Hơn nữa, Mercedes bây giờ cần cả hai tay để giữ thăng bằng.

**Buck war dem Tod zu nahe, um noch einmal einen Schlitten ziehen zu können.**

Buck đã quá gần cái chết để có thể tiếp tục kéo xe trượt tuyết.

**Ein paar Minuten später legten sie ab und fuhren flussabwärts.**

Vài phút sau, họ rời đi và đi về phía hạ lưu sông.

**Buck hob schwach den Kopf und sah ihnen nach, wie sie die Bank verließen.**

Buck yếu ớt ngẩng đầu lên và nhìn họ rời khỏi bờ.

**Pike führte das Team an, mit Solleks am Ende des Feldes.**

Pike dẫn đầu nhóm, còn Solleks ở phía sau trong vị trí bánh xe.

**Joe und Teek gingen dazwischen, beide humpelten vor Erschöpfung.**

Joe và Teek đi ở giữa, cả hai đều khập khiễng vì kiệt sức.

**Mercedes saß auf dem Schlitten und Hal hielt die lange Lenkstange fest.**

Mercedes ngồi trên xe trượt tuyết, còn Hal nắm chặt cần lái dài.

**Charles stolperte hinterher, seine Schritte waren unbeholfen und unsicher.**

Charles loạng choạng đi theo phía sau, bước chân vụng về và không chắc chắn.

**Thornton kniete neben Buck und tastete vorsichtig nach gebrochenen Knochen.**

Thornton quỳ xuống bên Buck và nhẹ nhàng kiểm tra xem có xương gãy nào không.

**Seine Hände waren rau, bewegten sich aber mit Freundlichkeit und Sorgfalt.**

Đôi bàn tay của ông thô ráp nhưng cử động một cách ân cần và cẩn thận.

**Bucks Körper wies Blutergüsse auf, wies jedoch keine bleibenden Verletzungen auf.**

Cơ thể của Buck bị bầm tím nhưng không có thương tích lâu dài.

**Zurück blieben schrecklicher Hunger und nahezu völlige Schwäche.**

Những gì còn lại là cơn đói khủng khiếp và sự suy nhược gần như hoàn toàn.

**Als dies klar wurde, war der Schlitten bereits weit flussabwärts gefahren.**

Khi nhận ra điều này thì chiếc xe trượt tuyết đã đi khá xa về phía hạ lưu.

**Mann und Hund sahen zu, wie der Schlitten langsam über das knackende Eis kroch.**

Người đàn ông và chú chó dõi theo chiếc xe trượt tuyết từ từ bò trên lớp băng nứt nẻ.

**Dann sahen sie, wie der Schlitten in eine Mulde sank.**

Sau đó, họ thấy chiếc xe trượt tuyết chìm xuống một cái hố.

**Die Gee-Stange flog in die Höhe, und Hal klammerte sich immer noch vergeblich daran fest.**

Cột buồm bay lên, Hal vẫn bám vào nó một cách vô ích.

**Mercedes' Schrei erreichte sie über die kalte Ferne.**

Tiếng hét của Mercedes vang vọng khắp khoảng cách lạnh giá.

**Charles drehte sich um und trat zurück – aber er war zu spät.**

Charles quay lại và bước lùi lại—nhưng đã quá muộn.

**Eine ganze Eisdecke brach nach und sie alle fielen hindurch.**

Cả một tảng băng vỡ ra và tất cả bọn họ đều rơi xuống.

**Hunde, Schlitten und Menschen verschwanden im schwarzen Wasser darunter.**

Chó, xe trượt tuyết và người đều biến mất vào làn nước đen bên dưới.

**An der Stelle, an der sie vorbeigekommen waren, war nur ein breites Loch im Eis zurückgeblieben.**

Chỉ còn lại một lỗ hổng rộng trên băng ở nơi họ đi qua.

**Der Boden des Pfades war nach unten abgesunken – genau wie Thornton gewarnt hatte.**

Đáy đường mòn đã dốc xuống—đúng như Thornton đã cảnh báo.

**Thornton und Buck sahen sich einen Moment lang schweigend an.**

Thornton và Buck nhìn nhau, im lặng một lúc.

**„Du armer Teufel", sagte Thornton leise und Buck leckte ihm die Hand.**

"Đồ khốn khổ," Thornton nhẹ nhàng nói, và Buck liếm tay anh.

## Aus Liebe zu einem Mann
Vì tình yêu của một người đàn ông

**John Thornton erfror in der Kälte des vergangenen Dezembers seine Füße.**
John Thornton bị cóng chân trong cái lạnh của tháng 12 năm trước.

**Seine Partner machten es ihm bequem und ließen ihn allein genesen.**
Các cộng sự của ông giúp ông cảm thấy thoải mái và để ông tự hồi phục.

**Sie fuhren den Fluss hinauf, um ein Floß mit Sägestämmen für Dawson zu holen.**
Họ đi ngược dòng sông để gom một bè gỗ xẻ về Dawson.

**Er humpelte noch leicht, als er Buck vor dem Tod rettete.**
Anh ấy vẫn còn khập khiễng một chút khi cứu Buck khỏi cái chết.

**Aber bei anhaltend warmem Wetter verschwand sogar dieses Hinken.**
Nhưng khi thời tiết ấm áp tiếp tục, ngay cả sự khập khiễng đó cũng biến mất.

**Buck ruhte sich an langen Frühlingstagen am Flussufer aus.**
Nằm bên bờ sông trong những ngày xuân dài, Buck nghỉ ngơi.

**Er beobachtete das fließende Wasser und lauschte den Vögeln und Insekten.**
Ông ngắm nhìn dòng nước chảy và lắng nghe tiếng chim và côn trùng.

**Langsam erlangte Buck unter Sonne und Himmel seine Kraft zurück.**
Buck dần lấy lại sức lực dưới ánh mặt trời và bầu trời.

**Nach einer Reise von dreitausend Meilen war eine Pause ein wunderbares Gefühl.**
Cảm giác nghỉ ngơi thật tuyệt vời sau chuyến đi ba ngàn dặm.

**Buck wurde träge, als seine Wunden heilten und sein Körper an Gewicht zunahm.**
Buck trở nên lười biếng khi vết thương của nó lành lại và cơ thể nó phát triển.

**Seine Muskeln wurden fester und das Fleisch bedeckte wieder seine Knochen.**

Cơ bắp của ông trở nên săn chắc và thịt đã mọc lại để che phủ xương.

**Sie ruhten sich alle aus – Buck, Thornton, Skeet und Nig.**

Tất cả bọn họ đều đang nghỉ ngơi—Buck, Thornton, Skeet và Nig.

**Sie warteten auf das Floß, das sie nach Dawson bringen sollte.**

Họ chờ chiếc bè sẽ đưa họ xuống Dawson.

**Skeet war ein kleiner Irish Setter, der sich mit Buck anfreundete.**

Skeet là một chú chó săn nhỏ người Ireland đã kết bạn với Buck.

**Buck war zu schwach und krank, um ihr bei ihrem ersten Treffen Widerstand zu leisten.**

Buck quá yếu và bệnh để có thể cưỡng lại cô trong lần gặp đầu tiên.

**Skeet hatte die Heilereigenschaft, die manche Hunde von Natur aus besitzen.**

Skeet có đặc điểm chữa bệnh mà một số loài chó khác vốn có.

**Wie eine Katzenmutter leckte und reinigte sie Bucks offene Wunden.**

Giống như một con mèo mẹ, cô liếm và rửa sạch những vết thương hở của Buck.

**Jeden Morgen nach dem Frühstück wiederholte sie ihre sorgfältige Arbeit.**

Mỗi sáng sau khi ăn sáng, cô lại lặp lại công việc cẩn thận của mình.

**Buck erwartete ihre Hilfe ebenso sehr wie die von Thornton.**

Buck mong đợi sự giúp đỡ của cô nhiều như mong đợi của Thornton.

**Nig war auch freundlich, aber weniger offen und weniger liebevoll.**

Nig cũng thân thiện nhưng ít cởi mở và ít tình cảm hơn.

**Nig war ein großer schwarzer Hund, halb Bluthund, halb Hirschhund.**

Nig là một con chó đen to lớn, một phần là chó săn và một phần là chó săn nai.

**Er hatte lachende Augen und eine unendlich gute Seele.**
Ông có đôi mắt biết cười và bản tính tốt bụng vô tận.

**Zu Bucks Überraschung zeigte keiner der Hunde Eifersucht ihm gegenüber.**
Điều khiến Buck ngạc nhiên là không có con chó nào tỏ ra ghen tị với nó.

**Sowohl Skeet als auch Nig erfuhren die Freundlichkeit von John Thornton.**
Cả Skeet và Nig đều nhận được lòng tốt của John Thornton.

**Als Buck stärker wurde, verleiteten sie ihn zu albernen Hundespielen.**
Khi Buck trở nên mạnh mẽ hơn, họ dụ nó vào những trò chơi chó ngu ngốc.

**Auch Thornton spielte oft mit ihnen und konnte ihrer Freude nicht widerstehen.**
Thornton cũng thường chơi với chúng, không thể cưỡng lại niềm vui của chúng.

**Auf diese spielerische Weise gelang Buck der Übergang von der Krankheit in ein neues Leben.**
Bằng cách vui tươi này, Buck đã vượt qua bệnh tật và bắt đầu một cuộc sống mới.

**Endlich hatte er Liebe gefunden – wahre, brennende und leidenschaftliche Liebe.**
Tình yêu - tình yêu chân thành, cháy bỏng và nồng nàn - cuối cùng đã thuộc về anh.

**Auf Millers Anwesen hatte er diese Art von Liebe nie erlebt.**
Anh chưa bao giờ biết đến tình yêu như thế này ở điền trang của Miller.

**Mit den Söhnen des Richters hatte er Arbeit und Abenteuer geteilt.**
Ông đã cùng chia sẻ công việc và cuộc phiêu lưu với các con trai của Thẩm phán.

**Bei den Enkeln sah er steifen und prahlerischen Stolz.**
Ở những đứa cháu trai, ông thấy sự kiêu hãnh cứng nhắc và khoe khoang.

**Mit Richter Miller selbst verband ihn eine respektvolle Freundschaft.**

Với chính Thẩm phán Miller, ông đã có một tình bạn đáng trân trọng.

**Doch mit Thornton kam eine Liebe, die Feuer, Wahnsinn und Anbetung war.**

Nhưng tình yêu như ngọn lửa, sự điên cuồng và sự tôn thờ đã đến cùng Thornton.

**Dieser Mann hatte Bucks Leben gerettet, und das allein bedeutete sehr viel.**

Người đàn ông này đã cứu mạng Buck, và chỉ riêng điều đó cũng có ý nghĩa rất lớn.

**Aber darüber hinaus war John Thornton der ideale Meistertyp.**

Nhưng hơn thế nữa, John Thornton chính là mẫu người thầy lý tưởng.

**Andere Männer kümmerten sich aus Pflichtgefühl oder geschäftlicher Notwendigkeit um Hunde.**

Những người đàn ông khác chăm sóc chó vì nhiệm vụ hoặc nhu cầu công việc.

**John Thornton kümmerte sich um seine Hunde, als wären sie seine Kinder.**

John Thornton chăm sóc những chú chó của mình như thể chúng là con của ông.

**Er kümmerte sich um sie, weil er sie liebte und einfach nicht anders konnte.**

Ông chăm sóc họ vì ông yêu họ và không thể làm gì khác được.

**John Thornton sah sogar weiter, als die meisten Menschen jemals sehen konnten.**

John Thornton thậm chí còn nhìn xa hơn hầu hết những gì con người có thể nhìn thấy.

**Er vergaß nie, sie freundlich zu grüßen oder ein aufmunterndes Wort zu sagen.**

Ông không bao giờ quên chào hỏi họ một cách tử tế hoặc nói một lời động viên.

**Er liebte es, mit den Hunden zusammenzusitzen und lange zu reden, oder, wie er sagte, „gasy".**

Ông thích ngồi nói chuyện với những chú chó trong thời gian dài, hay "nói chuyện phiếm" như ông nói.

**Er packte Bucks Kopf gern grob zwischen seinen starken Händen.**

Anh ta thích túm chặt đầu Buck bằng đôi bàn tay khỏe mạnh của mình.

**Dann lehnte er seinen Kopf an Bucks und schüttelte ihn sanft.**

Sau đó, anh tựa đầu mình vào đầu Buck và lắc nhẹ.

**Die ganze Zeit über beschimpfte er Buck mit unhöflichen Namen, die für ihn Liebe bedeuteten.**

Trong suốt thời gian đó, anh ta gọi Buck bằng những cái tên thô lỗ nhưng lại có ý nghĩa yêu thương Buck.

**Buck bereiteten diese grobe Umarmung und diese Worte große Freude.**

Với Buck, cái ôm thô bạo và những lời nói đó mang lại niềm vui sâu sắc.

**Sein Herz schien bei jeder Bewegung vor Glück zu beben.**

Trái tim anh dường như rung lên vì hạnh phúc với mỗi chuyển động.

**Als er anschließend aufsprang, sah sein Mund aus, als würde er lachen.**

Khi anh ta nhảy lên sau đó, miệng anh ta trông như đang cười.

**Seine Augen leuchteten hell und seine Kehle zitterte vor unausgesprochener Freude.**

Đôi mắt anh sáng lên và cổ họng anh run lên vì niềm vui không nói thành lời.

**Sein Lächeln blieb in diesem Zustand der Ergriffenheit und glühenden Zuneigung stehen.**

Nụ cười của anh vẫn đứng im trong trạng thái cảm xúc và tình cảm rạng rỡ đó.

**Dann rief Thornton nachdenklich aus: „Gott! Er kann fast sprechen!"**

Sau đó Thornton thốt lên đầy suy tư, "Chúa ơi! Anh ấy gần như có thể nói được!"

**Buck hatte eine seltsame Art, Liebe auszudrücken, die beinahe Schmerzen verursachte.**

Buck có cách thể hiện tình yêu kỳ lạ đến mức gần như gây ra đau đớn.

**Er umklammerte Thorntons Hand oft sehr fest mit seinen Zähnen.**

Anh ta thường cắn chặt tay Thornton.

**Der Biss würde tiefe Spuren hinterlassen, die noch einige Zeit blieben.**

Vết cắn sẽ để lại dấu vết sâu và tồn tại trong một thời gian sau đó.

**Buck glaubte, dass diese Eide Liebe waren, und Thornton wusste das auch.**

Buck tin rằng những lời thề đó là tình yêu, và Thornton cũng biết như vậy.

**Meistens zeigte sich Bucks Liebe in stiller, fast stummer Verehrung.**

Thông thường, tình yêu của Buck được thể hiện bằng sự tôn thờ lặng lẽ, gần như im lặng.

**Obwohl er sich freute, wenn man ihn berührte oder ansprach, suchte er nicht nach Aufmerksamkeit.**

Mặc dù rất thích thú khi được chạm vào hoặc nói chuyện, nhưng chú không tìm kiếm sự chú ý.

**Skeet schob ihre Nase unter Thorntons Hand, bis er sie streichelte.**

Skeet dụi mũi vào tay Thornton cho đến khi anh vuốt ve cô.

**Nig kam leise herbei und legte seinen großen Kopf auf Thorntons Knie.**

Nig lặng lẽ bước tới và tựa cái đầu to của mình vào đầu gối Thornton.

**Buck hingegen war zufrieden damit, aus respektvoller Distanz zu lieben.**

Ngược lại, Buck hài lòng khi yêu từ một khoảng cách tôn trọng.

**Er lag stundenlang zu Thorntons Füßen, wachsam und aufmerksam beobachtend.**

Anh ta nằm hàng giờ dưới chân Thornton, cảnh giác và quan sát chặt chẽ.

**Buck studierte jedes Detail des Gesichts seines Herrn und jede kleinste Bewegung.**

Buck nghiên cứu từng chi tiết trên khuôn mặt và từng chuyển động nhỏ nhất của chủ nhân.

**Oder er blieb weiter weg liegen und betrachtete schweigend die Gestalt des Mannes.**

Hoặc nằm xa hơn, im lặng quan sát hình dáng người đàn ông.

**Buck beobachtete jede kleine Bewegung, jede Veränderung seiner Haltung oder Geste.**

Buck quan sát từng cử động nhỏ, từng thay đổi trong tư thế hoặc cử chỉ.

**Diese Verbindung war so stark, dass sie Thorntons Blick oft auf sich zog.**

Mối liên hệ này mạnh mẽ đến mức thường thu hút sự chú ý của Thornton.

**Er begegnete Bucks Blick ohne Worte, Liebe schimmerte deutlich hindurch.**

Anh nhìn thẳng vào mắt Buck mà không nói lời nào, ánh mắt tràn đầy tình yêu.

**Nach seiner Rettung ließ Buck Thornton lange Zeit nicht aus den Augen.**

Trong một thời gian dài sau khi được cứu, Buck không bao giờ rời mắt khỏi Thornton.

**Immer wenn Thornton das Zelt verließ, folgte Buck ihm dicht auf den Fersen.**

Bất cứ khi nào Thornton rời khỏi lều, Buck đều theo sát anh ta ra ngoài.

**All die strengen Herren im Nordland hatten Buck Angst gemacht, zu vertrauen.**

Tất cả những người chủ khắc nghiệt ở vùng đất phương Bắc đã khiến Buck sợ phải tin tưởng.

**Er befürchtete, dass kein Mann länger als kurze Zeit sein Herr bleiben könnte.**

Ông sợ rằng không ai có thể làm chủ được ông quá một thời gian ngắn.

**Er befürchtete, dass John Thornton wie Perrault und François verschwinden würde.**

Ông lo sợ John Thornton sẽ biến mất giống như Perrault và François.

**Sogar nachts quälte die Angst, ihn zu verlieren, Buck mit unruhigem Schlaf.**

Ngay cả vào ban đêm, nỗi sợ mất anh vẫn ám ảnh giấc ngủ không yên của Buck.

**Als Buck aufwachte, kroch er in die Kälte hinaus und ging zum Zelt.**

Khi Buck thức dậy, anh ta rón rén đi ra ngoài trời lạnh và đi đến lều.

**Er lauschte aufmerksam auf das leise Geräusch des Atmens in seinem Inneren.**

Anh lắng nghe thật kỹ tiếng thở nhẹ nhàng bên trong.

**Trotz Bucks tiefer Liebe zu John Thornton blieb die Wildnis am Leben.**

Bất chấp tình yêu sâu sắc của Buck dành cho John Thornton, thiên nhiên hoang dã vẫn tồn tại.

**Dieser im Norden erwachte primitive Instinkt ist nicht verschwunden.**

Bản năng nguyên thủy đó, được đánh thức ở phương Bắc, vẫn chưa biến mất.

**Liebe brachte Hingabe, Treue und die warme Verbundenheit des Kaminfeuers.**

Tình yêu mang lại sự tận tụy, lòng trung thành và mối liên kết ấm áp bên bếp lửa.

**Aber Buck behielt auch seine wilden Instinkte, scharf und stets wachsam.**

Nhưng Buck vẫn giữ được bản năng hoang dã của mình, sắc bén và luôn cảnh giác.

**Er war nicht nur ein gezähmtes Haustier aus den sanften Ländern der Zivilisation.**

Anh ta không chỉ là một con vật cưng được thuần hóa từ vùng đất văn minh mềm mại.

**Buck war ein wildes Wesen, das hereingekommen war, um an Thorntons Feuer zu sitzen.**

Buck là một sinh vật hoang dã đến ngồi bên đống lửa của Thornton.

**Er sah aus wie ein Südlandhund, aber in ihm lebte Wildheit.**

Trông nó giống như một chú chó miền Nam, nhưng bên trong nó lại ẩn chứa sự hoang dã.

**Seine Liebe zu Thornton war zu groß, um zuzulassen, dass er den Mann bestohlen hätte.**

Tình yêu của ông dành cho Thornton quá lớn đến nỗi không thể cho phép người đàn ông đó ăn cắp đồ của ông.

**Aber in jedem anderen Lager würde er dreist und ohne Pause stehlen.**

Nhưng ở bất kỳ trại nào khác, anh ta sẽ ăn cắp một cách táo bạo và không ngừng nghỉ.

**Er war beim Stehlen so geschickt, dass ihn niemand erwischen oder beschuldigen konnte.**

Anh ta ăn cắp rất khéo đến nỗi không ai có thể bắt được hay buộc tội anh ta.

**Sein Gesicht und sein Körper waren mit Narben aus vielen vergangenen Kämpfen übersät.**

Khuôn mặt và cơ thể anh đầy vết sẹo từ nhiều trận chiến trước đây.

**Buck kämpfte immer noch erbittert, aber jetzt kämpfte er mit mehr List.**

Buck vẫn chiến đấu dữ dội, nhưng bây giờ anh chiến đấu một cách khôn ngoan hơn.

**Skeet und Nig waren zu sanft, um zu kämpfen, und sie gehörten Thornton.**

Skeet và Nig quá hiền lành nên không muốn đánh nhau, và chúng là của Thornton.

**Aber jeder fremde Hund, egal wie stark oder mutig, wich zurück.**

Nhưng bất kỳ con chó lạ nào, dù mạnh mẽ hay dũng cảm đến đâu, cũng đều nhường đường.

**Ansonsten kämpfte der Hund gegen Buck und um sein Leben.**

Nếu không, con chó sẽ phải chiến đấu với Buck; chiến đấu để giành lấy mạng sống.

**Buck kannte keine Gnade, wenn er sich entschied, gegen einen anderen Hund zu kämpfen.**

Buck không hề thương xót khi nó quyết định chiến đấu với một con chó khác.

**Er hatte das Gesetz der Keule und des Reißzahns im Nordland gut gelernt.**

Anh ta đã học rất rõ luật sử dụng dùi cui và nanh ở vùng Northland.

**Er gab nie einen Vorteil auf und wich nie einer Schlacht aus.**

Ông không bao giờ từ bỏ lợi thế và không bao giờ lùi bước trong trận chiến.

**Er hatte Spitz und die wildesten Post- und Polizeihunde studiert.**

Ông đã nghiên cứu về chó Spitz và những con chó hung dữ nhất của cảnh sát và thư tín.

**Er wusste genau, dass es im wilden Kampf keinen Mittelweg gab.**

Ông biết rõ rằng không có lập trường trung dung trong chiến đấu dữ dội.

**Er musste herrschen oder beherrscht werden; Gnade zu zeigen, hieße, Schwäche zu zeigen.**

Ngài phải cai trị hoặc bị cai trị; thể hiện lòng thương xót có nghĩa là thể hiện sự yếu đuối.

**In der rauen und brutalen Welt des Überlebens kannte man keine Gnade.**

Lòng thương xót là điều không hề tồn tại trong thế giới sinh tồn khắc nghiệt và tàn khốc.

**Gnade zu zeigen wurde als Angst angesehen und Angst führte schnell zum Tod.**

Việc thể hiện lòng thương xót bị coi là sợ hãi, và sợ hãi nhanh chóng dẫn đến cái chết.

**Das alte Gesetz war einfach: töten oder getötet werden, essen oder gefressen werden.**

Luật cũ rất đơn giản: giết hoặc bị giết, ăn hoặc bị ăn.

**Dieses Gesetz stammte aus längst vergangenen Zeiten und Buck befolgte es vollständig.**

Luật đó xuất phát từ sâu thẳm thời gian, và Buck đã tuân thủ nó một cách nghiêm ngặt.

**Buck war älter als sein Alter und die Anzahl seiner Atemzüge.**

Buck già hơn so với tuổi và số lần hít thở của anh.

**Er verband die ferne Vergangenheit klar mit der Gegenwart.**

Ông đã kết nối quá khứ xa xưa với hiện tại một cách rõ ràng.

**Die tiefen Rhythmen der Zeitalter bewegten sich durch ihn wie die Gezeiten.**

Những nhịp điệu sâu lắng của thời đại di chuyển qua anh như thủy triều.

**Die Zeit pulsierte in seinem Blut so sicher, wie die Jahreszeiten die Erde bewegen.**

Thời gian chảy trong máu ông chắc chắn như các mùa chuyển động trên trái đất.

**Er saß mit starker Brust und weißen Reißzähnen an Thorntons Feuer.**

Anh ta ngồi bên đống lửa của Thornton, ngực khỏe và nanh trắng.

**Sein langes Fell wehte, aber hinter ihm beobachteten ihn die Geister wilder Hunde.**

Bộ lông dài của nó rung rinh, nhưng đằng sau nó, linh hồn của những con chó hoang đang dõi theo.

**Halbwölfe und Vollwölfe regten sich in seinem Herzen und seinen Sinnen.**

Nửa sói và nửa sói thực sự khuấy động trong trái tim và giác quan của anh.

**Sie probierten sein Fleisch und tranken dasselbe Wasser wie er.**

Họ nếm thử thịt của ông và uống cùng một loại nước như ông.

**Sie schnupperten neben ihm den Wind und lauschten dem Wald.**

Họ hít thở làn gió cùng anh và lắng nghe tiếng rừng.

**Sie flüsterten die Bedeutung der wilden Geräusche in der Dunkelheit.**

Họ thì thầm ý nghĩa của những âm thanh hoang dã trong bóng tối.

**Sie prägten seine Stimmungen und leiteten jede seiner stillen Reaktionen.**

Họ định hình tâm trạng của ông và hướng dẫn từng phản ứng lặng lẽ của ông.

**Sie lagen bei ihm, während er schlief, und wurden Teil seiner tiefen Träume.**

Chúng nằm cùng anh khi anh ngủ và trở thành một phần trong giấc mơ sâu thẳm của anh.

**Sie träumten mit ihm, über ihn hinaus und bildeten seinen Geist.**

Họ mơ cùng ông, vượt ra ngoài ông, và tạo nên chính tinh thần của ông.

**Die Geister der Wildnis riefen so stark, dass Buck sich hingezogen fühlte.**

Những linh hồn hoang dã gọi mời mạnh mẽ đến nỗi Buck cảm thấy bị lôi kéo.

**Mit jedem Tag wurden die Menschheit und ihre Ansprüche in Bucks Herzen schwächer.**

Mỗi ngày, nhân loại và những đòi hỏi của họ ngày càng yếu đi trong trái tim Buck.

**Tief im Wald würde ein seltsamer und aufregender Ruf erklingen.**

Sâu trong rừng, một tiếng gọi kỳ lạ và hồi hộp sắp vang lên.

**Jedes Mal, wenn er den Ruf hörte, verspürte Buck einen Drang, dem er nicht widerstehen konnte.**

Mỗi lần nghe tiếng gọi đó, Buck lại cảm thấy một sự thôi thúc không thể cưỡng lại.

**Er wollte sich vom Feuer und den ausgetretenen menschlichen Pfaden abwenden.**

Anh ta định quay lưng lại với ngọn lửa và con đường đời đầy rẫy sự giày vò của con người.

**Er wollte in den Wald eintauchen und weitergehen, ohne zu wissen, warum.**

Anh ta định lao vào rừng, tiến về phía trước mà không biết tại sao.

Er hinterfragte diese Anziehungskraft nicht, denn der Ruf war tief und kraftvoll.

Ông không thắc mắc về sức hút này, vì tiếng gọi đó sâu sắc và mạnh mẽ.

Oft erreichte er den grünen Schatten und die weiche, unberührte Erde

Thường thì anh ấy đã chạm tới bóng râm xanh và đất mềm nguyên sơ

Doch dann zog ihn die große Liebe zu John Thornton zurück zum Feuer.

Nhưng rồi tình yêu mãnh liệt dành cho John Thornton đã kéo ông trở lại với ngọn lửa.

Nur John Thornton hatte Bucks wildes Herz wirklich in seiner Gewalt.

Chỉ có John Thornton mới thực sự nắm giữ được trái tim hoang dã của Buck.

Der Rest der Menschheit hatte für Buck keinen bleibenden Wert oder keine bleibende Bedeutung.

Phần còn lại của nhân loại không có giá trị hay ý nghĩa lâu dài đối với Buck.

Fremde könnten ihn loben oder ihm mit freundlichen Händen über das Fell streicheln.

Người lạ có thể khen ngợi hoặc vuốt ve bộ lông của chú bằng đôi tay thân thiện.

Buck blieb ungerührt und ging vor lauter Zuneigung davon.

Buck vẫn không hề lay chuyển và bỏ đi vì được yêu mến quá mức.

Hans und Pete kamen mit dem lange erwarteten Floß

Hans và Pete đã đến với chiếc bè mà họ đã mong đợi từ lâu

Buck ignorierte sie, bis er erfuhr, dass sie sich in der Nähe von Thornton befanden.

Buck không để ý đến họ cho đến khi anh biết họ ở gần Thornton.

Danach tolerierte er sie, zeigte ihnen jedoch nie seine volle Zuneigung.

Sau đó, ông chịu đựng họ, nhưng không bao giờ thể hiện sự nồng nhiệt thực sự với họ.

**Er nahm Essen oder Freundlichkeiten von ihnen an, als täte er ihnen einen Gefallen.**

Ông nhận thức ăn hoặc lòng tốt từ họ như thể đang làm ơn cho họ.

**Sie waren wie Thornton – einfach, ehrlich und klar im Denken.**

Họ giống như Thornton - giản dị, trung thực và suy nghĩ rõ ràng.

**Gemeinsam reisten sie zu Dawsons Sägewerk und dem großen Wirbel**

Tất cả cùng nhau họ đi đến xưởng cưa Dawson và xoáy nước lớn

**Auf ihrer Reise lernten sie Bucks Wesen tiefgründig kennen.**

Trong cuộc hành trình của mình, họ đã hiểu sâu sắc bản chất của Buck.

**Sie versuchten nicht, sich näherzukommen, wie es Skeet und Nig getan hatten.**

Họ không cố gắng trở nên gần gũi như Skeet và Nig đã làm.

**Doch Bucks Liebe zu John Thornton wurde mit der Zeit immer stärker.**

Nhưng tình yêu của Buck dành cho John Thornton ngày càng sâu sắc hơn theo thời gian.

**Nur Thornton könnte Buck im Sommer eine Last auf die Schultern laden.**

Chỉ có Thornton mới có thể đặt một chiếc ba lô lên lưng Buck vào mùa hè.

**Was auch immer Thornton befahl, Buck war bereit, es uneingeschränkt zu tun.**

Bất cứ điều gì Thornton ra lệnh, Buck đều sẵn sàng thực hiện.

**Eines Tages, nachdem sie Dawson in Richtung der Quellgewässer des Tanana verlassen hatten,**

Một ngày nọ, sau khi họ rời Dawson để đến thượng nguồn sông Tanana,

**die Gruppe saß auf einer Klippe, die dreihundert Fuß bis zum nackten Fels abfiel.**

nhóm ngồi trên một vách đá cao ba feet so với nền đá trơ trụi.

**John Thornton saß nahe der Kante und Buck ruhte sich neben ihm aus.**

John Thornton ngồi gần mép, và Buck nghỉ ngơi bên cạnh anh ta.

**Thornton hatte plötzlich eine Idee und rief die Männer auf sich aufmerksam.**

Thornton đột nhiên nảy ra một ý tưởng và kêu gọi sự chú ý của những người đàn ông.

**Er deutete über den Abgrund und gab Buck einen einzigen Befehl.**

Anh ta chỉ tay về phía bên kia vực thẳm và ra lệnh cho Buck.

**„Spring, Buck!", sagte er und schwang seinen Arm über den Abgrund.**

"Nhảy đi, Buck!" anh ta nói, vung tay ra khỏi chỗ thả người.

**Einen Moment später musste er Buck packen, der sofort lossprang, um zu gehorchen.**

Ngay lập tức, anh phải tóm lấy Buck, con vật đang nhảy dựng lên để tuân lệnh.

**Hans und Pete eilten nach vorne und zogen beide in Sicherheit.**

Hans và Pete lao về phía trước và kéo cả hai trở về nơi an toàn.

**Nachdem alles vorbei war und sie wieder zu Atem gekommen waren, ergriff Pete das Wort.**

Sau khi mọi chuyện kết thúc và họ đã lấy lại hơi thở, Pete lên tiếng.

**„Die Liebe ist unheimlich", sagte er, erschüttert von der wilden Hingabe des Hundes.**

"Tình yêu thật kỳ lạ," anh nói, cảm động trước lòng trung thành mãnh liệt của chú chó.

**Thornton schüttelte den Kopf und antwortete mit ruhiger Ernsthaftigkeit.**

Thornton lắc đầu và trả lời một cách nghiêm túc và bình tĩnh.

**„Nein, die Liebe ist großartig", sagte er, „aber auch schrecklich."**

"Không, tình yêu thì tuyệt vời," anh nói, "nhưng cũng thật khủng khiếp."

„Manchmal, das muss ich zugeben, macht mir diese Art von Liebe Angst."

"Đôi khi, tôi phải thừa nhận rằng, loại tình yêu này khiến tôi sợ hãi."

Pete nickte und sagte: „Ich möchte nicht der Mann sein, der dich berührt."

Pete gật đầu và nói, "Tôi ghét phải là người chạm vào cô."

Er sah Buck beim Sprechen ernst und voller Respekt an.

Anh ta nhìn Buck khi nói, nghiêm túc và đầy sự tôn trọng.

„Py Jingo!", sagte Hans schnell. „Ich auch nicht, nein, Sir."

"Py Jingo!" Hans nói nhanh. "Tôi cũng vậy, không thưa ngài."

Noch vor Jahresende wurden Petes Befürchtungen in Circle City wahr.

Trước khi năm kết thúc, nỗi sợ của Pete đã trở thành sự thật tại Circle City.

Ein grausamer Mann namens Black Burton hat in der Bar eine Schlägerei angezettelt.

Một người đàn ông tàn ác tên là Black Burton đã gây gổ trong quán bar.

Er war wütend und bösartig und ging auf einen Neuling los.

Ông ta tức giận và độc ác, đánh đập một người mới vào nghề.

John Thornton schritt ein, ruhig und gutmütig wie immer.

John Thornton bước vào, vẫn bình tĩnh và tốt bụng như mọi khi.

Buck lag mit gesenktem Kopf in einer Ecke und beobachtete Thornton aufmerksam.

Buck nằm ở góc, đầu cúi xuống, quan sát Thornton một cách chăm chú.

Burton schlug plötzlich zu und sein Schlag ließ Thornton herumwirbeln.

Burton bất ngờ ra đòn, cú đấm khiến Thornton quay ngoắt lại.

Nur die Stangenreling verhinderte, dass er hart auf den Boden stürzte.

Chỉ có thanh chắn của quán bar mới giữ được anh ta khỏi ngã mạnh xuống đất.

**Die Beobachter hörten ein Geräusch, das weder Bellen noch Jaulen war**

Những người theo dõi nghe thấy một âm thanh không phải là tiếng sủa hay tiếng kêu

**Ein tiefes Brüllen kam von Buck, als er auf den Mann zustürzte.**

một tiếng gầm lớn phát ra từ Buck khi nó lao về phía người đàn ông.

**Burton riss seinen Arm hoch und rettete nur knapp sein eigenes Leben.**

Burton giơ tay lên và may mắn thoát chết.

**Buck prallte gegen ihn und warf ihn flach auf den Boden.**

Buck đâm sầm vào anh ta, khiến anh ta ngã xuống sàn.

**Buck biss tief in den Arm des Mannes und stürzte sich dann auf die Kehle.**

Buck cắn sâu vào cánh tay của người đàn ông rồi lao vào cổ họng anh ta.

**Burton konnte den Angriff nur teilweise blocken und sein Hals wurde aufgerissen.**

Burton chỉ có thể chặn được một phần và cổ của ông bị rách toạc.

**Männer stürmten mit erhobenen Knüppeln herein und vertrieben Buck von dem blutenden Mann.**

Mọi người xông vào, giơ dùi cui lên và đuổi Buck ra khỏi người đàn ông đang chảy máu.

**Ein Chirurg arbeitete schnell, um den Blutausfluss zu stoppen.**

Bác sĩ phẫu thuật đã nhanh chóng phẫu thuật để cầm máu.

**Buck ging auf und ab und knurrte, während er immer wieder versuchte anzugreifen.**

Buck vừa đi vừa gầm gừ, cố gắng tấn công liên tục.

**Nur schwingende Knüppel hielten ihn davon ab, Burton zu erreichen.**

Chỉ có những cú vung gậy mới ngăn cản được anh ta đến được Burton.

**Eine Bergarbeiterversammlung wurde einberufen und noch vor Ort abgehalten.**

Một cuộc họp của thợ mỏ đã được triệu tập và tổ chức ngay tại chỗ.

**Sie waren sich einig, dass Buck provoziert worden war, und stimmten für seine Freilassung.**

Họ đồng ý rằng Buck đã bị khiêu khích và bỏ phiếu trả tự do cho anh ta.

**Doch Bucks wilder Name hallte nun durch jedes Lager in Alaska.**

Nhưng cái tên dữ dội của Buck giờ đây vang vọng ở mọi trại lính ở Alaska.

**Später im Herbst rettete Buck Thornton erneut auf eine neue Art und Weise.**

Vào mùa thu năm đó, Buck lại cứu Thornton theo một cách mới.

**Die drei Männer steuerten ein langes Boot durch wilde Stromschnellen.**

Ba người đàn ông đang điều khiển một chiếc thuyền dài lướt qua ghềnh thác dữ dội.

**Thornton steuerte das Boot und rief Anweisungen zur Küste.**

Thornton điều khiển thuyền và chỉ đường vào bờ.

**Hans und Pete rannten an Land und hielten sich an einem Seil fest, das sie von Baum zu Baum führte.**

Hans và Pete chạy trên bờ, giữ một sợi dây thừng từ cây này sang cây khác.

**Buck hielt am Ufer Schritt und behielt seinen Herrn immer im Auge.**

Buck đi theo dọc bờ sông, luôn dõi mắt theo chủ nhân của mình.

**An einer ungünstigen Stelle ragten Felsen aus dem schnellen Wasser hervor.**

Ở một nơi nguy hiểm, có những tảng đá nhô ra dưới dòng nước chảy xiết.

**Hans ließ das Seil los und Thornton steuerte das Boot weit.**

Hans thả sợi dây thừng và Thornton lái thuyền ra xa.

**Hans sprintete, um das Boot an den gefährlichen Felsen vorbei wieder zu erreichen.**

Hans chạy nước rút để đuổi kịp chiếc thuyền vượt qua những tảng đá nguy hiểm.

**Das Boot passierte den Felsvorsprung, geriet jedoch in eine stärkere Strömung.**

Chiếc thuyền đã vượt qua được gờ đá nhưng lại đâm vào phần dòng nước mạnh hơn.

**Hans griff zu schnell nach dem Seil und brachte das Boot aus dem Gleichgewicht.**

Hans nắm sợi dây quá nhanh và kéo thuyền mất thăng bằng.

**Das Boot kenterte und prallte mit dem Hinterteil nach oben gegen das Ufer.**

Chiếc thuyền lật úp và đập vào bờ, phần đáy hướng lên trên.

**Thornton wurde hinausgeworfen und in den wildesten Teil des Wassers geschwemmt.**

Thornton bị ném ra ngoài và bị cuốn vào vùng nước dữ dội nhất.

**Kein Schwimmer hätte in diesen tödlichen, reißenden Gewässern überleben können.**

Không một người bơi nào có thể sống sót trong vùng nước chảy xiết chết chóc đó.

**Buck sprang sofort hinein und jagte seinen Herrn den Fluss hinunter.**

Buck ngay lập tức nhảy xuống và đuổi theo chủ mình xuống sông.

**Nach dreihundert Metern erreichte er endlich Thornton.**

Sau ba trăm thước, cuối cùng anh cũng tới được Thornton.

**Thornton packte Buck am Schwanz und Buck drehte sich zum Ufer um.**

Thornton nắm lấy đuôi Buck và Buck quay về phía bờ.

**Er schwamm mit voller Kraft und kämpfte gegen den wilden Sog des Wassers an.**

Anh ta bơi hết sức mình, chống lại sức cản dữ dội của dòng nước.

**Sie bewegten sich schneller flussabwärts, als sie das Ufer erreichen konnten.**

Họ di chuyển xuôi dòng nhanh hơn tốc độ họ có thể tới bờ.

Vor ihnen toste der Fluss immer lauter und stürzte in tödliche Stromschnellen.

Phía trước, dòng sông gào thét dữ dội hơn khi rơi vào ghềnh thác chết người.

Felsen schnitten durch das Wasser wie die Zähne eines riesigen Kamms.

Những tảng đá cắt ngang mặt nước như răng của một chiếc lược khổng lồ.

Die Anziehungskraft des Wassers in der Nähe des Tropfens war wild und unausweichlich.

Sức hút của nước gần giọt nước rất dữ dội và không thể tránh khỏi.

Thornton wusste, dass sie das Ufer nie rechtzeitig erreichen würden.

Thornton biết rằng họ không bao giờ có thể đến bờ kịp lúc.

Er schrammte über einen Felsen, zerschmetterte einen zweiten,

Anh ta đã vượt qua một tảng đá, đập vỡ tảng đá thứ hai,

Und dann prallte er gegen einen dritten Felsen, den er mit beiden Händen festhielt.

Và rồi anh ta đâm vào tảng đá thứ ba, dùng cả hai tay để tóm lấy nó.

Er ließ Buck los und übertönte das Gebrüll: „Los, Buck! Los!"

Anh ta thả Buck ra và hét lớn át tiếng gầm rú, "Đi đi, Buck! Đi đi!"

Buck konnte sich nicht über Wasser halten und wurde von der Strömung mitgerissen.

Buck không thể giữ được thăng bằng và bị dòng nước cuốn trôi.

Er kämpfte hart und versuchte, sich umzudrehen, kam aber überhaupt nicht voran.

Anh ta chiến đấu dữ dội, cố gắng quay lại nhưng không tiến triển được chút nào.

Dann hörte er, wie Thornton den Befehl über das Tosen des Flusses hinweg wiederholte.

Sau đó, anh nghe Thornton lặp lại mệnh lệnh giữa tiếng gầm của dòng sông.

**Buck erhob sich aus dem Wasser und hob den Kopf, als wolle er einen letzten Blick werfen.**

Buck nhô mình ra khỏi mặt nước, ngẩng đầu lên như thể muốn nhìn lại lần cuối.

**dann drehte er sich um und gehorchte und schwamm entschlossen auf das Ufer zu.**

sau đó quay lại và tuân theo, kiên quyết bơi về phía bờ.

**Pete und Hans zogen ihn im letzten Moment an Land.**

Pete và Hans đã kéo anh ta vào bờ vào đúng thời điểm cuối cùng.

**Sie wussten, dass Thornton sich nur noch wenige Minuten am Felsen festklammern konnte.**

Họ biết Thornton chỉ có thể bám vào tảng đá thêm vài phút nữa thôi.

**Sie rannten das Ufer hinauf zu einer Stelle weit oberhalb der Stelle, an der er hing.**

Họ chạy lên bờ đến một địa điểm cao hơn nhiều so với nơi anh ta đang treo cổ.

**Sie befestigten die Bootsleine sorgfältig an Bucks Hals und Schultern.**

Họ cẩn thận buộc dây thuyền vào cổ và vai Buck.

**Das Seil saß eng, war aber locker genug zum Atmen und für Bewegung.**

Sợi dây vừa khít nhưng đủ lỏng để thở và di chuyển.

**Dann warfen sie ihn erneut in den reißenden, tödlichen Fluss.**

Sau đó, họ lại ném anh ta xuống dòng sông chết chóc đang chảy xiết.

**Buck schwamm mutig, verpasste jedoch seinen Winkel in die Kraft des Stroms.**

Buck bơi một cách táo bạo nhưng lại không bơi vào đúng hướng dòng nước chảy xiết.

**Er sah zu spät, dass er an Thornton vorbeiziehen würde.**

Anh ta nhận ra quá muộn rằng mình sắp trôi qua Thornton.

**Hans riss das Seil fest, als wäre Buck ein kenterndes Boot.**

Hans giật chặt sợi dây, như thể Buck là một chiếc thuyền sắp lật úp.

**Die Strömung zog ihn nach unten und er verschwand unter der Oberfläche.**

Dòng nước kéo anh ta xuống và anh ta biến mất dưới mặt nước.

**Sein Körper schlug gegen das Ufer, bevor Hans und Pete ihn herauszogen.**

Cơ thể anh đập vào bờ trước khi Hans và Pete kéo anh ra.

**Er war halb ertrunken und sie haben das Wasser aus ihm herausgeprügelt.**

Ông ấy đã chết đuối một nửa và họ đã đập cho nước tràn ra khỏi người ông ấy.

**Buck stand auf, taumelte und brach erneut auf dem Boden zusammen.**

Buck đứng dậy, loạng choạng rồi lại ngã xuống đất.

**Dann hörten sie Thorntons Stimme, die schwach vom Wind getragen wurde.**

Sau đó họ nghe thấy giọng nói của Thornton vọng theo gió.

**Obwohl die Worte undeutlich waren, wussten sie, dass er dem Tode nahe war.**

Mặc dù lời nói không rõ ràng, nhưng họ biết rằng ông sắp chết.

**Der Klang von Thorntons Stimme traf Buck wie ein elektrischer Schlag.**

Giọng nói của Thornton như một luồng điện giật khiến Buck giật mình.

**Er sprang auf, rannte das Ufer hinauf und kehrte zum Startpunkt zurück.**

Anh ta nhảy lên và chạy lên bờ, quay trở lại điểm xuất phát.

**Wieder banden sie Buck das Seil fest und wieder betrat er den Bach.**

Họ lại buộc sợi dây vào Buck và một lần nữa Buck lại bước vào dòng suối.

**Diesmal schwamm er direkt und entschlossen in das rauschende Wasser.**

Lần này, anh ta bơi thẳng và mạnh mẽ vào dòng nước đang chảy xiết.

**Hans ließ das Seil langsam los, während Pete darauf achtete, dass es sich nicht verhedderte.**

Hans thả sợi dây ra đều đặn trong khi Pete giữ cho nó không bị rối.

**Buck schwamm schnell, bis er direkt über Thornton auf einer Linie lag.**

Buck bơi thật nhanh cho đến khi tới ngay phía trên Thornton.

**Dann drehte er sich um und raste wie ein Zug mit voller Geschwindigkeit nach unten.**

Sau đó, anh ta quay lại và lao đi như một chuyến tàu đang chạy hết tốc lực.

**Thornton sah ihn kommen, machte sich bereit und schlang die Arme um seinen Hals.**

Thornton thấy anh ta tiến đến, chuẩn bị tinh thần và vòng tay ôm chặt cổ anh ta.

**Hans band das Seil fest um einen Baum, als beide unter Wasser gezogen wurden.**

Hans buộc chặt sợi dây thừng quanh một cái cây khi cả hai bị kéo xuống dưới.

**Sie stürzten unter Wasser und zerschellten an Felsen und Flusstrümmern.**

Họ lộn nhào xuống nước, đập vào đá và rác thải trên sông.

**In einem Moment war Buck oben, im nächsten erhob sich Thornton keuchend.**

Một lúc Buck còn ở trên, ngay sau đó Thornton lại vùng dậy thở hổn hển.

**Zerschlagen und erstickend steuerten sie auf das Ufer zu und waren in Sicherheit.**

Bị đánh đập và ngạt thở, họ rẽ vào bờ và tìm nơi an toàn.

**Thornton erlangte sein Bewusstsein wieder und lag quer über einem Treibholzbaumstamm.**

Thornton tỉnh lại và nằm trên một khúc gỗ trôi dạt.

**Hans und Pete haben hart gearbeitet, um ihm Atem und Leben zurückzugeben.**

Hans và Pete đã phải làm việc rất vất vả để giúp anh ấy lấy lại hơi thở và sự sống.

**Sein erster Gedanke galt Buck, der regungslos und schlaff dalag.**

Ý nghĩ đầu tiên của anh là về Buck, lúc này đang nằm bất động và mềm nhũn.

**Nig heulte über Bucks Körper und Skeet leckte sanft sein Gesicht.**

Nig hú lên bên trên xác Buck, còn Skeet thì liếm nhẹ mặt anh.

**Thornton, wund und verletzt, untersuchte Buck mit vorsichtigen Händen.**

Thornton, đau nhức và bầm tím, kiểm tra Buck bằng đôi tay cẩn thận.

**Er stellte fest, dass der Hund drei Rippen gebrochen hatte, jedoch keine tödlichen Wunden aufwies.**

Ông phát hiện con chó bị gãy ba xương sườn nhưng không có vết thương chí mạng nào.

**„Damit ist die Sache geklärt", sagte Thornton. „Wir zelten hier." Und das taten sie.**

"Thế là xong," Thornton nói. "Chúng tôi cắm trại ở đây." Và họ đã làm vậy.

**Sie blieben, bis Bucks Rippen verheilt waren und er wieder laufen konnte.**

Họ ở lại cho đến khi xương sườn của Buck lành lại và nó có thể đi lại được.


**In diesem Winter vollbrachte Buck eine Leistung, die seinen Ruhm noch weiter steigerte.**

Mùa đông năm đó, Buck đã thực hiện một chiến công khiến danh tiếng của anh càng thêm nổi tiếng.

**Es war weniger heroisch als Thornton zu retten, aber genauso beeindruckend.**

Hành động này không anh hùng bằng việc cứu Thornton, nhưng cũng ấn tượng không kém.

**In Dawson benötigten die Partner Vorräte für eine weite Reise.**

Tại Dawson, các đối tác cần nhu yếu phẩm cho một cuộc hành trình xa.

**Sie wollten nach Osten reisen, in unberührte Wildnisgebiete.**

Họ muốn đi về phía Đông, đến những vùng đất hoang sơ chưa ai đặt chân đến.

**Bucks Tat im Eldorado Saloon machte diese Reise möglich.**

Hành động của Buck tại quán rượu Eldorado đã giúp chuyến đi đó trở thành hiện thực.

**Es begann damit, dass Männer bei einem Drink mit ihren Hunden prahlten.**

Mọi chuyện bắt đầu khi những người đàn ông khoe khoang về chú chó của mình trong lúc uống rượu.

**Bucks Ruhm machte ihn zur Zielscheibe von Herausforderungen und Zweifeln.**

Sự nổi tiếng của Buck khiến ông trở thành mục tiêu của những lời thách thức và nghi ngờ.

**Thornton blieb stolz und ruhig und verteidigte Bucks Namen standhaft.**

Thornton, tự hào và bình tĩnh, kiên quyết bảo vệ tên tuổi của Buck.

**Ein Mann sagte, sein Hund könne problemlos zweihundertsechsunddreißig kg ziehen.**

Một người đàn ông cho biết con chó của ông có thể dễ dàng kéo vật nặng năm trăm pound.

**Ein anderer sagte sechshundert und ein dritter prahlte mit siebenhundert.**

Một người khác nói sáu trăm, người thứ ba khoe khoang bảy trăm.

**„Pfft!", sagte John Thornton, „Buck kann einen fünfhundert kg schweren Schlitten ziehen."**

"Phì!" John Thornton nói, "Buck có thể kéo chiếc xe trượt tuyết nặng một nghìn pound."

**Matthewson, ein Bonanza-König, beugte sich vor und forderte ihn heraus.**

Matthewson, một vị vua Bonanza, nghiêng người về phía trước và thách thức anh ta.

„Glauben Sie, er kann so viel Gewicht in Bewegung setzen?"

"Anh nghĩ anh ta có thể di chuyển được nhiều trọng lượng như vậy không?"

„Und Sie glauben, er kann das Gewicht volle hundert Meter weit ziehen?"

"Và anh nghĩ anh ta có thể kéo được vật đó đi được một trăm thước sao?"

Thornton antwortete kühl: „Ja. Buck ist Hund genug, um das zu tun."

Thornton trả lời một cách lạnh lùng, "Đúng vậy. Buck đủ bản lĩnh để làm điều đó."

„Er wird tausend Pfund in Bewegung setzen und es hundert Meter weit ziehen."

"Anh ta sẽ dùng một ngàn pound để di chuyển và kéo nó đi một trăm yard."

Matthewson lächelte langsam und stellte sicher, dass alle Männer seine Worte hörten.

Matthewson mỉm cười chậm rãi và đảm bảo mọi người đều nghe rõ lời mình nói.

„Ich habe tausend Dollar, die sagen, dass er es nicht kann. Da ist es."

"Tôi có một ngàn đô la nói rằng anh ta không thể. Đấy."

Er knallte einen Sack Goldstaub von der Größe einer Wurst auf die Theke.

Anh ta ném một túi bụi vàng to bằng xúc xích lên quầy bar.

Niemand sagte ein Wort. Die Stille um sie herum wurde drückend und angespannt.

Không ai nói một lời. Sự im lặng trở nên nặng nề và căng thẳng xung quanh họ.

Thorntons Bluff – wenn es denn einer war – war ernst genommen worden.

Lời đe dọa của Thornton - nếu có - đã được coi trọng.

Er spürte, wie ihm die Hitze im Gesicht aufstieg und das Blut in seine Wangen schoss.

Anh cảm thấy mặt mình nóng bừng và máu dồn lên má.

In diesem Moment war seine Zunge seiner Vernunft voraus.

Vào khoảnh khắc đó, lưỡi của anh đã đi trước lý trí.

**Er wusste wirklich nicht, ob Buck fünfhundert kg bewegen konnte.**

Anh thực sự không biết liệu Buck có thể di chuyển được một nghìn pound hay không.

**Eine halbe Tonne! Allein die Größe ließ ihm das Herz schwer werden.**

Nửa tấn! Chỉ riêng kích thước của nó thôi cũng khiến lòng anh nặng trĩu.

**Er hatte Vertrauen in Bucks Stärke und hielt ihn für fähig.**

Ông tin tưởng vào sức mạnh của Buck và nghĩ rằng anh ta có khả năng.

**Doch einer solchen Herausforderung war er noch nie begegnet, nicht auf diese Art und Weise.**

Nhưng anh chưa bao giờ phải đối mặt với thử thách như thế này, không giống thế này.

**Ein Dutzend Männer beobachteten ihn still und warteten darauf, was er tun würde.**

Khoảng chục người đàn ông lặng lẽ quan sát anh ta, chờ xem anh ta sẽ làm gì.

**Er hatte das Geld nicht – Hans und Pete auch nicht.**

Anh ấy không có tiền, Hans và Pete cũng vậy.

**„Ich habe draußen einen Schlitten", sagte Matthewson kalt und direkt.**

"Tôi có một chiếc xe trượt tuyết ở bên ngoài," Matthewson lạnh lùng và thẳng thắn nói.

**„Es ist mit zwanzig Säcken zu je fünfzig Pfund beladen, alles Mehl.**

"Nó chứa hai mươi bao, mỗi bao nặng năm mươi pound, toàn là bột mì.

**Lassen Sie sich also jetzt nicht von einem fehlenden Schlitten als Ausrede ausreden", fügte er hinzu.**

Vì vậy, đừng để việc mất xe trượt tuyết trở thành cái cớ của bạn lúc này," ông nói thêm.

**Thornton stand still da. Er wusste nicht, was er sagen sollte.**

Thornton đứng im lặng. Anh không biết phải nói gì.

**Er blickte sich die Gesichter an, ohne sie deutlich zu erkennen.**

Anh nhìn quanh những khuôn mặt nhưng không nhìn rõ họ.

**Er sah aus wie ein Mann, der in Gedanken erstarrt war und versuchte, neu zu starten.**

Anh ấy trông như một người đang chìm đắm trong suy nghĩ, cố gắng khởi động lại.

**Dann sah er Jim O'Brien, einen Freund aus der Mastodon-Zeit.**

Sau đó anh gặp Jim O'Brien, một người bạn từ thời Mastodon.

**Dieses vertraute Gesicht gab ihm Mut, von dem er nicht wusste, dass er ihn hatte.**

Gương mặt quen thuộc đó đã mang lại cho anh sự can đảm mà anh không biết mình có.

**Er drehte sich um und fragte mit leiser Stimme: „Können Sie mir tausend leihen?"**

Anh ta quay lại và hỏi nhỏ: "Anh có thể cho tôi vay một nghìn không?"

**„Sicher", sagte O'Brien und ließ bereits einen schweren Sack neben dem Gold fallen.**

"Được thôi," O'Brien nói, thả một bao tải nặng xuống cạnh vàng.

**„Aber ehrlich gesagt, John, ich glaube nicht, dass das Biest das tun kann."**

"Nhưng thực sự mà nói, John, tôi không tin con quái vật đó có thể làm được điều này."

**Alle im Eldorado Saloon strömten nach draußen, um sich die Veranstaltung anzusehen.**

Mọi người ở quán Eldorado Saloon đều chạy ra ngoài để xem sự việc.

**Sie ließen Tische und Getränke zurück und sogar die Spiele wurden unterbrochen.**

Họ để lại bàn ghế và đồ uống, thậm chí cả trò chơi cũng phải tạm dừng.

**Dealer und Spieler kamen, um das Ende der kühnen Wette mitzuerleben.**

Những người chia bài và con bạc đến để chứng kiến kết thúc của vụ cá cược táo bạo này.

**Hunderte versammelten sich auf der vereisten Straße um den Schlitten.**

Hàng trăm người tụ tập quanh chiếc xe trượt tuyết trên con phố đóng băng.

**Matthewsons Schlitten stand mit einer vollen Ladung Mehlsäcke da.**

Chiếc xe trượt tuyết của Matthewson chất đầy những bao bột mì.

**Der Schlitten stand stundenlang bei Minustemperaturen.**

Chiếc xe trượt tuyết đã nằm đó nhiều giờ ở nhiệt độ âm.

**Die Kufen des Schlittens waren fest am festgetretenen Schnee festgefroren.**

Các thanh trượt của xe trượt tuyết bị đóng chặt vào lớp tuyết dày.

**Die Männer wetteten zwei zu eins, dass Buck den Schlitten nicht bewegen könne.**

Mọi người đưa ra tỷ lệ cược hai ăn một là Buck không thể di chuyển được chiếc xe trượt tuyết.

**Es kam zu einem Streit darüber, was „ausbrechen" eigentlich bedeutet.**

Một cuộc tranh cãi nổ ra về ý nghĩa thực sự của từ "bùng nổ".

**O'Brien sagte, Thornton solle die festgefrorene Basis des Schlittens lösen.**

O'Brien nói Thornton nên nới lỏng phần đế đóng băng của xe trượt tuyết.

**Buck könnte dann aus einem soliden, bewegungslosen Start „ausbrechen".**

Sau đó, Buck có thể "bứt phá" từ một khởi đầu vững chắc, bất động.

**Matthewson argumentierte, dass der Hund auch die Läufer befreien müsse.**

Matthewson cho rằng con chó cũng phải giải thoát cho những người chạy trốn.

**Die Männer, die von der Wette gehört hatten, stimmten Matthewsons Ansicht zu.**

Những người đàn ông nghe cuộc cá cược đều đồng ý với quan điểm của Matthewson.

**Mit dieser Entscheidung stiegen die Chancen auf drei zu eins gegen Buck.**

Với phán quyết đó, tỷ lệ cược cho chiến thắng của Buck tăng lên ba ăn một.

**Niemand trat vor, um die wachsende Drei-zu-eins-Chance auf sich zu nehmen.**

Không ai tiến lên để chấp nhận tỷ lệ cược ba ăn một ngày càng tăng.

**Kein einziger Mann glaubte, dass Buck diese große Leistung vollbringen könnte.**

Không một ai tin rằng Buck có thể thực hiện được chiến công vĩ đại đó.

**Thornton war zu der Wette gedrängt worden, obwohl er voller Zweifel war.**

Thornton đã vội vã tham gia vụ cá cược này với lòng đầy nghi ngờ.

**Nun blickte er auf den Schlitten und das zehnköpfige Hundegespann daneben.**

Bây giờ anh nhìn vào chiếc xe trượt tuyết và đội mười con chó bên cạnh.

**Als ich die Realität der Aufgabe sah, erschien sie noch unmöglicher.**

Nhìn thấy thực tế của nhiệm vụ khiến nó có vẻ bất khả thi hơn.

**Matthewson war in diesem Moment voller Stolz und Selbstvertrauen.**

Matthewson tràn đầy tự hào và tự tin vào khoảnh khắc đó.

**„Drei zu eins!", rief er. „Ich wette noch tausend, Thornton!"**

"Ba ăn một!" anh ta hét lên. "Tôi cược thêm một ngàn nữa, Thornton!"

**Was sagst du dazu?", fügte er laut genug hinzu, dass es alle hören konnten.**

"Anh nói sao?" anh ấy nói thêm, đủ lớn để mọi người đều nghe thấy.

**Thorntons Gesicht zeigte seine Zweifel, aber sein Geist war aufgeblüht.**

Gương mặt Thornton lộ rõ vẻ nghi ngờ, nhưng tinh thần của ông đã phấn chấn trở lại.

**Dieser Kampfgeist ignorierte alle Widrigkeiten und fürchtete sich überhaupt nicht.**

Tinh thần chiến đấu đó không màng đến nghịch cảnh và không hề sợ hãi điều gì cả.

**Er forderte Hans und Pete auf, ihr gesamtes Bargeld auf den Tisch zu bringen.**

Anh ta gọi Hans và Pete mang toàn bộ tiền mặt đến bàn.

**Ihnen blieb nicht mehr viel übrig – insgesamt nur zweihundert Dollar.**

Họ chỉ còn lại rất ít tiền, tổng cộng chỉ có hai trăm đô la.

**Diese kleine Summe war ihr gesamtes Vermögen in schweren Zeiten.**

Số tiền nhỏ này là toàn bộ tài sản của họ trong thời kỳ khó khăn.

**Dennoch setzten sie ihr gesamtes Vermögen auf Matthewsons Wette.**

Tuy nhiên, họ vẫn đặt cược toàn bộ số tiền vào vụ cá cược của Matthewson.

**Das zehnköpfige Hundegespann wurde abgekoppelt und vom Schlitten wegbewegt.**

Đội mười con chó được tháo dây buộc và di chuyển ra xa xe trượt tuyết.

**Buck wurde in die Zügel genommen und trug sein vertrautes Geschirr.**

Buck được đặt vào dây cương, mặc bộ đồ quen thuộc.

**Er hatte die Energie der Menge aufgefangen und die Spannung gespürt.**

Anh đã cảm nhận được năng lượng của đám đông và sự căng thẳng.

**Irgendwie wusste er, dass er etwas für John Thornton tun musste.**

Bằng cách nào đó, anh biết mình phải làm điều gì đó cho John Thornton.

**Die Leute murmelten voller Bewunderung über die stolze Gestalt des Hundes.**

Mọi người thì thầm ngưỡng mộ dáng vẻ kiêu hãnh của chú chó.

**Er war schlank und stark und hatte kein einziges Gramm Fleisch zu viel.**

Ông ấy gầy và khỏe, không hề có một chút thịt thừa nào.

**Sein Gesamtgewicht von hundertfünfzig Pfund bestand nur aus Kraft und Ausdauer.**

Toàn bộ sức nặng một trăm năm mươi pound của anh chính là sức mạnh và sức bền.

**Bucks Fell glänzte wie Seide und strotzte vor Gesundheit und Kraft.**

Bộ lông của Buck sáng bóng như lụa, dày dặn, khỏe mạnh và mạnh mẽ.

**Das Fell an seinem Hals und seinen Schultern schien sich aufzurichten und zu sträuben.**

Bộ lông dọc theo cổ và vai của anh ta dường như dựng đứng và dựng ngược lên.

**Seine Mähne bewegte sich leicht, jedes Haar war voller Energie.**

Mái bờm của anh ta khẽ rung động, từng sợi tóc đều tràn đầy năng lượng mạnh mẽ.

**Seine breite Brust und seine starken Beine passten zu seinem schweren, robusten Körperbau.**

Bộ ngực rộng và đôi chân khỏe mạnh của anh tương xứng với thân hình to lớn, rắn chắc của anh.

**Unter seinem Mantel spannten sich Muskeln, straff und fest wie geschmiedetes Eisen.**

Những cơ bắp nổi lên dưới lớp áo khoác, săn chắc và cứng cáp như sắt thép.

**Männer berührten ihn und schworen, er sei gebaut wie eine Stahlmaschine.**

Mọi người chạm vào anh và thề rằng anh được tạo ra giống như một cỗ máy bằng thép.

**Die Quoten sanken leicht auf zwei zu eins gegen den großen Hund.**

Tỷ lệ cược giảm nhẹ xuống còn hai ăn một trước chú chó lớn.

**Ein Mann von den Skookum Benches drängte sich stotternd nach vorne.**

Một người đàn ông từ Skookum Benches tiến về phía trước, lắp bắp.

**„Gut, Sir! Ich biete achthundert für ihn – vor der Prüfung, Sir!"**

"Tốt, thưa ngài! Tôi trả tám trăm cho anh ta — trước khi thử nghiệm, thưa ngài!"

**„Achthundert, so wie er jetzt dasteht!", beharrte der Mann.**

"Tám trăm, như anh ta đang đứng bây giờ!" người đàn ông khăng khăng.

**Thornton trat vor, lächelte und schüttelte ruhig den Kopf.**

Thornton bước tới, mỉm cười và lắc đầu bình tĩnh.

**Matthewson schritt schnell mit warnender Stimme und einem Stirnrunzeln ein.**

Matthewson nhanh chóng bước vào với giọng cảnh báo và cau mày.

**„Sie müssen Abstand von ihm halten", sagte er. „Geben Sie ihm Raum."**

"Anh phải tránh xa anh ấy ra," anh nói. "Cho anh ấy không gian."

**Die Menge verstummte; nur die Spieler boten noch zwei zu eins.**

Đám đông trở nên im lặng, chỉ còn những con bạc vẫn cược hai ăn một.

**Alle bewunderten Bucks Körperbau, aber die Last schien zu groß.**

Mọi người đều ngưỡng mộ vóc dáng của Buck, nhưng tải trọng của nó trông có vẻ quá lớn.

**Zwanzig Säcke Mehl – jeder fünfzig Pfund schwer – schienen viel zu viel.**

Hai mươi bao bột mì, mỗi bao nặng năm mươi pound, có vẻ quá nhiều.

**Niemand war bereit, seinen Geldbeutel zu öffnen und sein Geld zu riskieren.**

Không ai muốn mở túi và mạo hiểm tiền bạc của mình cả.

**Thornton kniete neben Buck und nahm seinen Kopf in beide Hände.**

Thornton quỳ xuống bên cạnh Buck và nắm đầu nó bằng cả hai tay.

**Er drückte seine Wange an Bucks und sprach in sein Ohr.**

Anh áp má mình vào má Buck và nói vào tai cậu.

**Es gab jetzt kein spielerisches Schütteln oder geflüsterte liebevolle Beleidigungen.**

Bây giờ không còn sự bắt tay vui vẻ hay thì thầm những lời lăng mạ yêu thương nữa.

**Er murmelte nur leise: „So sehr du mich liebst, Buck."**

Anh chỉ thì thầm nhẹ nhàng: "Em yêu anh nhiều như anh yêu em vậy, Buck."

**Buck stieß ein leises Winseln aus, seine Begierde konnte er kaum zurückhalten.**

Buck khẽ rên lên, sự háo hức của nó gần như không thể kiềm chế được.

**Die Zuschauer beobachteten neugierig, wie Spannung in der Luft lag.**

Những người chứng kiến tò mò theo dõi bầu không khí căng thẳng bao trùm.

**Der Moment fühlte sich fast unwirklich an, wie etwas jenseits der Vernunft.**

Khoảnh khắc đó gần như không thực, giống như một điều gì đó vượt quá lý trí.

**Als Thornton aufstand, nahm Buck sanft seine Hand zwischen die Kiefer.**

Khi Thornton đứng dậy, Buck nhẹ nhàng nắm lấy tay anh.

**Er drückte mit den Zähnen nach unten und ließ dann langsam und sanft los.**

Anh ta dùng răng ấn xuống rồi từ từ và nhẹ nhàng buông ra.

**Es war eine stille Antwort der Liebe, nicht ausgesprochen, aber verstanden.**

Đó là câu trả lời thầm lặng của tình yêu, không nói ra nhưng được hiểu.

**Thornton trat weit von dem Hund zurück und gab das Signal.**

Thornton bước xa khỏi con chó và ra hiệu.

**„Jetzt, Buck", sagte er und Buck antwortete mit konzentrierter Ruhe.**

"Được rồi, Buck," anh nói, và Buck đáp lại bằng sự bình tĩnh tập trung.

**Buck spannte die Leinen und lockerte sie dann um einige Zentimeter.**

Buck siết chặt các dây xích, rồi nới lỏng chúng ra vài inch.

**Dies war die Methode, die er gelernt hatte; seine Art, den Schlitten zu zerbrechen.**

Đây là phương pháp anh đã học được; cách anh dùng để phá hỏng chiếc xe trượt tuyết.

**„Mensch!", rief Thornton mit scharfer Stimme in der schweren Stille.**

"Chết tiệt!" Thornton hét lên, giọng anh sắc nhọn trong sự im lặng nặng nề.

**Buck drehte sich nach rechts und stürzte sich mit seinem gesamten Gewicht nach vorn.**

Buck quay sang phải và lao tới với toàn bộ sức mạnh của mình.

**Das Spiel verschwand und Bucks gesamte Masse traf die straffen Leinen.**

Sự chùng xuống biến mất và toàn bộ sức mạnh của Buck chạm vào dây kéo chặt chẽ.

**Der Schlitten zitterte und die Kufen machten ein knackendes, knisterndes Geräusch.**

Chiếc xe trượt tuyết rung chuyển và những thanh trượt phát ra tiếng kêu lách tách giòn tan.

**„Haw!", befahl Thornton und änderte erneut Bucks Richtung.**

"Haw!" Thornton ra lệnh, lại chuyển hướng của Buck.

**Buck wiederholte die Bewegung und zog diesmal scharf nach links.**

Buck lặp lại động tác đó, lần này kéo mạnh về phía bên trái.

**Das Knacken des Schlittens wurde lauter, die Kufen knackten und verschoben sich.**

Tiếng kêu răng rắc của chiếc xe trượt tuyết ngày một lớn hơn, các thanh trượt cũng kêu răng rắc và dịch chuyển.

**Die schwere Last rutschte leicht seitwärts über den gefrorenen Schnee.**

Vật nặng trượt nhẹ sang một bên trên lớp tuyết đóng băng.

**Der Schlitten hatte sich aus der Umklammerung des eisigen Pfades gelöst!**

Chiếc xe trượt tuyết đã thoát khỏi sự kìm kẹp của con đường băng giá!

**Die Männer hielten den Atem an, ohne zu merken, dass sie nicht einmal atmeten.**

Mọi người nín thở, không hề biết rằng họ thậm chí không thở.

**„Jetzt ZIEHEN!", rief Thornton durch die eisige Stille.**

"Bây giờ, KÉO!" Thornton hét lớn trong sự im lặng lạnh giá.

**Thorntons Befehl klang scharf wie ein Peitschenknall.**

Mệnh lệnh của Thornton vang lên sắc bén như tiếng roi quất.

**Buck stürzte sich mit einem heftigen und heftigen Ausfallschritt nach vorne.**

Buck lao mình về phía trước với một cú lao mạnh mẽ và dữ dội.

**Sein ganzer Körper war aufgrund der enormen Belastung angespannt und verkrampft.**

Toàn bộ cơ thể anh căng cứng và co lại vì sức ép quá lớn.

**Unter seinem Fell spannten sich Muskeln wie lebendig werdende Schlangen.**

Những cơ bắp nổi lên dưới bộ lông của anh như những con rắn đang sống lại.

**Seine breite Brust war tief, der Kopf nach vorne zum Schlitten gestreckt.**

Bộ ngực lớn của nó hạ thấp, đầu vươn về phía trước hướng về phía chiếc xe trượt tuyết.

**Seine Pfoten bewegten sich blitzschnell und seine Krallen zerschnitten den gefrorenen Boden.**

Bàn chân của nó di chuyển nhanh như chớp, móng vuốt cắt nát mặt đất đóng băng.

**Er kämpfte um jeden Zentimeter Bodenhaftung und hinterließ tiefe Rillen.**

Các rãnh được cắt sâu khi anh cố gắng giành từng inch lực kéo.

**Der Schlitten schaukelte, zitterte und begann eine langsame, unruhige Bewegung.**

Chiếc xe trượt tuyết rung lắc, lắc lư và bắt đầu chuyển động chậm chạp, khó khăn.

**Ein Fuß rutschte aus und ein Mann in der Menge stöhnte laut auf.**

Một bàn chân trượt đi, và một người đàn ông trong đám đông rên lên thành tiếng.

**Dann machte der Schlitten mit einer ruckartigen, heftigen Bewegung einen Satz nach vorne.**

Sau đó, chiếc xe trượt tuyết lao về phía trước theo một chuyển động giật mạnh và thô bạo.

**Es hörte nicht wieder auf – noch einen halben Zoll … einen Zoll … zwei Zoll mehr.**

Nó không dừng lại nữa—nửa inch...một inch...hai inch nữa.

**Die Stöße wurden kleiner, als der Schlitten an Geschwindigkeit zunahm.**

Những cú giật trở nên nhỏ hơn khi chiếc xe trượt tuyết bắt đầu tăng tốc.

**Bald zog Buck mit sanfter, gleichmäßiger Rollkraft.**

Chẳng mấy chốc, Buck đã kéo được một lực lăn đều và êm ái.

**Die Männer schnappten nach Luft und erinnerten sich schließlich wieder daran zu atmen.**

Mọi người thở hổn hển và cuối cùng cũng nhớ ra phải thở lại.

**Sie hatten nicht bemerkt, dass ihnen vor Ehrfurcht der Atem stockte.**

Họ không nhận ra hơi thở của mình đã ngừng lại vì kinh ngạc.

**Thornton rannte hinterher und rief kurze, fröhliche Befehle.**

Thornton chạy theo sau, ra lệnh ngắn gọn và vui vẻ.

**Vor uns lag ein Stapel Brennholz, der die Entfernung markierte.**

Phía trước là một đống củi đánh dấu khoảng cách.

**Als Buck sich dem Haufen näherte, wurde der Jubel immer lauter.**

Khi Buck tiến gần đến đống củi, tiếng reo hò ngày càng lớn hơn.

**Der Jubel schwoll zu einem Brüllen an, als Buck den Endpunkt passierte.**

Tiếng reo hò vang lên khi Buck vượt qua điểm đích.

**Männer sprangen auf und schrien, sogar Matthewson grinste.**

Mọi người nhảy cẫng lên và la hét, ngay cả Matthewson cũng cười toe toét.

**Hüte flogen durch die Luft, Fäustlinge wurden gedankenlos und ziellos herumgeworfen.**

Những chiếc mũ bay lên không trung, găng tay được ném đi mà không suy nghĩ hay nhắm mục tiêu.

**Männer packten einander und schüttelten sich die Hände, ohne zu wissen, wer es war.**

Những người đàn ông nắm lấy tay nhau và bắt tay mà không biết là ai.

**Die ganze Menge war in wilder, freudiger Stimmung.**

Toàn thể đám đông xôn xao trong niềm vui hân hoan, phấn khích.

**Thornton fiel mit zitternden Händen neben Buck auf die Knie.**

Thornton quỳ xuống bên cạnh Buck với đôi tay run rẩy.

**Er drückte seinen Kopf an Bucks und schüttelte ihn sanft hin und her.**

Anh áp đầu mình vào đầu Buck và lắc nhẹ nó qua lại.

**Diejenigen, die näher kamen, hörten, wie er den Hund mit stiller Liebe verfluchte.**

Những người đến gần đều nghe thấy anh ta chửi con chó một cách lặng lẽ.

**Er beschimpfte Buck lange – leise, herzlich und emotional.**

Anh ta chửi Buck rất lâu - nhẹ nhàng, nồng nhiệt, đầy cảm xúc.

**„Gut, Sir! Gut, Sir!", rief der König der Skookum-Bank hastig.**

"Tốt lắm, thưa ngài! Tốt lắm, thưa ngài!" Vua Skookum Bench vội vã kêu lên.

**„Ich gebe Ihnen tausend – nein, zwölfhundert – für diesen Hund, Sir!"**

"Tôi sẽ trả cho ông một nghìn, không, một nghìn hai trăm, cho con chó đó, thưa ông!"

**Thornton stand langsam auf, seine Augen glänzten vor Emotionen.**

Thornton từ từ đứng dậy, đôi mắt sáng lên đầy cảm xúc.

**Tränen strömten ihm ohne jede Scham über die Wangen.**

Nước mắt tuôn rơi trên má anh mà không hề xấu hổ.

**„Sir", sagte er zum König der Skookum-Bank, ruhig und bestimmt**

"Thưa ngài," anh ta nói với vua Skookum Bench, giọng đều đều và kiên định

**„Nein, Sir. Sie können zur Hölle fahren, Sir. Das ist meine endgültige Antwort."**

"Không, thưa ngài. Ngài có thể xuống địa ngục, thưa ngài. Đó là câu trả lời cuối cùng của tôi."

**Buck packte Thorntons Hand sanft mit seinen starken Kiefern.**

Buck nhẹ nhàng nắm lấy tay Thornton bằng bộ hàm khỏe mạnh của mình.

**Thornton schüttelte ihn spielerisch, ihre Bindung war so tief wie eh und je.**

Thornton lắc anh một cách vui vẻ, mối quan hệ của họ vẫn sâu sắc như ngày nào.

**Die Menge, bewegt von diesem Moment, trat schweigend zurück.**

Đám đông, xúc động trước khoảnh khắc đó, đã lùi lại trong im lặng.

**Von da an wagte es niemand mehr, diese heilige Zuneigung zu unterbrechen.**

Từ đó trở đi, không ai dám làm gián đoạn tình cảm thiêng liêng đó nữa.

## Der Klang des Rufs
### Tiếng gọi

**Buck hatte in fünf Minuten Sechzehnhundert Dollar verdient.**

Buck đã kiếm được một nghìn sáu trăm đô la trong năm phút.

**Mit dem Geld konnte John Thornton einen Teil seiner Schulden begleichen.**

Số tiền này giúp John Thornton trả bớt một số khoản nợ.

**Mit dem restlichen Geld machte er sich mit seinen Partnern auf den Weg nach Osten.**

Với số tiền còn lại, ông cùng các cộng sự của mình đi về phía Đông.

**Sie suchten nach einer sagenumwobenen verlorenen Mine, die so alt ist wie das Land selbst.**

Họ tìm kiếm một mỏ vàng bị mất tích trong truyền thuyết, có niên đại lâu đời như chính đất nước này.

**Viele Männer hatten nach der Mine gesucht, aber nur wenige hatten sie je gefunden.**

Nhiều người đã đi tìm mỏ, nhưng rất ít người tìm thấy nó.

**Während der gefährlichen Suche waren nicht wenige Männer verschwunden.**

Không ít người đã biến mất trong cuộc hành trình nguy hiểm này.

**Diese verlorene Mine war sowohl in Geheimnisse als auch in eine alte Tragödie gehüllt.**

Mỏ than bị mất này ẩn chứa cả sự bí ẩn và bi kịch cũ.

**Niemand wusste, wer der erste Mann war, der die Mine entdeckt hatte.**

Không ai biết người đầu tiên tìm ra mỏ là ai.

**In den ältesten Geschichten wird niemand namentlich erwähnt.**

Những câu chuyện cổ nhất không nhắc đến tên bất kỳ ai.

**Dort hatte immer eine alte, baufällige Hütte gestanden.**

Ở đó luôn có một túp lều cũ kỹ, ọp ẹp.

**Sterbende Männer hatten geschworen, dass sich neben dieser alten Hütte eine Mine befand.**

Những người đàn ông hấp hối đã thề rằng có một mỏ bên cạnh ngôi nhà gỗ cũ đó.

**Sie bewiesen ihre Geschichten mit Gold, wie es nirgendwo sonst zu finden ist.**

Họ đã chứng minh câu chuyện của mình bằng vàng mà không nơi nào có được.

**Keine lebende Seele hatte den Schatz von diesem Ort jemals geplündert.**

Chưa có một sinh vật sống nào có thể cướp được kho báu ở nơi đó.

**Die Toten waren tot, und Tote erzählen keine Geschichten.**

Người chết đã chết, và người chết thì không kể lại chuyện gì.

**Also machten sich Thornton und seine Freunde auf den Weg in den Osten.**

Vì vậy Thornton và bạn bè của ông đã tiến về phía Đông.

**Pete und Hans kamen mit Buck und sechs starken Hunden.**

Pete và Hans cũng tham gia, mang theo Buck và sáu chú chó khỏe mạnh.

**Sie begaben sich auf einen unbekannten Weg, an dem andere gescheitert waren.**

Họ bắt đầu đi theo một con đường chưa ai biết đến mà nhiều người khác đã thất bại.

**Sie rodelten siebzig Meilen den zugefrorenen Yukon River hinauf.**

Họ trượt tuyết bảy mươi dặm trên dòng sông Yukon đóng băng.

**Sie bogen links ab und folgten dem Pfad bis zum Stewart.**

Họ rẽ trái và đi theo con đường mòn vào Stewart.

**Sie passierten Mayo und McQuestion und drängten weiter.**

Họ đi qua Mayo và McQuestion và tiến xa hơn.

**Der Stewart schrumpfte zu einem Strom, der sich durch zerklüftete Gipfel schlängelte.**

Sông Stewart co lại thành một dòng suối, len lỏi qua những đỉnh núi gồ ghề.

**Diese scharfen Gipfel markierten das Rückgrat des Kontinents.**

Những đỉnh núi nhọn này đánh dấu chính xương sống của lục địa.

**John Thornton verlangte wenig von den Menschen oder der Wildnis.**

John Thornton không đòi hỏi nhiều ở con người hay vùng đất hoang dã.

**Er fürchtete nichts in der Natur und begegnete der Wildnis mit Leichtigkeit.**

Ông không sợ bất cứ điều gì trong thiên nhiên và đối mặt với thiên nhiên hoang dã một cách dễ dàng.

**Nur mit Salz und einem Gewehr konnte er reisen, wohin er wollte.**

Chỉ cần muối và một khẩu súng trường, anh ta có thể đi đến bất cứ nơi nào mình muốn.

**Wie die Eingeborenen jagte er auf seiner Reise nach Nahrung.**

Giống như người bản xứ, ông săn bắt thức ăn trong suốt cuộc hành trình.

**Wenn er nichts fing, machte er weiter und vertraute auf sein Glück.**

Nếu không bắt được gì, anh ta vẫn tiếp tục đi, tin tưởng vào may mắn phía trước.

**Auf dieser langen Reise war Fleisch die Hauptnahrungsquelle.**

Trong chuyến đi dài này, thịt là thức ăn chính của họ.

**Der Schlitten enthielt Werkzeuge und Munition, jedoch keinen strengen Zeitplan.**

Chiếc xe trượt tuyết chở theo dụng cụ và đạn dược, nhưng không có thời gian biểu cụ thể.

**Buck liebte dieses Herumwandern, die endlose Jagd und das Fischen.**

Buck thích thú với việc lang thang này; săn bắn và câu cá bất tận.

**Wochenlang waren sie Tag für Tag unterwegs.**

Trong nhiều tuần, họ đi du lịch liên tục ngày này qua ngày khác.

**Manchmal schlugen sie Lager auf und blieben wochenlang dort.**

Những lần khác, họ dựng trại và ở lại đó trong nhiều tuần.

**Die Hunde ruhten sich aus, während die Männer im gefrorenen Dreck gruben.**

Những chú chó nghỉ ngơi trong khi những người đàn ông đào bới trong lớp đất đóng băng.

**Sie erwärmten Pfannen über dem Feuer und suchten nach verborgenem Gold.**

Họ hơ chảo trên lửa và tìm kiếm vàng ẩn giấu.

**An manchen Tagen hungerten sie, an anderen feierten sie Feste.**

Có ngày họ phải chịu đói, có ngày họ lại mở tiệc.

**Ihre Mahlzeiten hingen vom Wild und vom Jagdglück ab.**

Bữa ăn của họ phụ thuộc vào trò chơi và may mắn khi đi săn.

**Als der Sommer kam, trugen Männer und Hunde schwere Lasten auf ihren Rücken.**

Khi mùa hè đến, đàn ông và chó thường chất nhiều đồ đạc lên lưng.

**Sie fuhren mit dem Floß über blaue Seen, die in Bergwäldern versteckt waren.**

Họ đi bè qua những hồ nước xanh ẩn mình trong những khu rừng trên núi.

**Sie segelten in schmalen Booten auf Flüssen, die noch nie von Menschen kartiert worden waren.**

Họ chèo những chiếc thuyền mỏng trên những dòng sông mà chưa ai từng vẽ bản đồ.

**Diese Boote wurden aus Bäumen gebaut, die sie in der Wildnis gesägt haben.**

Những chiếc thuyền đó được đóng từ những cây họ cưa trong tự nhiên.


**Die Monate vergingen und sie schlängelten sich durch die wilden, unbekannten Länder.**

Nhiều tháng trôi qua, họ đi qua những vùng đất hoang dã chưa được biết đến.

**Es waren keine Männer dort, doch alte Spuren deuteten darauf hin, dass Männer dort gewesen waren.**

Không có người đàn ông nào ở đó, nhưng những dấu vết cũ cho thấy đã từng có người đàn ông ở đó.

**Wenn die verlorene Hütte echt war, dann waren einst andere hier entlang gekommen.**

Nếu Lost Cabin là có thật thì đã từng có người đi qua đây.

**Sie überquerten hohe Pässe bei Schneestürmen, sogar im Sommer.**

Họ vượt qua những con đèo cao trong bão tuyết, ngay cả vào mùa hè.

**Sie zitterten unter der Mitternachtssonne auf kahlen Berghängen.**

Họ run rẩy dưới ánh mặt trời lúc nửa đêm trên những sườn núi trơ trụi.

**Zwischen der Baumgrenze und den Schneefeldern stiegen sie langsam auf.**

Giữa hàng cây và bãi tuyết, họ leo lên chậm rãi.

**In warmen Tälern schlugen sie nach Schwärmen aus Mücken und Fliegen.**

Ở những thung lũng ấm áp, họ đập tan những đám ruồi và muỗi.

**Sie pflückten süße Beeren in der Nähe von Gletschern in voller Sommerblüte.**

Họ hái những quả mọng ngọt gần các sông băng đang nở rộ vào mùa hè.

**Die Blumen, die sie fanden, waren genauso schön wie die im Süden.**

Những bông hoa họ tìm thấy cũng đẹp như những bông hoa ở miền Nam.

**Im Herbst erreichten sie eine einsame Region voller stiller Seen.**

Mùa thu năm đó, họ đến một vùng đất vắng vẻ với những hồ nước yên tĩnh.

**Das Land war traurig und leer, einst voller Vögel und Tiere.**

Vùng đất này buồn bã và trống trải, trước kia từng có nhiều loài chim và thú sinh sống.

Jetzt gab es kein Leben mehr, nur noch den Wind und das Eis, das sich in Pfützen bildete.

Bây giờ không còn sự sống nữa, chỉ còn gió và băng hình thành trong các vũng nước.

Mit einem sanften, traurigen Geräusch schlugen die Wellen gegen die leeren Ufer.

Sóng vỗ vào bờ vắng vẻ với âm thanh nhẹ nhàng, buồn thảm.

Ein weiterer Winter kam und sie folgten erneut schwachen, alten Spuren.

Một mùa đông nữa lại đến, và họ lại đi theo những con đường mòn cũ kỹ, mờ nhạt.

Dies waren die Spuren von Männern, die schon lange vor ihnen gesucht hatten.

Đây là dấu vết của những người đã tìm kiếm trước họ từ lâu.

Einmal fanden sie einen Pfad, der tief in den dunklen Wald hineinreichte.

Một lần họ tìm thấy một con đường mòn sâu vào khu rừng tối tăm.

Es war ein alter Pfad und sie hatten das Gefühl, dass die verlorene Hütte ganz in der Nähe war.

Đó là một con đường mòn cũ và họ cảm thấy căn nhà gỗ bị mất ở gần đó.

Doch die Spur führte nirgendwo hin und verlor sich im dichten Wald.

Nhưng con đường mòn chẳng dẫn tới đâu cả mà lại chìm sâu vào trong khu rừng rậm rạp.

Wer auch immer die Spur angelegt hat und warum, das wusste niemand.

Không ai biết ai là người đã tạo ra con đường này và tại sao họ lại tạo ra nó.

Später fanden sie das Wrack einer Hütte, versteckt zwischen den Bäumen.

Sau đó, họ tìm thấy xác một ngôi nhà gỗ ẩn giữa những cái cây.

Verrottende Decken lagen verstreut dort, wo einst jemand geschlafen hatte.

Những tấm chăn mục nát nằm rải rác ở nơi mà ai đó từng ngủ.

**John Thornton fand darin ein Steinschlossgewehr mit langem Lauf.**

John Thornton tìm thấy một khẩu súng hỏa mai nòng dài được chôn bên trong.

**Er wusste, dass es sich um eine Waffe von Hudson Bay aus den frühen Handelstagen handelte.**

Ông biết đây là súng Hudson Bay từ những ngày đầu giao dịch.

**Damals wurden solche Gewehre gegen Stapel von Biberfellen eingetauscht.**

Vào thời đó, những khẩu súng như vậy được trao đổi để lấy những chồng da hải ly.

**Das war alles – von dem Mann, der die Hütte gebaut hatte, gab es keine Spur mehr.**

Chỉ có thế thôi—không còn manh mối nào về người đàn ông đã xây dựng ngôi nhà nghỉ.


**Der Frühling kam wieder und sie fanden keine Spur von der verlorenen Hütte.**

Mùa xuân lại đến và họ vẫn không tìm thấy dấu hiệu nào của Căn nhà gỗ bị mất.

**Stattdessen fanden sie ein breites Tal mit einem seichten Bach.**

Thay vào đó, họ tìm thấy một thung lũng rộng với một dòng suối nông.

**Gold lag wie glatte, gelbe Butter auf dem Pfannenboden.**

Vàng trải khắp đáy chảo như bơ vàng mịn.

**Sie hielten dort an und suchten nicht weiter nach der Hütte.**

Họ dừng lại ở đó và không tiếp tục tìm kiếm căn nhà gỗ nữa.

**Jeden Tag arbeiteten sie und fanden Tausende in Goldstaub.**

Mỗi ngày họ làm việc và tìm thấy hàng ngàn hạt bụi vàng.

**Sie packten das Gold in Säcke aus Elchhaut, jeder Fünfzig Pfund schwer.**

Họ đóng gói vàng vào những túi da nai, mỗi túi nặng năm mươi pound.

**Die Säcke waren wie Brennholz vor ihrer kleinen Hütte gestapelt.**

Những chiếc túi được xếp chồng lên nhau như củi bên ngoài căn nhà nhỏ của họ.

**Sie arbeiteten wie Giganten und die Tage vergingen wie im Flug.**

Họ làm việc như những người khổng lồ, và những ngày tháng trôi qua như một giấc mơ ngắn ngủi.

**Sie häuften Schätze an, während die endlosen Tage schnell vorbeizogen.**

Họ tích lũy của cải khi những ngày tháng vô tận trôi qua nhanh chóng.

**Außer ab und zu Fleisch zu schleppen, gab es für die Hunde nicht viel zu tun.**

Lũ chó chẳng có việc gì làm ngoài việc thỉnh thoảng kéo thịt.

**Thornton jagte und tötete das Wild, und Buck lag am Feuer.**

Thornton săn và giết chết con mồi, còn Buck nằm bên đống lửa.

**Er verbrachte viele Stunden schweigend, versunken in Gedanken und Erinnerungen.**

Ông dành nhiều giờ trong im lặng, đắm chìm trong suy nghĩ và ký ức.

**Das Bild des haarigen Mannes kam Buck immer häufiger in den Sinn.**

Hình ảnh người đàn ông lông lá đó thường xuyên xuất hiện trong tâm trí Buck.

**Jetzt, wo es kaum noch Arbeit gab, träumte Buck, während er ins Feuer blinzelte.**

Bây giờ công việc trở nên khan hiếm, Buck mơ màng trong khi chớp mắt nhìn ngọn lửa.

**In diesen Träumen wanderte Buck mit dem Mann in eine andere Welt.**

Trong những giấc mơ đó, Buck lang thang cùng người đàn ông ở một thế giới khác.

**Angst schien das stärkste Gefühl in dieser fernen Welt zu sein.**

Sợ hãi dường như là cảm giác mạnh mẽ nhất trong thế giới xa xôi ấy.

**Buck sah, wie der haarige Mann mit gesenktem Kopf schlief.**

Buck nhìn thấy người đàn ông lông lá kia ngủ với đầu cúi thấp.

**Seine Hände waren gefaltet und sein Schlaf war unruhig und unterbrochen.**

Hai bàn tay anh nắm chặt, giấc ngủ không yên và chập chờn.

**Er wachte immer ruckartig auf und starrte ängstlich in die Dunkelheit.**

Ông thường giật mình tỉnh giấc và nhìn chằm chằm vào bóng tối một cách sợ hãi.

**Dann warf er mehr Holz ins Feuer, um die Flamme hell zu halten.**

Sau đó, anh ta ném thêm củi vào lửa để giữ ngọn lửa sáng.

**Manchmal spazierten sie an einem Strand entlang, der an einem grauen, endlosen Meer entlangführte.**

Đôi khi họ đi bộ dọc theo bãi biển, bên cạnh một vùng biển xám xịt, vô tận.

**Der haarige Mann sammelte Schalentiere und aß sie im Gehen.**

Người đàn ông lông lá này vừa đi vừa nhặt sò và ăn.

**Seine Augen suchten immer nach verborgenen Gefahren in den Schatten.**

Đôi mắt anh luôn tìm kiếm những mối nguy hiểm tiềm ẩn trong bóng tối.

**Seine Beine waren immer bereit, beim ersten Anzeichen einer Bedrohung loszusprinten.**

Đôi chân của anh luôn sẵn sàng chạy nước rút khi có dấu hiệu đe dọa đầu tiên.

**Sie schlichen still und vorsichtig Seite an Seite durch den Wald.**

Họ rón rén đi qua khu rừng, im lặng và thận trọng, song hành cùng nhau.

**Buck folgte ihm auf den Fersen und beide blieben wachsam.**

Buck bám sát theo sau, và cả hai đều giữ thái độ cảnh giác.

**Ihre Ohren zuckten und bewegten sich, ihre Nasen schnüffelten in der Luft.**

Tai chúng giật giật và chuyển động, mũi chúng hít ngửi không khí.

**Der Mann konnte den Wald genauso gut hören und riechen wie Buck.**

Người đàn ông có thể nghe và ngửi thấy mùi của khu rừng nhạy bén như Buck.

**Der haarige Mann schwang sich mit plötzlicher Geschwindigkeit durch die Bäume.**

Người đàn ông lông lá lao nhanh qua những cái cây với tốc độ đột ngột.

**Er sprang von Ast zu Ast, ohne jemals den Halt zu verlieren.**

Anh ta nhảy từ cành cây này sang cành cây khác mà không hề trượt tay.

**Er bewegte sich über dem Boden genauso schnell wie auf ihm.**

Anh ta di chuyển trên mặt đất cũng nhanh như khi ở trên mặt đất.

**Buck erinnerte sich an lange Nächte, in denen er unter den Bäumen Wache hielt.**

Buck nhớ lại những đêm dài thức trắng dưới gốc cây để canh gác.

**Der Mann schlief auf seiner Stange in den Zweigen und klammerte sich fest.**

Người đàn ông ngủ trên cành cây, bám chặt vào đó.

**Diese Vision des haarigen Mannes war eng mit dem tiefen Ruf verbunden.**

Hình ảnh người đàn ông lông lá này gắn chặt với tiếng gọi sâu thẳm.

**Der Ruf klang noch immer mit eindringlicher Kraft durch den Wald.**

Tiếng gọi vẫn vang vọng khắp khu rừng với sức mạnh ám ảnh.

**Der Anruf erfüllte Buck mit Sehnsucht und einem rastlosen Gefühl der Freude.**

Tiếng gọi đó khiến Buck tràn ngập nỗi khao khát và cảm giác vui sướng vô bờ.

**Er spürte seltsame Triebe und Regungen, die er nicht benennen konnte.**

Anh cảm thấy những thôi thúc và sự thôi thúc kỳ lạ mà anh không thể gọi tên.

**Manchmal folgte er dem Ruf tief in die Stille des Waldes.**

Đôi khi anh ta đi theo tiếng gọi vào sâu trong khu rừng yên tĩnh.

**Er suchte nach dem Ruf und bellte dabei leise oder scharf.**

Anh ta tìm kiếm tiếng gọi, sủa nhẹ hoặc sủa dữ dội khi đi qua.

**Er roch am Moos und der schwarzen Erde, wo die Gräser wuchsen.**

Anh ta hít hà mùi rêu và đất đen nơi cỏ mọc.

**Er schnaubte entzückt über den reichen Geruch der tiefen Erde.**

Anh ta khịt mũi thích thú trước mùi hương nồng nàn của đất sâu.

**Er hockte stundenlang hinter pilzbefallenen Baumstämmen.**

Anh ta ngồi khom lưng hàng giờ sau những thân cây phủ đầy nấm.

**Er blieb still und lauschte mit großen Augen jedem noch so kleinen Geräusch.**

Anh đứng im, mở to mắt lắng nghe mọi âm thanh nhỏ nhất.

**Vielleicht hoffte er, das Wesen, das den Ruf auslöste, zu überraschen.**

Có lẽ ông ấy hy vọng sẽ làm cho vật đã gọi điện kia ngạc nhiên.

**Er wusste nicht, warum er so handelte – er tat es einfach.**

Anh không biết tại sao mình lại hành động như vậy—anh chỉ đơn giản là biết vậy.

**Die Triebe kamen aus der Tiefe, jenseits von Denken und Vernunft.**

Những thôi thúc đó đến từ sâu thẳm bên trong, vượt ra ngoài suy nghĩ hay lý trí.

**Unwiderstehliche Triebe überkamen Buck ohne Vorwarnung oder Grund.**

Những ham muốn không thể cưỡng lại cứ thôi thúc Buck mà
không hề có lời cảnh báo hay lý do.

**Manchmal döste er träge im Lager in der Mittagshitze.**

Đôi khi anh ta ngủ gật một cách lười biếng trong trại dưới cái
nóng buổi trưa.

**Plötzlich hob er den Kopf und stellte aufmerksam die Ohren
auf.**

Đột nhiên, đầu anh ta ngẩng lên và tai dựng lên cảnh giác.

**Dann sprang er auf und stürmte ohne Pause in die Wildnis.**

Sau đó, anh ta bật dậy và lao vào nơi hoang dã mà không
dừng lại.

**Er rannte stundenlang durch Waldwege und offene Flächen.**

Anh ấy chạy hàng giờ qua những con đường trong rừng và
những không gian mở.

**Er liebte es, trockenen Bachläufen zu folgen und Vögel in
den Bäumen zu beobachten.**

Ông thích đi theo những lòng suối khô cạn và ngắm nhìn
những chú chim trên cây.

**Er könnte den ganzen Tag versteckt liegen und den
Rebhühnern beim Herumstolzieren zusehen.**

Anh ta có thể nằm ẩn mình cả ngày, quan sát những con chim
gô đi lại thong thả.

**Sie trommelten und marschierten, ohne Bucks Anwesenheit
zu bemerken.**

Họ vừa đánh trống vừa diễu hành, không hề biết đến sự hiện
diện của Buck.

**Doch am meisten liebte er das Laufen in der
Sommerdämmerung.**

Nhưng điều anh thích nhất là chạy bộ vào lúc chạng vạng
mùa hè.

**Das schwache Licht und die schläfrigen Waldgeräusche
erfüllten ihn mit Freude.**

Ánh sáng mờ ảo và âm thanh buồn ngủ của khu rừng khiến
anh tràn ngập niềm vui.

**Er las die Zeichen des Waldes so deutlich, wie ein Mann ein
Buch liest.**

Anh ấy đọc các biển báo trong rừng rõ ràng như một người đọc sách.

**Und er suchte immer nach dem seltsamen Ding, das ihn rief.**

Và anh luôn tìm kiếm thứ kỳ lạ đã gọi anh.

**Dieser Ruf hörte nie auf – er erreichte ihn im Wachzustand und im Schlaf.**

Tiếng gọi đó không bao giờ dừng lại - nó vẫn vang vọng đến anh dù anh đang thức hay đang ngủ.

**Eines Nachts erwachte er mit einem Ruck, die Augen waren scharf und die Ohren gespitzt.**

Một đêm nọ, anh ta giật mình tỉnh giấc, mắt mở to và tai dựng lên.

**Seine Nasenlöcher zuckten, während seine Mähne in Wellen sträubte.**

Lỗ mũi của nó giật giật trong khi bờm của nó dựng đứng lên từng đợt.

**Aus der Tiefe des Waldes ertönte erneut der alte Ruf.**

Từ sâu trong rừng lại vang lên âm thanh ấy, tiếng gọi xưa.

**Diesmal war der Ton klar und deutlich zu hören, ein langes, eindringliches, vertrautes Heulen.**

Lần này âm thanh vang lên rõ ràng, một tiếng hú dài, ám ảnh và quen thuộc.

**Es klang wie der Schrei eines Huskys, aber mit einem seltsamen und wilden Ton.**

Nó giống như tiếng kêu của loài chó husky, nhưng có âm điệu kỳ lạ và hoang dã.

**Buck erkannte das Geräusch sofort – er hatte das genaue Geräusch vor langer Zeit gehört.**

Buck nhận ra âm thanh đó ngay lập tức—anh đã từng nghe chính xác âm thanh đó từ lâu rồi.

**Er sprang durch das Lager und verschwand schnell im Wald.**

Anh ta nhảy qua trại và nhanh chóng biến mất vào trong rừng.

**Als er sich dem Geräusch näherte, wurde er langsamer und bewegte sich vorsichtig.**

Khi đến gần nơi có tiếng động, anh ta chậm lại và di chuyển cẩn thận.

**Bald erreichte er eine Lichtung zwischen dichten Kiefern.**

Chẳng mấy chốc anh đã tới một khoảng đất trống giữa những cây thông rậm rạp.

**Dort saß aufrecht auf seinen Hinterbeinen ein großer, schlanker Timberwolf.**

Ở đó, một con sói gỗ cao gầy đang ngồi thẳng trên hai chân sau.

**Die Nase des Wolfes zeigte zum Himmel und hallte noch immer den Ruf wider.**

Mũi con sói hướng lên trời, vẫn vang vọng tiếng gọi.

**Buck hatte keinen Laut von sich gegeben, doch der Wolf blieb stehen und lauschte.**

Buck không hề phát ra tiếng động nào, nhưng con sói vẫn dừng lại và lắng nghe.

**Der Wolf spürte etwas, spannte sich an und suchte die Dunkelheit ab.**

Cảm nhận được điều gì đó, con sói căng thẳng, tìm kiếm trong bóng tối.

**Buck schlich ins Blickfeld, mit gebeugtem Körper und ruhigen Füßen auf dem Boden.**

Buck từ từ xuất hiện, thân hình cúi thấp, chân đặt nhẹ nhàng trên mặt đất.

**Sein Schwanz war gerade, sein Körper vor Anspannung zusammengerollt.**

Đuôi của nó thẳng, thân mình cuộn chặt lại vì căng thẳng.

**Er zeigte sowohl eine bedrohliche als auch eine Art raue Freundschaft.**

Anh ta vừa tỏ ra đe dọa vừa có vẻ thân thiện.

**Es war die vorsichtige Begrüßung, die wilde Tiere einander entgegenbrachten.**

Đó là lời chào thận trọng thường thấy ở các loài thú hoang dã.

**Aber der Wolf drehte sich um und floh, sobald er Buck sah.**

Nhưng con sói quay lại và bỏ chạy ngay khi nhìn thấy Buck.

**Buck nahm die Verfolgung auf und sprang wild um sich, begierig darauf, es einzuholen.**

Buck đuổi theo, nhảy loạn xạ, háo hức muốn bắt kịp nó.

**Er folgte dem Wolf in einen trockenen Bach, der durch einen Holzstau blockiert war.**

Anh ta đi theo con sói vào một con suối khô cạn bị chặn bởi một đống gỗ.

**In die Enge getrieben, wirbelte der Wolf herum und blieb stehen.**

Bị dồn vào chân tường, con sói quay lại và đứng im.

**Der Wolf knurrte und schnappte wie ein gefangener Husky im Kampf.**

Con sói gầm gừ và cắn như một con chó husky bị mắc bẫy trong một cuộc chiến.

**Die Zähne des Wolfes klickten schnell, sein Körper strotzte vor wilder Wut.**

Răng của con sói va vào nhau lập cập, cơ thể nó dựng đứng lên vì cơn thịnh nộ dữ dội.

**Buck griff nicht an, sondern umkreiste den Wolf mit vorsichtiger Freundlichkeit.**

Buck không tấn công mà chỉ đi vòng quanh con sói một cách thân thiện và thận trọng.

**Durch langsame, harmlose Bewegungen versuchte er, seine Flucht zu verhindern.**

Anh ta cố gắng chặn đường thoát của hắn bằng những chuyển động chậm rãi, vô hại.

**Der Wolf war vorsichtig und verängstigt – Buck war dreimal so schwer wie er.**

Con sói cảnh giác và sợ hãi—Buck nặng hơn nó gấp ba lần.

**Der Kopf des Wolfes reichte kaum bis zu Bucks massiver Schulter.**

Đầu của con sói chỉ cao tới vai to lớn của Buck.

**Der Wolf hielt Ausschau nach einer Lücke, rannte los und die Jagd begann von neuem.**

Nhìn thấy khoảng trống, con sói chạy vụt đi và cuộc rượt đuổi lại bắt đầu.

**Buck drängte ihn mehrere Male in die Enge und der Tanz wiederholte sich.**

Buck đã nhiều lần dồn anh vào chân tường và điệu nhảy lại được lặp lại.

**Der Wolf war dünn und schwach, sonst hätte Buck ihn nicht fangen können.**

Con sói gầy và yếu, nếu không thì Buck không thể bắt được nó.

**Jedes Mal, wenn Buck näher kam, wirbelte der Wolf herum und sah ihn voller Angst an.**

Mỗi lần Buck đến gần, con sói lại quay lại và đối mặt với Buck trong sợ hãi.

**Dann rannte er bei der ersten Gelegenheit erneut in den Wald.**

Sau đó, ngay khi có cơ hội, anh ta lại lao vào rừng một lần nữa.

**Aber Buck gab nicht auf und schließlich fasste der Wolf Vertrauen zu ihm.**

Nhưng Buck không bỏ cuộc và cuối cùng con sói cũng tin tưởng Buck.

**Er schnüffelte an Bucks Nase und die beiden wurden verspielt und aufmerksam.**

Anh ta hít mũi Buck và cả hai trở nên vui tươi và cảnh giác.

**Sie spielten wie wilde Tiere, wild und doch schüchtern in ihrer Freude.**

Họ chơi đùa như những con thú hoang dã, hung dữ nhưng cũng rất nhút nhát trong niềm vui.

**Nach einer Weile trabte der Wolf zielstrebig und ruhig davon.**

Một lúc sau, con sói bước đi với thái độ bình tĩnh.

**Er machte Buck deutlich, dass er beabsichtigte, verfolgt zu werden.**

Anh ta tỏ rõ ý muốn cho Buck biết là anh ta muốn bị theo dõi.

**Sie rannten Seite an Seite durch die Dämmerung.**

Họ chạy cạnh nhau trong bóng tối lúc chạng vạng.

**Sie folgten dem Bachbett hinauf in die felsige Schlucht.**

Họ đi theo lòng suối lên hẻm núi đá.

**Sie überquerten eine kalte Wasserscheide, wo der Bach entsprungen war.**

Họ băng qua một ranh giới lạnh giá, nơi dòng suối bắt đầu.

**Am gegenüberliegenden Hang fanden sie ausgedehnte Wälder und viele Bäche.**

Trên sườn dốc xa hơn, họ tìm thấy một khu rừng rộng lớn và nhiều dòng suối.

**Durch dieses weite Land rannten sie stundenlang ohne Pause.**

Qua vùng đất rộng lớn này, họ chạy hàng giờ liền mà không dừng lại.

**Die Sonne stieg höher, die Luft wurde wärmer, aber sie rannten weiter.**

Mặt trời lên cao hơn, không khí ấm lên, nhưng họ vẫn chạy tiếp.

**Buck war voller Freude – er wusste, dass er seiner Berufung folgte.**

Buck tràn ngập niềm vui—anh biết mình đã trả lời được tiếng gọi của mình.

**Er rannte neben seinem Waldbruder her, näher an die Quelle des Rufs.**

Anh chạy bên cạnh người anh em trong rừng của mình, đến gần nguồn phát ra tiếng gọi hơn.

**Alte Gefühle kehrten zurück, stark und schwer zu ignorieren.**

Những cảm xúc cũ lại ùa về, mạnh mẽ và khó có thể bỏ qua.

**Dies waren die Wahrheiten hinter den Erinnerungen aus seinen Träumen.**

Đây chính là sự thật ẩn sau những ký ức trong giấc mơ của anh.

**All dies hatte er schon einmal in einer fernen, schattenhaften Welt getan.**

Anh đã từng làm tất cả những điều này trước đây trong một thế giới xa xôi và tối tăm.

**Jetzt tat er es wieder und rannte wild herum, während der Himmel über ihm frei war.**

Bây giờ anh lại làm điều này một lần nữa, chạy thật nhanh trên bầu trời rộng mở phía trên.

**Sie hielten an einem Bach an, um aus dem kalten, fließenden Wasser zu trinken.**

Họ dừng lại bên một dòng suối để uống nước mát lạnh chảy từ đó.

**Während er trank, erinnerte sich Buck plötzlich an John Thornton.**

Trong lúc uống, Buck đột nhiên nhớ đến John Thornton.

**Er saß schweigend da, hin- und hergerissen zwischen der Anziehungskraft der Loyalität und der Berufung.**

Anh ngồi xuống trong im lặng, bị giằng xé bởi lòng trung thành và tiếng gọi.

**Der Wolf trabte weiter, kam aber zurück, um Buck anzutreiben.**

Con sói chạy tiếp nhưng rồi quay lại thúc Buck tiến về phía trước.

**Er rümpfte die Nase und versuchte, ihn mit sanften Gesten zu beruhigen.**

Anh ta hít mũi và cố gắng dụ dỗ nó bằng những cử chỉ nhẹ nhàng.

**Aber Buck drehte sich um und machte sich auf den Rückweg.**

Nhưng Buck quay lại và đi ngược lại con đường mà anh đã đi tới.

**Der Wolf lief lange Zeit neben ihm her und winselte leise.**

Con sói chạy bên cạnh anh ta một hồi lâu, khẽ rên rỉ.

**Dann setzte er sich hin, hob die Nase und stieß ein langes Heulen aus.**

Sau đó, nó ngồi xuống, hếch mũi lên và hú một tiếng dài.

**Es war ein trauriger Schrei, der leiser wurde, als Buck wegging.**

Đó là tiếng kêu đau buồn, rồi dịu đi khi Buck bước đi.

**Buck lauschte, als der Schrei langsam in der Stille des Waldes verklang.**

Buck lắng nghe tiếng kêu dần dần nhỏ dần vào sự im lặng của khu rừng.

**John Thornton aß gerade zu Abend, als Buck ins Lager stürmte.**

John Thornton đang ăn tối thì Buck chạy vào trại.

**Buck sprang wild auf ihn zu, leckte, biss und warf ihn um.**

Buck nhảy bổ vào anh ta một cách điên cuồng, liếm, cắn và làm anh ta ngã nhào.

**Er warf ihn um, kletterte darauf und küsste sein Gesicht.**

Anh ta đẩy anh ta ngã, trèo lên người anh ta và hôn vào mặt anh ta.

**Thornton nannte dies liebevoll „den allgemeinen Narren spielen".**

Thornton trìu mến gọi đây là "hành động đóng vai kẻ ngốc".

**Die ganze Zeit verfluchte er Buck sanft und schüttelte ihn hin und her.**

Trong lúc đó, anh ta khẽ chửi Buck và lắc nó qua lại.

**Zwei ganze Tage und Nächte lang verließ Buck das Lager kein einziges Mal.**

Trong suốt hai ngày hai đêm, Buck không hề rời khỏi trại một lần nào.

**Er blieb in Thorntons Nähe und ließ ihn nie aus den Augen.**

Anh ta luôn theo sát Thornton và không bao giờ rời mắt khỏi anh ta.

**Er folgte ihm bei der Arbeit und beobachtete ihn beim Essen.**

Anh ta theo dõi anh ta khi anh ta làm việc và quan sát anh ta khi anh ta ăn.

**Er begleitete Thornton abends in seine Decken und jeden Morgen wieder heraus.**

Anh nhìn thấy Thornton trùm chăn vào ban đêm và ra ngoài vào mỗi buổi sáng.

**Doch bald kehrte der Ruf des Waldes zurück, lauter als je zuvor.**

Nhưng tiếng gọi của khu rừng lại sớm trở lại, to hơn bao giờ hết.

**Buck wurde wieder unruhig, aufgewühlt von Gedanken an den wilden Wolf.**

Buck lại cảm thấy bồn chồn, lo lắng khi nghĩ đến con sói hoang.

**Er erinnerte sich an das offene Land und daran, wie sie Seite an Seite gelaufen waren.**

Anh nhớ vùng đất rộng mở và những lần chạy song song.

**Er begann erneut, allein und wachsam in den Wald zu wandern.**

Anh ta bắt đầu lang thang vào rừng một lần nữa, một mình và cảnh giác.

**Aber der wilde Bruder kam nicht zurück und das Heulen war nicht zu hören.**

Nhưng người anh em hoang dã đã không quay trở lại và tiếng hú cũng không còn nữa.

**Buck begann, draußen zu schlafen und blieb tagelang weg.**

Buck bắt đầu ngủ ngoài trời, có khi mất đến nhiều ngày.

**Einmal überquerte er die hohe Wasserscheide, wo der Bach entsprungen war.**

Có lần ông vượt qua ranh giới cao nơi con suối bắt đầu.

**Er betrat das Land des dunklen Waldes und der breiten, fließenden Ströme.**

Anh ta đi vào vùng đất có rừng cây rậm rạp và những dòng suối rộng chảy xiết.

**Eine Woche lang streifte er umher und suchte nach Spuren seines wilden Bruders.**

Trong suốt một tuần, anh ta lang thang, tìm kiếm dấu hiệu của người anh em hoang dã.

**Er tötete sein eigenes Fleisch und reiste mit langen, unermüdlichen Schritten.**

Ông tự tay giết thịt con mồi và di chuyển bằng những bước chân dài không biết mệt mỏi.

**Er fischte in einem breiten Fluss, der bis ins Meer reichte, nach Lachs.**

Ông đánh bắt cá hồi ở một con sông rộng chảy ra biển.

**Dort kämpfte er gegen einen von Insekten verrückt gewordenen Schwarzbären und tötete ihn.**

Ở đó, anh đã chiến đấu và giết chết một con gấu đen bị côn trùng làm cho phát điên.

**Der Bär war beim Angeln und rannte blind durch die Bäume.**

Con gấu đang câu cá và chạy một cách mù quáng qua các hàng cây.

**Der Kampf war erbittert und weckte Bucks tiefen Kampfgeist.**

Trận chiến diễn ra vô cùng khốc liệt, đánh thức tinh thần chiến đấu sâu sắc của Buck.

**Als Buck zwei Tage später zurückkam, fand er Vielfraße an seiner Beute vor.**

Hai ngày sau, Buck quay lại và thấy đàn chồn sói đã giết chết con mồi của mình.

**Ein Dutzend von ihnen stritten sich lautstark und wütend um das Fleisch.**

Hàng chục người cãi nhau ầm ĩ vì miếng thịt.

**Buck griff an und zerstreute sie wie Blätter im Wind.**

Buck lao tới và làm chúng tan tác như lá cây trước gió.

**Zwei Wölfe blieben zurück – still, leblos und für immer regungslos.**

Hai con sói vẫn đứng phía sau—im lặng, vô hồn và bất động mãi mãi.

**Der Blutdurst wurde stärker denn je.**

Cơn khát máu ngày càng mãnh liệt hơn bao giờ hết.

**Buck war ein Jäger, ein Killer, der sich von Lebewesen ernährte.**

Buck là một thợ săn, một kẻ giết người, chuyên săn bắt các sinh vật sống.

**Er überlebte allein und verließ sich auf seine Kraft und seine scharfen Sinne.**

Ông sống sót một mình, nhờ vào sức mạnh và giác quan nhạy bén của mình.

**Er gedieh in der Wildnis, wo nur die Zähesten überleben konnten.**

Anh ấy phát triển mạnh mẽ trong môi trường tự nhiên, nơi chỉ những kẻ mạnh mẽ nhất mới có thể sống được.

**Daraus erwuchs ein großer Stolz, der Bucks ganzes Wesen erfüllte.**

Từ đó, một niềm tự hào lớn lao dâng trào và tràn ngập toàn bộ con người Buck.

**Sein Stolz war in jedem seiner Schritte und in der Anspannung jedes einzelnen Muskels zu erkennen.**

Niềm tự hào của ông thể hiện trong từng bước đi, trong từng đường gân cơ.

**Sein Stolz war so deutlich wie seine Sprache und spiegelte sich in seiner Haltung wider.**

Niềm tự hào của ông thể hiện rõ qua cách ông cư xử.

**Sogar sein dickes Fell sah majestätischer aus und glänzte heller.**

Ngay cả bộ lông dày của nó cũng trông uy nghi hơn và sáng bóng hơn.

**Man hätte Buck mit einem riesigen Timberwolf verwechseln können.**

Buck có thể bị nhầm là một con sói gỗ khổng lồ.

**Außer dem Braun an seiner Schnauze und den Flecken über seinen Augen.**

Ngoại trừ màu nâu trên mõm và những đốm phía trên mắt.

**Und der weiße Fellstreifen, der mitten auf seiner Brust verlief.**

Và vệt lông trắng chạy dọc giữa ngực.

**Er war sogar größer als der größte Wolf dieser wilden Rasse.**

Nó thậm chí còn lớn hơn cả con sói lớn nhất của giống loài hung dữ đó.

**Sein Vater, ein Bernhardiner, verlieh ihm Größe und einen schweren Körperbau.**

Cha của ông, một chú chó St. Bernard, đã mang lại cho ông vóc dáng to lớn và vạm vỡ.

**Seine Mutter, eine Schäferin, formte diesen Körper zu einer wolfsähnlichen Gestalt.**

Mẹ của ông, một người chăn cừu, đã nặn khối đá đó thành hình dạng giống như loài sói.

**Er hatte die lange Schnauze eines Wolfes, war allerdings schwerer und breiter.**

Anh ta có mõm dài của loài sói, mặc dù nặng hơn và to hơn.

**Sein Kopf war der eines Wolfes, aber von massiver, majestätischer Gestalt.**

Đầu của ông ta là đầu của một con sói, nhưng được xây dựng trên một quy mô đồ sộ, uy nghi.

**Bucks List war die List des Wolfes und der Wildnis.**

Sự khôn ngoan của Buck chính là sự khôn ngoan của loài sói và của thiên nhiên hoang dã.

**Seine Intelligenz hat er sowohl vom Deutschen Schäferhund als auch vom Bernhardiner.**

Trí thông minh của ông được thừa hưởng từ cả giống chó chăn cừu Đức và St. Bernard.

**All dies und harte Erfahrungen machten ihn zu einer furchterregenden Kreatur.**

Tất cả những điều này, cùng với kinh nghiệm khắc nghiệt, đã biến anh ta thành một sinh vật đáng sợ.

**Er war so furchterregend wie jedes andere Tier, das in der Wildnis des Nordens umherstreifte.**

Anh ta đáng sợ như bất kỳ con thú nào lang thang ở vùng hoang dã phía bắc.

**Buck ernährte sich ausschließlich von Fleisch und erreichte den Höhepunkt seiner Kraft.**

Chỉ sống bằng thịt, Buck đã đạt đến đỉnh cao sức mạnh của mình.

**Jede Faser seines Körpers strotzte vor Kraft und männlicher Stärke.**

Anh ấy tràn đầy sức mạnh và sức mạnh đàn ông trong từng thớ thịt của mình.

**Als Thornton seinen Rücken streichelte, funkelten seine Haare vor Energie.**

Khi Thornton vuốt lưng anh, những sợi lông tỏa ra năng lượng.

**Jedes Haar knisterte, aufgeladen durch die Berührung lebendigen Magnetismus.**

Mỗi sợi tóc kêu lạo xạo, mang theo sức mạnh từ tính sống động.

**Sein Körper und sein Gehirn waren auf die höchstmögliche Tonhöhe eingestellt.**

Cơ thể và não bộ của ông được điều chỉnh ở mức cao nhất có thể.

**Jeder Nerv, jede Faser und jeder Muskel arbeitete in perfekter Harmonie.**

Mọi dây thần kinh, sợi cơ và cơ đều hoạt động một cách hoàn hảo.

**Auf jedes Geräusch oder jeden Anblick, der eine Aktion erforderte, reagierte er sofort.**

Bất kỳ âm thanh hay hình ảnh nào cần hành động, ông đều phản ứng ngay lập tức.

**Wenn ein Husky zum Angriff ansetzte, konnte Buck doppelt so schnell springen.**

Nếu một con chó husky nhảy lên để tấn công, Buck có thể nhảy nhanh gấp đôi.

**Er reagierte schneller, als andere es sehen oder hören konnten.**

Anh ấy phản ứng nhanh hơn những gì người khác có thể nhìn thấy hoặc nghe thấy.

**Wahrnehmung, Entscheidung und Handlung erfolgten alle in einem fließenden Moment.**

Nhận thức, quyết định và hành động đều diễn ra trong cùng một khoảnh khắc trôi chảy.

**Tatsächlich geschahen diese Handlungen getrennt voneinander, aber zu schnell, um es zu bemerken.**

Trên thực tế, những hành động này diễn ra riêng biệt nhưng diễn ra quá nhanh để nhận ra.

**Die Abstände zwischen diesen Akten waren so kurz, dass sie wie ein einziger Akt wirkten.**

Khoảng cách giữa các hành động này quá ngắn đến nỗi chúng trông như một.

**Seine Muskeln und sein Körper waren wie straff gespannte Federn.**

Cơ bắp và con người của anh ta giống như những chiếc lò xo cuộn chặt.

**Sein Körper strotzte vor Leben, wild und freudig in seiner Kraft.**

Cơ thể anh tràn đầy sức sống, hoang dã và vui tươi trong sức mạnh của nó.

**Manchmal hatte er das Gefühl, als würde die Kraft völlig aus ihm herausbrechen.**

Đôi lúc anh cảm thấy sức mạnh như sắp bùng nổ và thoát ra khỏi cơ thể mình.

**„So einen Hund hat es noch nie gegeben", sagte Thornton eines ruhigen Tages.**

"Chưa từng có con chó nào như vậy", Thornton nói vào một ngày yên tĩnh.

**Die Partner sahen zu, wie Buck stolz aus dem Lager schritt.**

Các cộng sự nhìn Buck sải bước đầy kiêu hãnh ra khỏi trại.

**„Als er erschaffen wurde, veränderte er, was ein Hund sein kann", sagte Pete.**

"Khi anh ấy được tạo ra, anh ấy đã thay đổi bản chất của một chú chó", Pete nói.

**„Bei Gott! Das glaube ich auch", stimmte Hans schnell zu.**

"Lạy Chúa! Tôi cũng nghĩ vậy," Hans nhanh chóng đồng ý.

**Sie sahen ihn abmarschieren, aber nicht die Veränderung, die danach kam.**

Họ nhìn thấy anh ta bước đi, nhưng không thấy sự thay đổi xảy ra sau đó.

**Sobald er den Wald betrat, verwandelte sich Buck völlig.**

Ngay khi bước vào rừng, Buck đã biến đổi hoàn toàn.

**Er marschierte nicht mehr, sondern bewegte sich wie ein wilder Geist zwischen den Bäumen.**

Anh ta không còn tiến bước nữa mà di chuyển như một bóng ma hoang dã giữa những hàng cây.

**Er wurde still, katzenpfotenartig, ein Flackern, das durch die Schatten huschte.**

Anh ta trở nên im lặng, chân như mèo, một tia sáng lóe lên xuyên qua bóng tối.

**Er nutzte die Deckung geschickt und kroch wie eine Schlange auf dem Bauch.**

Anh ta sử dụng khả năng ẩn nấp một cách khéo léo, bò bằng bụng như một con rắn.

**Und wie eine Schlange konnte er lautlos nach vorne springen und zuschlagen.**

Và giống như một con rắn, anh ta có thể nhảy về phía trước và tấn công trong im lặng.

**Er könnte ein Schneehuhn direkt aus seinem versteckten Nest stehlen.**

Anh ta có thể đánh cắp một con gà gô ngay từ tổ ẩn của nó.

**Er tötete schlafende Kaninchen, ohne ein einziges Geräusch zu machen.**

Anh ta giết chết những con thỏ đang ngủ mà không phát ra một tiếng động nào.

**Er konnte Streifenhörnchen mitten in der Luft fangen, wenn sie zu langsam flohen.**

Anh ấy có thể bắt được những chú sóc chuột giữa không trung vì chúng chạy quá chậm.

**Selbst Fische in Teichen konnten seinen plötzlichen Angriffen nicht entkommen.**

Ngay cả cá trong ao cũng không thoát khỏi đòn tấn công bất ngờ của anh.

**Nicht einmal schlaue Biber, die Dämme reparierten, waren vor ihm sicher.**

Ngay cả những con hải ly thông minh chuyên sửa đập cũng không thoát khỏi hắn.

**Er tötete, um Nahrung zu bekommen, nicht zum Spaß – aber seine eigene Beute gefiel ihm am besten.**

Anh ta giết để kiếm thức ăn chứ không phải để giải trí— nhưng thích nhất là chính tay mình giết.

**Dennoch war bei manchen seiner stillen Jagden ein hintergründiger Humor spürbar.**

Tuy nhiên, đôi khi trong cuộc săn lùng thầm lặng của mình, anh vẫn có chút khiếu hài hước tinh quái.

**Er schlich sich dicht an Eichhörnchen heran, ließ sie aber dann entkommen.**

Anh ta rón rén đến gần những con sóc, nhưng lại để chúng trốn thoát.

**Sie wollten in die Bäume fliehen und schnatterten voller Angst und Empörung.**

Họ định chạy trốn vào rừng, vừa chạy vừa kêu la trong sự giận dữ và sợ hãi.

**Mit dem Herbst kamen immer mehr Elche.**

Khi mùa thu đến, nai sừng tấm bắt đầu xuất hiện với số lượng lớn hơn.

**Sie zogen langsam in die tiefer gelegenen Täler, um dem Winter entgegenzukommen.**

Họ di chuyển chậm rãi vào các thung lũng thấp để đón mùa đông.

**Buck hatte bereits ein junges, streunendes Kalb erlegt.**

Buck đã bắt được một con bê con đi lạc.

**Doch er sehnte sich danach, einer größeren, gefährlicheren Beute gegenüberzutreten.**

Nhưng anh ta khao khát được đối mặt với con mồi lớn hơn và nguy hiểm hơn.

**Eines Tages fand er an der Wasserscheide, an der Quelle des Baches, seine Chance.**

Một ngày nọ trên đường phân thủy, tại đầu con suối, anh đã tìm thấy cơ hội của mình.

**Eine Herde von zwanzig Elchen war aus bewaldeten Gebieten herübergekommen.**

Một đàn gồm hai mươi con nai sừng tấm đã băng qua từ vùng đất rừng rậm.

**Unter ihnen war ein mächtiger Stier, der Anführer der Gruppe.**

Trong số đó có một con bò đực to lớn; thủ lĩnh của nhóm.

**Der Bulle war über ein Meter achtzig Meter groß und sah grimmig und wild aus.**

Con bò đực cao hơn sáu feet và trông rất hung dữ và hoang dã.

**Er warf sein breites Geweih hin und her, dessen vierzehn Enden sich nach außen verzweigten.**

Ông ta vung cặp gạc rộng của mình, gồm mười bốn nhánh hướng ra ngoài.

**Die Spitzen dieser Geweihe hatten einen Durchmesser von sieben Fuß.**

Đầu của những chiếc gạc này dài tới bảy feet.

**Seine kleinen Augen brannten vor Wut, als er Buck in der Nähe entdeckte.**

Đôi mắt nhỏ của hắn bùng cháy vì giận dữ khi phát hiện ra Buck ở gần đó.

**Er stieß ein wütendes Brüllen aus und zitterte vor Wut und Schmerz.**

Hắn gầm lên một tiếng dữ dội, run rẩy vì tức giận và đau đớn.

**Nahe seiner Flanke ragte eine gefiederte und scharfe Pfeilspitze hervor.**

Một đầu mũi tên nhô ra gần hông anh ta, nhọn và sắc.

**Diese Wunde trug dazu bei, seine wilde, verbitterte Stimmung zu erklären.**

Vết thương này giúp giải thích tâm trạng cay đắng, tàn bạo của ông.

**Buck, geleitet von seinem uralten Jagdinstinkt, machte seinen Zug.**

Được dẫn dắt bởi bản năng săn mồi cổ xưa, Buck đã hành động.

**Sein Ziel war es, den Bullen vom Rest der Herde zu trennen.**

Mục đích của anh ta là tách con bò đực ra khỏi phần còn lại của đàn.

**Dies war keine leichte Aufgabe – es erforderte Schnelligkeit und messerscharfe List.**

Đây không phải là nhiệm vụ dễ dàng, đòi hỏi phải có tốc độ và sự khôn ngoan tuyệt vời.

**Er bellte und tanzte in der Nähe des Stiers, gerade außerhalb seiner Reichweite.**

Anh ta sủa và nhảy múa gần con bò, vừa đủ xa tầm với của nó.

**Der Elch stürzte sich mit riesigen Hufen und tödlichem Geweih auf ihn.**

Con nai sừng tấm lao tới với móng guốc lớn và cặp gạc nguy hiểm.

**Ein Schlag hätte Bucks Leben im Handumdrehen beenden können.**

Chỉ một đòn thôi cũng có thể kết liễu mạng sống của Buck chỉ trong tích tắc.

**Der Stier konnte die Bedrohung nicht hinter sich lassen und wurde wütend.**

Không thể bỏ lại mối đe dọa phía sau, con bò đực trở nên điên cuồng.

**Er stürmte wütend auf ihn zu, doch Buck entkam ihm jedes Mal.**

Anh ta lao tới trong cơn giận dữ, nhưng Buck luôn trốn thoát.

**Buck täuschte Schwäche vor und lockte ihn weiter von der Herde weg.**

Buck giả vờ yếu đuối, dụ hắn ra xa khỏi đàn.

**Doch die jungen Bullen wollten zurückstürmen, um den Anführer zu beschützen.**

Nhưng những con bò đực non sẽ lao về phía trước để bảo vệ con đầu đàn.

**Sie zwangen Buck zum Rückzug und den Bullen, sich wieder der Gruppe anzuschließen.**

Họ buộc Buck phải rút lui và con bò đực phải quay trở lại nhóm.

**In der Wildnis herrscht eine tiefe und unaufhaltsame Geduld.**

Có một sự kiên nhẫn trong tự nhiên, sâu thẳm và không thể ngăn cản.

**Eine Spinne wartet unzählige Stunden bewegungslos in ihrem Netz.**

Một con nhện nằm bất động trong mạng của nó hàng giờ liền.

**Eine Schlange rollt sich ohne zu zucken zusammen und wartet, bis es Zeit ist.**

Con rắn cuộn mình mà không hề co giật, và chờ đợi đến thời điểm thích hợp.

**Ein Panther liegt auf der Lauer, bis der Moment gekommen ist.**

Một con báo nằm phục kích cho đến khi thời khắc quyết định đến.

**Dies ist die Geduld von Raubtieren, die jagen, um zu überleben.**

Đây là sự kiên nhẫn của những loài săn mồi để sinh tồn.

**Dieselbe Geduld brannte in Buck, als er in seiner Nähe blieb.**

Sự kiên nhẫn đó vẫn cháy trong Buck khi anh ở gần đó.

Er blieb in der Nähe der Herde, verlangsamte ihren Marsch und schürte Angst.

Anh ta ở gần đàn gia súc, làm chậm bước di chuyển của chúng và khuấy động nỗi sợ hãi.

Er ärgerte die jungen Bullen und schikanierte die Mutterkühe.

Anh ta trêu chọc những chú bò đực non và quấy rối những chú bò mẹ.

Er trieb den verwundeten Stier in eine noch tiefere, hilflose Wut.

Anh ta khiến con bò bị thương trở nên giận dữ và bất lực hơn.

Einen halben Tag lang zog sich der Kampf ohne Pause hin.

Cuộc chiến kéo dài suốt nửa ngày mà không hề có sự nghỉ ngơi.

Buck griff aus jedem Winkel an, schnell und wild wie der Wind.

Buck tấn công từ mọi hướng, nhanh và dữ dội như gió.

Er hinderte den Stier daran, sich auszuruhen oder sich bei seiner Herde zu verstecken.

Ông không cho con bò đực nghỉ ngơi hoặc trốn cùng với đàn của nó.

Buck zermürbte den Willen des Elchs schneller als seinen Körper.

Buck làm suy yếu ý chí của con nai sừng tấm nhanh hơn cơ thể của nó.

Der Tag verging und die Sonne sank tief am nordwestlichen Himmel.

Ngày trôi qua và mặt trời lặn dần ở bầu trời phía tây bắc.

Die jungen Bullen kehrten langsamer zurück, um ihrem Anführer zu helfen.

Những con bò đực trẻ quay trở lại chậm hơn để giúp đỡ con đầu đàn của chúng.

Die Herbstnächte waren zurückgekehrt und die Dunkelheit dauerte nun sechs Stunden.

Đêm mùa thu đã trở lại và bóng tối kéo dài sáu giờ đồng hồ.

Der Winter drängte sie bergab in sicherere, wärmere Täler.

Mùa đông đang đẩy họ xuống những thung lũng an toàn và ấm áp hơn.

**Aber sie konnten dem Jäger, der sie zurückhielt, immer noch nicht entkommen.**

Nhưng họ vẫn không thể thoát khỏi tay thợ săn đang giữ họ lại.

**Es stand nur ein Leben auf dem Spiel – nicht das der Herde, sondern nur das ihres Anführers.**

Chỉ có một mạng sống đang bị đe dọa—không phải của cả bầy, mà chỉ của thủ lĩnh.

**Dadurch wurde die Bedrohung in weite Ferne gerückt und ihre dringende Sorge wurde aufgehoben.**

Điều đó khiến mối đe dọa trở nên xa vời và không còn là mối quan tâm cấp bách của họ.

**Mit der Zeit akzeptierten sie diesen Preis und überließen Buck die Übernahme des alten Bullen.**

Sau một thời gian, họ chấp nhận chi phí này và để Buck dắt con bò đực già.

**Als die Dämmerung hereinbrach, stand der alte Bulle mit gesenktem Kopf da.**

Khi hoàng hôn buông xuống, con bò già đứng cúi đầu.

**Er sah zu, wie die Herde, die er geführt hatte, im schwindenden Licht verschwand.**

Anh ta nhìn đàn gia súc mà anh ta dẫn dắt biến mất vào trong ánh sáng đang mờ dần.

**Es gab Kühe, die er gekannt hatte, Kälber, deren Vater er einst gewesen war.**

Có những con bò mà anh từng biết, những chú bê mà anh đã từng làm cha.

**Es gab jüngere Bullen, gegen die er in vergangenen Saisons gekämpft und die er beherrscht hatte.**

Có những con bò đực trẻ hơn mà anh đã từng chiến đấu và thống trị trong những mùa giải trước.

**Er konnte ihnen nicht folgen, denn vor ihm kauerte Buck wieder.**

Anh không thể đuổi theo họ được nữa vì Buck lại khom người trước mặt anh.

**Der gnadenlose Schrecken mit den Reißzähnen versperrte ihm jeden Weg.**

Nỗi kinh hoàng tàn nhẫn với nanh vuốt sắc nhọn đã chặn mọi con đường mà anh ta có thể đi qua.

**Der Bulle brachte mehr als drei Zentner geballte Kraft auf die Waage.**

Con bò đực nặng hơn ba trăm pound sức mạnh dày đặc.

**Er hatte ein langes Leben geführt und in einer Welt voller Kämpfe hart gekämpft.**

Ông đã sống lâu và chiến đấu hết mình trong một thế giới đầy đấu tranh.

**Doch nun, am Ende, kam der Tod von einem Tier, das weit unter ihm stand.**

Nhưng giờ đây, cuối cùng, cái chết đã đến từ một con quái vật thấp kém hơn anh rất nhiều.

**Bucks Kopf erreichte nicht einmal die riesigen, mit Knöcheln besetzten Knie des Bullen.**

Đầu của Buck thậm chí còn không cao tới đầu gối to lớn của con bò.

**Von diesem Moment an blieb Buck Tag und Nacht bei dem Bullen.**

Từ lúc đó, Buck ở lại với con bò ngày đêm.

**Er gönnte ihm keine Ruhe, erlaubte ihm nie zu grasen oder zu trinken.**

Ông ta không bao giờ cho nó nghỉ ngơi, không bao giờ cho nó ăn cỏ hay uống nước.

**Der Stier versuchte, junge Birkentriebe und Weidenblätter zu fressen.**

Con bò đực cố gắng ăn những chồi non của cây bạch dương và lá liễu.

**Aber Buck verjagte ihn, immer wachsam und immer angreifend.**

Nhưng Buck đã đuổi nó đi, luôn cảnh giác và luôn tấn công.

**Sogar an plätschernden Bächen blockte Buck jeden durstigen Versuch ab.**

Ngay cả ở những dòng suối nhỏ giọt, Buck cũng chặn đứng mọi nỗ lực khát nước của nó.

**Manchmal floh der Stier aus Verzweiflung mit voller Geschwindigkeit.**

Đôi khi, trong cơn tuyệt vọng, con bò đực bỏ chạy hết tốc lực.

**Buck ließ ihn laufen und lief ruhig direkt hinter ihm her, nie weit entfernt.**

Buck để mặc anh ta chạy, bình tĩnh chạy theo sau, không bao giờ đi quá xa.

**Als der Elch innehielt, legte sich Buck hin, blieb aber bereit.**

Khi con nai sừng tấm dừng lại, Buck nằm xuống nhưng vẫn trong tư thế sẵn sàng.

**Wenn der Bulle versuchte zu fressen oder zu trinken, schlug Buck mit voller Wut zu.**

Nếu con bò đực cố ăn hoặc uống, Buck sẽ ra đòn rất dữ dội.

**Der große Kopf des Stiers sank tiefer unter sein gewaltiges Geweih.**

Cái đầu to lớn của con bò đực cụp xuống dưới cặp gạc khổng lồ.

**Sein Tempo verlangsamte sich, der Trab wurde schwerfällig, ein stolpernder Schritt.**

Bước chân của anh chậm lại, bước chạy trở nên nặng nề; bước đi loạng choạng.

**Er stand oft still mit hängenden Ohren und der Nase am Boden.**

Anh ta thường đứng yên với đôi tai cụp xuống và mũi hướng xuống đất.

**In diesen Momenten nahm sich Buck Zeit zum Trinken und Ausruhen.**

Trong những lúc đó, Buck dành thời gian để uống rượu và nghỉ ngơi.

**Mit heraushängender Zunge und starrem Blick spürte Buck, wie sich das Land veränderte.**

Lưỡi thè ra, mắt nhìn chằm chằm, Buck cảm nhận được vùng đất đang thay đổi.

**Er spürte, wie sich etwas Neues durch den Wald und den Himmel bewegte.**

Anh cảm thấy có điều gì đó mới mẻ di chuyển qua khu rừng và bầu trời.

**Mit der Rückkehr der Elche kehrten auch andere Wildtiere zurück.**

Khi loài nai sừng tấm quay trở lại, các loài động vật hoang dã khác cũng quay trở lại.

**Das Land fühlte sich lebendig an, mit einer Präsenz, die man nicht sieht, aber deutlich wahrnimmt.**

Mảnh đất này có vẻ sống động, hiện hữu một cách vô hình nhưng lại vô cùng quen thuộc.

**Buck wusste dies weder am Geräusch, noch am Anblick oder am Geruch.**

Buck biết điều này không phải bằng âm thanh, hình ảnh hay mùi hương.

**Ein tieferes Gefühl sagte ihm, dass neue Kräfte im Gange waren.**

Một cảm giác sâu sắc hơn mách bảo ông rằng những thế lực mới đang di chuyển.

**In den Wäldern und entlang der Bäche herrschte seltsames Leben.**

Sự sống kỳ lạ xuất hiện khắp khu rừng và dọc theo các dòng suối.

**Er beschloss, diesen Geist zu erforschen, nachdem die Jagd beendet war.**

Anh quyết định sẽ khám phá linh hồn này sau khi cuộc săn lùng kết thúc.

**Am vierten Tag erlegte Buck endlich den Elch.**

Đến ngày thứ tư, cuối cùng Buck cũng bắt được con nai sừng tấm.

**Er blieb einen ganzen Tag und eine ganze Nacht bei der Beute, fraß und ruhte sich aus.**

Anh ấy ở lại bên xác con mồi cả ngày lẫn đêm, để kiếm ăn và nghỉ ngơi.

**Er aß, schlief dann und aß dann wieder, bis er stark und satt war.**

Ông ăn, rồi ngủ, rồi lại ăn, cho đến khi khỏe mạnh và no bụng.

**Als er fertig war, kehrte er zum Lager und nach Thornton zurück.**

Khi đã sẵn sàng, anh quay trở lại trại và Thornton.

**Mit gleichmäßigem Tempo begann er die lange Heimreise.**

Với bước chân đều đặn, anh bắt đầu cuộc hành trình dài trở về nhà.

**Er rannte in seinem unermüdlichen Galopp Stunde um Stunde, ohne auch nur ein einziges Mal vom Weg abzukommen.**

Anh ta chạy không biết mệt mỏi, giờ này qua giờ khác, không bao giờ chệch hướng.

**Durch unbekannte Länder bewegte er sich schnurgerade wie eine Kompassnadel.**

Qua những vùng đất xa lạ, anh di chuyển thẳng như kim la bàn.

**Sein Orientierungssinn ließ Mensch und Karte im Vergleich schwach erscheinen.**

Cảm giác định hướng của ông khiến con người và bản đồ trở nên yếu đuối khi so sánh.

**Während Buck rannte, spürte er die Bewegung in der Wildnis stärker.**

Khi Buck chạy, nó cảm nhận rõ hơn sự xáo động trong vùng đất hoang dã.

**Es war eine neue Art zu leben, anders als in den ruhigen Sommermonaten.**

Đó là một cuộc sống mới, không giống như những tháng hè yên bình.

**Dieses Gefühl kam nicht länger als subtile oder entfernte Botschaft.**

Cảm giác này không còn là một thông điệp tinh tế hay xa vời nữa.

**Nun sprachen die Vögel von diesem Leben und Eichhörnchen plapperten darüber.**

Bây giờ các loài chim nói về cuộc sống này, và các loài sóc thì ríu rít về nó.

**Sogar die Brise flüsterte Warnungen durch die stillen Bäume.**

Ngay cả làn gió cũng thì thầm cảnh báo qua những tán cây im lặng.

**Mehrmals blieb er stehen und schnupperte die frische Morgenluft.**

Nhiều lần anh dừng lại và hít thở không khí trong lành buổi sáng.

**Dort las er eine Nachricht, die ihn schneller nach vorne springen ließ.**

Anh ấy đọc một tin nhắn ở đó khiến anh ấy nhảy về phía trước nhanh hơn.

**Ein starkes Gefühl der Gefahr erfüllte ihn, als wäre etwas schiefgelaufen.**

Một cảm giác nguy hiểm dâng trào trong anh, như thể có chuyện gì đó không ổn.

**Er befürchtete, dass ein Unglück bevorstünde – oder bereits eingetreten war.**

Ông lo sợ tai họa sắp xảy ra—hoặc đã xảy ra rồi.

**Er überquerte den letzten Bergrücken und betrat das darunterliegende Tal.**

Anh ta vượt qua dãy núi cuối cùng và đi vào thung lũng bên dưới.

**Er bewegte sich langsamer und war bei jedem Schritt aufmerksamer und vorsichtiger.**

Anh ta di chuyển chậm hơn, cảnh giác và thận trọng với từng bước đi.

**Drei Meilen weiter fand er eine frische Spur, die ihn erstarren ließ.**

Đi được ba dặm, anh phát hiện ra một dấu vết mới khiến anh cứng người.

**Die Haare in seinem Nacken stellten sich auf und sträubten sich vor Schreck.**

Những sợi tóc dọc theo cổ anh dựng đứng và dựng ngược lên vì lo lắng.

**Die Spur führte direkt zum Lager, wo Thornton wartete.**

Con đường mòn dẫn thẳng đến trại nơi Thornton đang đợi.

**Buck bewegte sich jetzt schneller, seine Schritte waren lautlos und schnell zugleich.**

Buck lúc này di chuyển nhanh hơn, sải chân của anh vừa nhẹ nhàng vừa nhanh nhẹn.

**Seine Nerven lagen blank, als er Zeichen las, die andere übersehen würden.**

Anh căng thẳng khi đọc những dấu hiệu mà người khác sẽ bỏ lỡ.

**Jedes Detail der Spur erzählte eine Geschichte – außer dem letzten Stück.**

Mỗi chi tiết trong hành trình đều kể một câu chuyện, ngoại trừ chi tiết cuối cùng.

**Seine Nase erzählte ihm von dem Leben, das hier vorbeigezogen war.**

Chiếc mũi của ông cho ông biết về cuộc sống đã trôi qua theo cách này.

**Der Duft vermittelte ihm ein wechselndes Bild, als er dicht hinter ihm folgte.**

Mùi hương đó giúp anh thay đổi hình ảnh khi anh bám sát phía sau.

**Doch im Wald selbst war es still geworden, unnatürlich still.**

Nhưng khu rừng lại trở nên yên tĩnh; tĩnh lặng một cách bất thường.

**Die Vögel waren verschwunden, die Eichhörnchen hatten sich versteckt, waren still und ruhig.**

Những chú chim đã biến mất, những chú sóc ẩn mình, im lặng và bất động.

**Er sah nur ein einziges Grauhörnchen, das flach auf einem toten Baum lag.**

Anh ta chỉ nhìn thấy một con sóc xám nằm dài trên một cái cây chết.

**Das Eichhörnchen fügte sich steif und reglos in den Wald ein.**

Con sóc hòa nhập vào trong, cứng đờ và bất động như một phần của khu rừng.

**Buck bewegte sich wie ein Schatten, lautlos und sicher durch die Bäume.**

Buck di chuyển như một cái bóng, im lặng và chắc chắn giữa những hàng cây.

**Seine Nase zuckte zur Seite, als würde sie von einer unsichtbaren Hand gezogen.**

Mũi anh ta giật sang một bên như thể bị một bàn tay vô hình kéo đi.

**Er drehte sich um und folgte der neuen Spur tief in ein Dickicht hinein.**

Anh quay lại và đi theo mùi hương mới vào sâu trong bụi cây.

**Dort fand er Nig tot daliegend, von einem Pfeil durchbohrt.**

Ở đó, anh ta tìm thấy Nig nằm chết, bị một mũi tên đâm xuyên qua.

**Der Schaft durchdrang seinen Körper, die Federn waren noch zu sehen.**

Mũi tên xuyên qua cơ thể anh ta, lông vũ vẫn còn lộ ra.

**Nig hatte sich dorthin geschleppt, war jedoch gestorben, bevor er Hilfe erreichen konnte.**

Nig đã tự mình lê bước đến đó, nhưng đã chết trước khi đến được nơi giúp đỡ.

**Hundert Meter weiter fand Buck einen weiteren Schlittenhund.**

Đi xa hơn một trăm thước, Buck lại tìm thấy một con chó kéo xe trượt tuyết khác.

**Es war ein Hund, den Thornton in Dawson City gekauft hatte.**

Đó là con chó mà Thornton đã mua ở Dawson City.

**Der Hund befand sich in einem tödlichen Kampf und schlug heftig auf dem Weg um sich.**

Con chó đang vật lộn dữ dội, giãy giụa trên đường mòn.

**Buck ging um ihn herum, blieb nicht stehen und richtete den Blick nach vorne.**

Buck đi vòng qua anh ta, không dừng lại, mắt vẫn nhìn thẳng về phía trước.

**Aus Richtung des Lagers ertönte in der Ferne ein rhythmischer Gesang.**

Từ phía trại vọng đến tiếng hô vang đều đều, xa xa.

**Die Stimmen schwoll in einem seltsamen, unheimlichen Singsangton an und ab.**

Những giọng nói vang lên rồi lại hạ xuống theo một giai điệu kỳ lạ, rùng rợn, như đang hát.

**Buck kroch schweigend zum Rand der Lichtung.**

Buck lặng lẽ bò về phía rìa bãi đất trống.

**Dort sah er Hans mit dem Gesicht nach unten liegen, von vielen Pfeilen durchbohrt.**

Ở đó, chàng nhìn thấy Hans nằm sấp, trên người có rất nhiều mũi tên.

**Sein Körper sah aus wie der eines Stachelschweins und war mit gefiederten Schäften bestückt.**

Cơ thể của ông trông giống như một con nhím, có lông vũ mọc khắp người.

**Im selben Moment blickte Buck in Richtung der zerstörten Hütte.**

Cùng lúc đó, Buck nhìn về phía ngôi nhà gỗ đổ nát.

**Bei diesem Anblick stellten sich ihm die Nacken- und Schulterhaare auf.**

Cảnh tượng đó khiến tóc gáy và vai anh dựng đứng.

**Ein Sturm wilder Wut durchfuhr Bucks ganzen Körper.**

Một cơn bão giận dữ dữ dội tràn ngập khắp cơ thể Buck.

**Er knurrte laut, obwohl er nicht wusste, dass er es getan hatte.**

Anh ta gầm gừ lớn tiếng mặc dù anh ta không biết điều đó.

**Der Klang war rau, erfüllt von furchterregender, wilder Wut.**

Âm thanh thô ráp, chứa đầy sự giận dữ đáng sợ và man rợ.

**Zum letzten Mal in seinem Leben verlor Buck den Verstand und die Gefühle.**

Lần cuối cùng trong đời, Buck mất đi lý trí vì cảm xúc.

**Es war die Liebe zu John Thornton, die seine sorgfältige Kontrolle brach.**

Chính tình yêu dành cho John Thornton đã phá vỡ sự kiểm soát cẩn thận của ông.

**Die Yeehats tanzten um die zerstörte Fichtenhütte.**

Những người Yeehats đang nhảy múa quanh ngôi nhà gỗ vân sam bị phá hủy.

**Dann ertönte ein Brüllen – und ein unbekanntes Tier stürmte auf sie zu.**

Rồi tiếng gầm vang lên—và một con thú lạ lao về phía họ.

**Es war Buck, eine aufbrausende Furie, ein lebendiger Sturm der Rache.**

Đó là Buck; một cơn thịnh nộ đang chuyển động; một cơn bão báo thù sống động.

**Wahnsinnig vor Tötungsdrang stürzte er sich mitten unter sie.**

Anh ta lao vào giữa bọn họ, điên cuồng vì ham muốn giết chóc.

**Er sprang auf den ersten Mann, den Yeehat-Häuptling, und traf zielsicher.**

Anh ta nhảy vào người đàn ông đầu tiên, tù trưởng Yeehat, và đánh trúng.

**Seine Kehle war aufgerissen und Blut spritzte in einem Strom.**

Cổ họng anh ta bị rách toạc và máu phun ra thành dòng.

**Buck blieb nicht stehen, sondern riss dem nächsten Mann mit einem Sprung die Kehle durch.**

Buck không dừng lại mà chỉ nhảy một cái là xé toạc cổ họng của tên tiếp theo.

**Er war nicht aufzuhalten – er riss, schlug und machte nie eine Pause, um sich auszuruhen.**

Anh ta không thể ngăn cản được - liên tục xé, chém, không bao giờ dừng lại để nghỉ ngơi.

**Er schoss und sprang so schnell, dass ihre Pfeile ihn nicht treffen konnten.**

Anh ta lao đi và nhảy nhanh đến nỗi những mũi tên của họ không thể chạm tới anh ta.

**Die Yeehats waren in ihrer eigenen Panik und Verwirrung gefangen.**

Người Yeehats cũng rơi vào tình trạng hoảng loạn và bối rối.

**Ihre Pfeile verfehlten Buck und trafen stattdessen einander.**

Mũi tên của họ không trúng Buck mà lại trúng vào nhau.

**Ein Jugendlicher warf einen Speer nach Buck und traf einen anderen Mann.**

Một thanh niên ném giáo vào Buck và trúng một người đàn ông khác.

**Der Speer durchbohrte seine Brust und die Spitze durchbohrte seinen Rücken.**

Ngọn giáo đâm xuyên qua ngực anh ta, mũi giáo đâm vào lưng anh ta.

**Die Yeehats wurden von Panik erfasst und zogen sich umgehend zurück.**

Nỗi kinh hoàng tràn ngập người Yeehats và họ tháo chạy hết tốc lực.

**Sie schrien vor dem bösen Geist und flohen in die Schatten des Waldes.**

Họ hét lên về Linh hồn Ác quỷ và chạy trốn vào bóng tối của khu rừng.

**Buck war wirklich wie ein Dämon, als er die Yeehats jagte.**

Buck thực sự giống như một con quỷ khi đuổi theo bọn Yeehats.

**Er raste hinter ihnen durch den Wald her und erlegte sie wie Rehe.**

Anh ta chạy đuổi theo họ qua khu rừng, hạ gục họ như hạ gục một con nai.

**Für die verängstigten Yeehats wurde es ein Tag des Schicksals und des Terrors.**

Đó trở thành ngày định mệnh và kinh hoàng đối với những người Yeehats sợ hãi.

**Sie zerstreuten sich über das Land und flohen in alle Richtungen.**

Họ tản ra khắp đất nước, chạy trốn theo mọi hướng.

**Eine ganze Woche verging, bevor sich die letzten Überlebenden in einem Tal trafen.**

Phải mất cả tuần lễ, những người sống sót cuối cùng mới gặp nhau trong một thung lũng.

**Erst dann zählten sie ihre Verluste und sprachen über das Geschehene.**

Chỉ khi đó họ mới đếm lại những mất mát và kể lại những gì đã xảy ra.

**Nachdem Buck die Jagd satt hatte, kehrte er zum zerstörten Lager zurück.**

Buck, sau khi mệt mỏi vì cuộc rượt đuổi, đã quay trở lại trại trại bị phá hủy.

**Er fand Pete, noch in seine Decken gehüllt, getötet beim ersten Angriff.**

Anh ta tìm thấy Pete, vẫn còn quấn trong chăn, đã tử vong trong lần tấn công đầu tiên.

**Spuren von Thorntons letztem Kampf waren im Dreck in der Nähe zu sehen.**

Dấu hiệu của cuộc đấu tranh cuối cùng của Thornton vẫn còn in trên đất gần đó.

**Buck folgte jeder Spur und erschnüffelte jede Markierung bis zum letzten Punkt.**

Buck lần theo từng dấu vết, đánh hơi từng dấu vết cho đến điểm cuối cùng.

**Am Rand eines tiefen Teichs fand er den treuen Skeet, der still dalag.**

Bên mép một vực sâu, anh tìm thấy chú Skeet trung thành đang nằm bất động.

**Skeets Kopf und Vorderpfoten lagen regungslos im Wasser, er lag tot da.**

Đầu và chân trước của Skeet nằm trong nước, bất động vì đã chết.

**Der Teich war schlammig und durch das Abwasser aus den Schleusenkästen verunreinigt.**

Hồ bơi lầy lội và bị ô nhiễm bởi nước chảy ra từ các máng xả.

**Seine trübe Oberfläche verbarg, was darunter lag, aber Buck kannte die Wahrheit.**

Bề mặt mây mù che giấu những gì bên dưới, nhưng Buck biết sự thật.

**Er folgte Thorntons Spur bis in den Pool – doch die Spur führte nirgendwo anders hin.**

Anh ta lần theo mùi hương của Thornton vào trong hồ nước — nhưng mùi hương đó chẳng dẫn đến đâu khác.

**Es gab keinen Geruch, der hinausführte – nur die Stille des tiefen Wassers.**

Không có mùi hương nào dẫn ra ngoài mà chỉ có sự im lặng của vùng nước sâu.

**Den ganzen Tag blieb Buck in der Nähe des Teichs und ging voller Trauer im Lager auf und ab.**

Cả ngày Buck ở gần hồ bơi, đi đi lại lại trong trại trong đau buồn.

**Er wanderte ruhelos umher oder saß regungslos da, in tiefe Gedanken versunken.**

Ông ta đi lang thang không ngừng nghỉ hoặc ngồi im lặng, chìm đắm trong suy nghĩ nặng nề.

**Er kannte den Tod, das Ende des Lebens, das Verschwinden aller Bewegung.**

Ông biết đến cái chết; sự kết thúc của cuộc sống; sự biến mất của mọi chuyển động.

**Er verstand, dass John Thornton weg war und nie wieder zurückkehren würde.**

Ông hiểu rằng John Thornton đã ra đi và không bao giờ quay trở lại.

**Der Verlust hinterließ eine Leere in ihm, die wie Hunger pochte.**

Sự mất mát đã để lại trong anh một khoảng trống nhói lên như cơn đói.

**Doch dieser Hunger konnte durch Essen nicht gestillt werden, egal, wie viel er aß.**

Nhưng cơn đói này không thể nào vơi đi dù anh có ăn bao nhiêu đi nữa.

**Manchmal, wenn er die toten Yeehats ansah, ließ der Schmerz nach.**

Đôi khi, khi nhìn vào những người Yeehats đã chết, nỗi đau bỗng tan biến.

**Und dann stieg ein seltsamer Stolz in ihm auf, wild und vollkommen.**

Và rồi một niềm kiêu hãnh kỳ lạ dâng trào trong anh, dữ dội và trọn vẹn.

**Er hatte den Menschen getötet, das höchste und gefährlichste Wild von allen.**

Anh ta đã giết chết con người, loài thú dữ cao cấp và nguy hiểm nhất.

**Er hatte unter Missachtung des alten Gesetzes von Keule und Reißzahn getötet.**

Ông ta đã giết người bất chấp luật lệ cổ xưa là dùng dùi cui và nanh vuốt.

**Buck schnüffelte neugierig und nachdenklich an ihren leblosen Körpern.**

Buck ngửi những xác chết đó, tò mò và suy nghĩ.

**Sie waren so leicht gestorben – viel leichter als ein Husky in einem Kampf.**

Chúng chết quá dễ dàng—dễ hơn nhiều so với một con chó husky trong một cuộc chiến.

**Ohne ihre Waffen waren sie weder wirklich stark noch stellten sie eine Bedrohung dar.**

Không có vũ khí, họ không có sức mạnh hay mối đe dọa thực sự.

**Buck würde sie nie wieder fürchten, es sei denn, sie wären bewaffnet.**

Buck sẽ không bao giờ sợ chúng nữa, trừ khi chúng có vũ khí.

**Nur wenn sie Keulen, Speere oder Pfeile trugen, war er vorsichtig.**

Chỉ khi họ mang theo dùi cui, giáo mác hoặc mũi tên thì anh mới cảnh giác.


**Die Nacht brach herein und ein Vollmond stieg hoch über die Baumwipfel.**

Đêm xuống và trăng tròn nhô cao trên ngọn cây.

**Das blasse Licht des Mondes tauchte das Land in einen sanften, geisterhaften Schein wie am Tag.**

Ánh trăng nhợt nhạt phủ lên mặt đất một thứ ánh sáng nhẹ nhàng, ma quái như ban ngày.

**Als die Nacht hereinbrach, trauerte Buck noch immer am stillen Teich.**

Khi đêm xuống, Buck vẫn than khóc bên hồ nước tĩnh lặng.

**Dann bemerkte er eine andere Regung im Wald.**

Sau đó, anh nhận thấy có sự chuyển động khác thường trong khu rừng.

**Die Aufregung kam nicht von den Yeehats, sondern von etwas Älterem und Tieferem.**

Sự khuấy động này không phải đến từ người Yeehats, mà từ một thứ gì đó cũ kỹ và sâu sắc hơn.

**Er stand auf, spitzte die Ohren und prüfte vorsichtig mit der Nase die Brise.**

Anh đứng dậy, tai dựng lên, mũi cẩn thận hít thở làn gió.

**Aus der Ferne ertönte ein schwacher, scharfer Aufschrei, der die Stille durchbrach.**

Từ xa vọng đến một tiếng thét yếu ớt, sắc nhọn xé toạc sự im lặng.

**Dann folgte dicht auf den ersten ein Chor ähnlicher Schreie.**

Sau đó, một điệp khúc những tiếng kêu tương tự vang lên ngay sau tiếng kêu đầu tiên.

**Das Geräusch kam näher und wurde mit jedem Augenblick lauter.**

Âm thanh đó ngày một gần hơn và to hơn theo từng khoảnh khắc trôi qua.

**Buck kannte diesen Schrei – er kam aus dieser anderen Welt in seiner Erinnerung.**

Buck biết tiếng kêu này—nó đến từ thế giới khác trong ký ức của anh.

**Er ging in die Mitte des offenen Platzes und lauschte aufmerksam.**

Anh ta bước tới giữa khoảng đất trống và lắng nghe thật kỹ.

**Der Ruf ertönte vielstimmig und kraftvoller denn je.**

Tiếng gọi vang lên, nhiều nốt nhạc và mạnh mẽ hơn bao giờ hết.

**Und jetzt war Buck mehr denn je bereit, seiner Berufung zu folgen.**

Và giờ đây, hơn bao giờ hết, Buck đã sẵn sàng đáp lại tiếng gọi của mình.

**John Thornton war tot und hatte keine Bindung mehr an die Menschheit.**

John Thornton đã chết, và không còn mối liên hệ nào với con người còn sót lại trong ông.

**Der Mensch und alle menschlichen Ansprüche waren verschwunden – er war endlich frei.**

Con người và mọi đòi hỏi của con người đã không còn nữa —
cuối cùng anh đã được tự do.

**Das Wolfsrudel jagte Fleisch, wie es einst die Yeehats getan
hatten.**

Bầy sói đang săn đuổi thịt giống như người Yeehats đã từng
làm.

**Sie waren Elchen aus den Waldgebieten gefolgt.**

Họ đã theo dấu đàn nai sừng tấm từ vùng đất có nhiều cây gỗ
xuống.

**Nun überquerten sie, wild und hungrig nach Beute, sein Tal.**

Bây giờ, hoang dã và đói mồi, chúng băng qua thung lũng của
ông.

**Sie kamen auf die mondbeschienene Lichtung und flossen
wie silbernes Wasser.**

Họ tiến vào khoảng đất trống dưới ánh trăng, trôi như dòng
nước bạc.

**Buck stand regungslos in der Mitte und wartete auf sie.**

Buck đứng yên ở giữa, bất động và chờ đợi họ.

**Seine ruhige, große Präsenz versetzte das Rudel in
Erstaunen und ließ es kurz verstummen.**

Sự hiện diện to lớn và bình tĩnh của anh khiến cả bầy phải im
lặng trong chốc lát.

**Dann sprang der kühnste Wolf ohne zu zögern direkt auf
ihn zu.**

Sau đó, con sói táo bạo nhất không chút do dự nhảy thẳng về
phía anh ta.

**Buck schlug schnell zu und brach dem Wolf mit einem
einzigen Schlag das Genick.**

Buck ra đòn rất nhanh và bẻ gãy cổ con sói chỉ bằng một đòn.

**Er stand wieder regungslos da, während der sterbende Wolf
sich hinter ihm wand.**

Anh ta lại đứng bất động khi con sói hấp hối quằn mình phía
sau anh ta.

**Drei weitere Wölfe griffen schnell nacheinander an.**

Ba con sói khác tấn công nhanh chóng, con này nối tiếp con
kia.

**Jeder von ihnen zog sich blutend zurück, die Kehle oder die Schultern waren aufgeschlitzt.**

Mỗi người đều rút lui trong tình trạng chảy máu, cổ họng hoặc vai bị cắt.

**Das reichte aus, um das ganze Rudel zu einem wilden Angriff zu provozieren.**

Chỉ riêng điều đó đã đủ để kích hoạt cả bầy lao vào tấn công dữ dội.

**Sie stürmten gemeinsam hinein, waren zu eifrig und zu dicht gedrängt, um einen guten Schlag zu erzielen.**

Họ cùng nhau lao vào, quá háo hức và đông đúc để có thể tấn công tốt.

**Dank seiner Schnelligkeit und Geschicklichkeit war Buck in der Lage, dem Angriff immer einen Schritt voraus zu sein.**

Tốc độ và kỹ năng của Buck giúp anh luôn đi trước đối phương.

**Er drehte sich auf seinen Hinterbeinen und schnappte und schlug in alle Richtungen.**

Anh ta xoay người trên hai chân sau, cắn và tấn công theo mọi hướng.

**Für die Wölfe schien es, als ob seine Verteidigung nie geöffnet oder ins Wanken geraten wäre.**

Với lũ sói, có vẻ như hàng phòng ngự của hắn chưa bao giờ bị hở hay yếu đi.

**Er drehte sich um und schlug so schnell zu, dass sie nicht hinter ihn gelangen konnten.**

Anh ta quay lại và chém nhanh đến nỗi họ không thể đứng ra sau anh ta được.

**Dennoch zwang ihn ihre Übermacht zum Nachgeben und Zurückweichen.**

Tuy nhiên, số lượng của họ đã buộc ông phải nhượng bộ và rút lui.

**Er ging am Teich vorbei und hinunter in das steinige Bachbett.**

Anh ta di chuyển qua hồ bơi và xuống lòng suối đầy đá.

**Dort stieß er auf eine steile Böschung aus Kies und Erde.**

Ở đó, anh ta nhìn thấy một bờ dốc toàn sỏi và đất.

**Er ist bei den alten Grabungen der Bergleute in einen Eckeinschnitt geraten.**

Anh ta lách vào một góc bị cắt trong quá trình đào bới của những người thợ mỏ.

**Jetzt war Buck von drei Seiten geschützt und stand nur noch dem vorderen Wolf gegenüber.**

Bây giờ, được bảo vệ ở ba phía, Buck chỉ phải đối mặt với con sói phía trước.

**Dort stand er in der Enge, bereit für die nächste Angriffswelle.**

Ở đó, anh ta đứng ở vị trí an toàn, sẵn sàng cho đợt tấn công tiếp theo.

**Buck blieb so hartnäckig standhaft, dass die Wölfe zurückwichen.**

Buck giữ vững lập trường của mình một cách quyết liệt đến nỗi bầy sói phải lùi lại.

**Nach einer halben Stunde waren sie erschöpft und sichtlich besiegt.**

Sau nửa giờ, họ đã kiệt sức và thất bại rõ ràng.

**Ihre Zungen hingen heraus, ihre weißen Reißzähne glänzten im Mondlicht.**

Lưỡi của chúng thè ra, răng nanh trắng sáng lấp lánh dưới ánh trăng.

**Einige Wölfe legten sich mit erhobenem Kopf hin und spitzten die Ohren in Richtung Buck.**

Một số con sói nằm xuống, đầu ngẩng lên, tai dựng lên hướng về phía Buck.

**Andere standen still, waren wachsam und beobachteten jede seiner Bewegungen.**

Những người khác đứng yên, cảnh giác và theo dõi mọi hành động của anh ta.

**Einige gingen zum Pool und schlürften kaltes Wasser.**

Một số người đi dạo đến hồ bơi và uống nước lạnh.

**Dann schlich ein großer, schlanker grauer Wolf sanft heran.**

Sau đó, một con sói xám dài và gầy từ từ tiến về phía trước.

**Buck erkannte ihn – es war der wilde Bruder von vorhin.**

Buck nhận ra anh ta — chính là người anh em hoang dã lúc trước.

**Der graue Wolf winselte leise und Buck antwortete mit einem Winseln.**

Con sói xám rên ri khe khẽ và Buck cũng đáp lại bằng tiếng rên ri.

**Sie berührten ihre Nasen, leise und ohne Drohung oder Angst.**

Họ chạm mũi nhau, một cách lặng lẽ và không hề có sự đe dọa hay sợ hãi.

**Als nächstes kam ein älterer Wolf, hager und von vielen Kämpfen gezeichnet.**

Tiếp theo là một con sói già, gầy gò và đầy sẹo vì nhiều trận chiến.

**Buck wollte knurren, hielt aber inne und schnüffelte an der Nase des alten Wolfes.**

Buck bắt đầu gầm gừ, nhưng rồi dừng lại và hít mũi con sói già.

**Der Alte setzte sich, hob die Nase und heulte den Mond an.**

Con chim già ngồi xuống, hếch mũi lên và hú lên với mặt trăng.

**Der Rest des Rudels setzte sich und stimmte in das langgezogene Heulen ein.**

Những con còn lại trong đàn ngồi xuống và cùng hú lên một tiếng dài.

**Und nun ertönte der Ruf an Buck, unmissverständlich und stark.**

Và giờ đây tiếng gọi ấy đã vang đến Buck, rõ ràng và mạnh mẽ.

**Er setzte sich, hob den Kopf und heulte mit den anderen.**

Anh ta ngồi xuống, ngẩng đầu lên và hú cùng với những người khác.

**Als das Heulen aufhörte, trat Buck aus seinem felsigen Unterschlupf.**

Khi tiếng hú kết thúc, Buck bước ra khỏi nơi trú ẩn bằng đá của mình.

**Das Rudel umringte ihn und beschnüffelte ihn zugleich freundlich und vorsichtig.**

Bầy sói vây quanh anh ta, đánh hơi anh ta một cách vừa thân thiện vừa cảnh giác.

**Dann stießen die Anführer einen lauten Schrei aus und rannten in den Wald.**

Sau đó, những người dẫn đầu hú lên và chạy nhanh vào rừng.

**Die anderen Wölfe folgten und jaulten im Chor, wild und schnell in der Nacht.**

Những con sói khác cũng chạy theo, đồng thanh tru lên, dữ dội và nhanh nhẹn trong đêm.

**Buck rannte mit ihnen, neben seinem wilden Bruder her, und heulte dabei.**

Buck chạy cùng họ, bên cạnh người anh em hoang dã của mình, vừa chạy vừa hú hét.


**Hier geht die Geschichte von Buck gut zu Ende.**

Ở đây, câu chuyện về Buck đã đi đến hồi kết.

**In den folgenden Jahren bemerkten die Yeehats seltsame Wölfe.**

Trong những năm tiếp theo, gia đình Yeehats nhận thấy những con sói lạ.

**Einige hatten braune Flecken auf Kopf und Schnauze und weiße Flecken auf der Brust.**

Một số con có màu nâu trên đầu và mõm, màu trắng trên ngực.

**Doch noch mehr fürchteten sie sich vor einer geisterhaften Gestalt unter den Wölfen.**

Nhưng thậm chí họ còn sợ một bóng ma giữa bầy sói.

**Sie sprachen flüsternd vom Geisterhund, dem Anführer des Rudels.**

Họ thì thầm nói về Chó Ma, thủ lĩnh của bầy.

**Dieser Geisterhund war schlauer als der kühnste Yeehat-Jäger.**

Con Chó Ma này còn xảo quyệt hơn cả thợ săn Yeehat táo bạo nhất.

**Der Geisterhund stahl im tiefsten Winter aus Lagern und riss ihre Fallen auseinander.**

Con chó ma đã lấy trộm đồ từ các trại vào mùa đông khắc nghiệt và xé tan bẫy của họ.

**Der Geisterhund tötete ihre Hunde und entkam ihren Pfeilen spurlos.**

Con chó ma đã giết chết đàn chó của họ và thoát khỏi mũi tên mà không để lại dấu vết.

**Sogar ihre tapfersten Krieger hatten Angst, diesem wilden Geist gegenüberzutreten.**

Ngay cả những chiến binh dũng cảm nhất cũng sợ phải đối mặt với tinh thần hoang dã này.

**Nein, die Geschichte wird im Laufe der Jahre in der Wildnis immer düsterer.**

Không, câu chuyện ngày càng trở nên đen tối hơn khi nhiều năm trôi qua trong tự nhiên.

**Manche Jäger verschwinden und kehren nie in ihre entfernten Lager zurück.**

Một số thợ săn biến mất và không bao giờ trở về trại xa xôi của họ.

**Andere werden mit aufgerissener Kehle erschlagen im Schnee gefunden.**

Những người khác được tìm thấy với cổ họng bị xé toạc và bị giết trong tuyết.

**Um ihren Körper herum sind Spuren – größer als sie ein Wolf hinterlassen könnte.**

Xung quanh cơ thể chúng có những dấu vết lớn hơn bất kỳ dấu vết nào mà loài sói có thể tạo ra.

**Jeden Herbst folgen die Yeehats der Spur des Elchs.**

Mỗi mùa thu, người Yeehats lại đi theo dấu vết của loài nai sừng tấm.

**Aber ein Tal meiden sie, weil ihnen die Angst tief im Herzen eingegraben ist.**

Nhưng họ tránh một thung lũng với nỗi sợ hãi khắc sâu vào trái tim.

**Man sagt, dass der böse Geist dieses Tal als seine Heimat ausgewählt hat.**

Người ta nói rằng thung lũng này được Ác quỷ chọn làm nơi ở của mình.

**Und wenn die Geschichte erzählt wird, weinen einige Frauen am Feuer.**

Và khi câu chuyện được kể lại, một số phụ nữ đã khóc bên đống lửa.

**Aber im Sommer kommt ein Besucher in dieses ruhige, heilige Tal.**

Nhưng vào mùa hè, có một du khách đến thung lũng linh thiêng và yên tĩnh đó.

**Die Yeehats wissen nichts von ihm und können es auch nicht verstehen.**

Người Yeehats không biết đến ông và cũng không thể hiểu được ông.

**Der Wolf ist großartig und mit einer Pracht überzogen wie kein anderer seiner Art.**

Con sói là một con sói vĩ đại, được bao phủ bởi vẻ đẹp lộng lẫy, không giống bất kỳ con sói nào cùng loài.

**Er allein überquert den grünen Wald und betritt die Waldlichtung.**

Chỉ có một mình ông đi qua khu rừng xanh và tiến vào khoảng rừng trống.

**Dort sickert goldener Staub aus Elchhautsäcken in den Boden.**

Ở đó, bụi vàng từ những chiếc túi da nai thấm vào đất.

**Gras und alte Blätter haben das Gelb vor der Sonne verborgen.**

Cỏ và lá già đã che khuất màu vàng của ánh nắng mặt trời.

**Hier steht der Wolf still, denkt nach und erinnert sich.**

Ở đây, con sói đứng im lặng, suy nghĩ và ghi nhớ.

**Er heult einmal – lang und traurig – bevor er sich zum Gehen umdreht.**

Ông hú lên một lần - một tiếng hú dài và buồn thảm - trước khi quay đi.

**Doch er ist nicht immer allein im Land der Kälte und des Schnees.**

Nhưng anh ấy không phải lúc nào cũng đơn độc trên vùng đất lạnh giá và tuyết rơi.

**Wenn lange Winternächte über die tiefer gelegenen Täler hereinbrechen.**

Khi những đêm đông dài buông xuống các thung lũng thấp hơn.

**Wenn die Wölfe dem Wild durch Mondlicht und Frost folgen.**

Khi bầy sói đuổi theo con mồi dưới ánh trăng và sương giá.

**Dann rennt er mit großen, wilden Sprüngen an der Spitze des Rudels entlang.**

Sau đó, anh ta chạy dẫn đầu cả bầy, nhảy cao và mạnh mẽ.

**Seine Gestalt überragt die anderen, aus seiner Kehle erklingt Gesang.**

Dáng người của anh cao hơn hẳn những người khác, cổ họng anh rộn ràng với bài hát.

**Es ist das Lied der jüngeren Welt, die Stimme des Rudels.**

Đó là bài ca của thế giới trẻ, là tiếng nói của bầy đàn.

**Er singt, während er rennt – stark, frei und für immer wild.**

Anh ấy vừa chạy vừa hát—mạnh mẽ, tự do và mãi mãi hoang dã.